எச். பீர்முஹம்மது

வசிப்பது: வேலூர் மாவட்டம் ராணிப்பேட்டை, தொழில்: தோல் தொழிற்சாலையில் தகவல் தொழில்நுட்ப பிரிவில் நிர்வாகி, குடும்பம்: மனைவியும்; இரண்டு குழந்தைகளும்.

எட்டாண்டுகள் வளைகுடா வாழ்க்கை, இலக்கிய மற்றும் அரசியல் விமர்சகராக 13 ஆண்டுகளாக எழுத்து உலகில் தொடர்ச்சியான இயக்கம். இலக்கியம், தத்துவம், வரலாறு மற்றும் அரசியல் சார்ந்த துறைகளில் வாசிப்பும், விமர்சனமும், அது தொடர்பான எழுத்தும். வெகுஜனப் பத்திரிகைகள், சிற்றிதழ்கள் மற்றும் இணையதளங்களில் தொடர்ந்து எழுதி வருகிறார். இவரது வலைத்தளம்: www.mohammedpeer.blogspot.com. பல்வேறு முக்கிய சமூக பிரச்சினைகள் எழும் தருணத்தில் எழுத்தாளர்களின் கூட்டறிக்கை முயற்சிகளை ஒருங்கிணைக்கும் பணிகளும் செய்கிறார். கீழைச்சிந்தனையாளர்கள் ஓர் அறிமுகம் என்ற புத்தகத்தை தொடர்ந்து அடுத்த புத்தகமாக இந்நூல் வெளிவருகிறது.

குர்து

தேசிய இனப் போராட்டம் ஓர் அறிமுகம்

எச். பீர்முஹம்மது

எதிர் வெளியீடு

குர்து: தேசிய இனப் போராட்டம் ஓர் அறிமுகம்

ஆசிரியர்: எச். பீர்முஹம்மது

முதல் பதிப்பு: டிசம்பர் 2013

எதிர்வெளியீடு,
96, நியூ ஸ்கீம் ரோடு, பொள்ளாச்சி - 642002.
தொலைபேசி: 04259 - 226012, 98650 05084.

வடிவமைப்பு: ஜீவமணி

விலை: ரூ. 200

Kurdhu: desiya inap poorattam oor arimugam
Author: H. Peermohammed

First Edition: December 2013
Published by
Ethir Veliyedu, 96, New Scheme Road. Pollachi - 2.
email: ethirveliyedu@gmail.com
www.ethirveliyedu.in

Price: ₹ 200

Printed at Chennai Micro Print (P) Ltd., Chennai-29

என் வளர்ச்சிக்கு
உறுதுணையாக இருந்து
என்னை விட்டுப்
பத்தாண்டுகளுக்கு முன்
மறைந்து சென்ற
என் தந்தைக்கு...

உள்ளடக்கம்

- அணிந்துரை: பேராசிரியர் முனீர் ஹசன் மஹ்மூத் 9
- முன்னுரை: தேசியம் - இனம் - சுய நிர்ணயம் - குர்திஸ்தானின் துயரங்கள் 11
- இரண்டாம் பதிப்பிற்கான முன்னுரை: 17

பாகம் 1

01. தேசியம் என்ற சொல்லாடல் குறித்து 19
02. அரபுலகில் தேசிய இன உருவாக்கம் 39
03. குர்த்துக்களின் தோற்றமும் பரிணாமமும் 53
04. குர்து அரசர் சலாதீன் - சிலுவைப்போர்களும் வரலாற்றியக்கமும் 59
05. உதுமானிய பேரரசும் குர்துகளும் 67
06. சதாம் உசேனும் - குர்துகளும் 70
07. குர்துக்களின் தோற்ற பரிணாமம் மற்றும் தேசிய உருவாக்கம் 87
08. குர்துகளின் தேசிய இனப்பிரச்சினைகள் மற்றும் சுயநிர்ணய போராட்டம் 112
09. இருபதாம் நூற்றாண்டு குர்து இலக்கியம் 133
10. குர்து கலாசாரம் மற்றும் சமூக வாழ்க்கை முறை - சில குறிப்புகள் 136
11. குர்து தேசிய போராட்டம் - ஈழ போராட்டம் ஓர் ஒப்பீடு 145

பாகம் 2

12. குர்து தலைவர் - அப்துல்லா ஒசலான் ஓர் அறிமுகம் 167
13. யூப்ரடீஸ் மற்றும் டைக்ரீஸ் நதிக்கரை நாகரீகங்களின் தோற்றமும் பரிணாமமும் - ஒசலானின் சிந்தனைகளிலிருந்து 172
14. பண்டைய மத்திய கிழக்கில் அடிமை முறை சமூகத்தின் வளர்ச்சியும் விரிவாக்கமும் 180
15. இனக்குழு கூட்டமைப்பு, வட்டார மற்றும் பிராந்திய அரசுகள் 185
16. ஆரம்பகால இஸ்லாம் - ஒசலானின் பார்வையில் 192
17. குர்து இனவியல், தேசிய மற்றும் ஜனநாயக இயக்கங்கள் 199
18. குர்து இனப்பிரச்சினை - சில குறிப்புகள் 206
19. தாரஸ் மற்றும் சக்ரோஸ் மலைகளுக்கு நடுவே அப்துல்லா ஒசலானுடன் ஒரு நேர்காணல் 213
20. அரசியல் சார்ந்த சில அடிப்படை கலைச்சொற்கள் குறித்த விளக்கம் 226
21. குர்து வரலாற்று அகராதி மற்றும் பிற குறிப்புகள் (கால வரிசைப்படி) 230
22. குர்து வரலாற்றின் முக்கிய தலைவர்கள் 236
23. துணை நூற்கள் பட்டியல் 239

அணிந்துரை

பேராசிரியர் முனீர் ஹசன் மஹ்மூத்
ஓரியண்டல் ஆய்வு மையம்,
அரபு பல்கலைகழகம், பஹ்ரைன்

நீங்கள் குர்துகள் பற்றிய புத்தகம் வெளியிடுவது அறிந்து மிக்க மகிழ்ச்சியடைகிறேன். அதற்கான அவசியமான தருணம் இதுவென்றே கருதுகிறேன். மனித வாழ்க்கையின் இயங்கியலை தாண்டி இந்த குர்துகளின் போராட்டம் முக்கியத்துவம் பெறுகிறது. நான் இவர்களின் வரலாற்றை, போராட்டத்தை நீண்டகாலமாக அவதானித்து வந்திருக்கிறேன். தனி மனித வாழ்க்கை, கூட்டு சமூகம் இவற்றின் முரண்களோடும், பரிணாமத்தோடும் அவர்களின் வாழ்க்கை முறையியல் தொடர்ந்து வந்திருக்கிறது. இனக்குழு வாழ்க்கையாக, மலைகளை சார்ந்து வாழும் அவர்களின் வாழ்வியல் உரிமை போராட்டத்தை முன்னெடுக்க பலர் இருக்கிறார்கள். அவர்களில் எனக்கு அப்துல்லா ஒசலான் மீதே அதிக கரிசனம். மேலும் ஐரோப்பாவில் வாழும் ஜவாத் மெல்லா போன்றோரும் என் நண்பர்கள் தான். ஒசலான் மீதான ஈர்ப்பு காரணமாகவே அவரை நான் சிறையில் சந்தித்து நேர்காணல் நடத்தினேன். அது அரபியில் வெளிவந்தது. நீங்கள் கேட்டுக்கொண்டதற்கிணங்க அதன் ஆங்கில பிரதியை இந்த புத்தகத்திற்காக தந்தேன். இந்த புத்தகத்தில் இணைத்திருக்கிறீர்கள். அதற்காக மிக்க மகிழ்ச்சி. அவரின் மத்திய கிழக்கு நாகரீகங்கள் குறித்த சிந்தனைகள் பல முக்கியமானவை. அவரின் போராட்ட உணர்வுகளும், லட்சியங்களும் உன்னதமானவை. அவை விரைவில் நிறைவேற வேண்டும். குர்து இனப்பிரச்சினைக்கு உரிய தீர்வானது விரைவாக கிடைத்து அம்மக்கள் விடுதலை

பெற வேண்டும் என்பதே நம்மை போன்றவர்களின் விருப்பமாக இருக்க வேண்டும். நீங்கள் வெளியிட்ட கீழைச்சிந்தனையாளர்கள் குறித்த அறிமுக நூல் உங்கள் மொழியின், பிராந்தியத்தில் பரவலாக கவனம் பெற்றதாக சொன்னீர்கள். அதுபோன்றே இந்நூலும் கவனம் பெற வேண்டும் என்று விரும்புகிறேன். நீங்கள் தொடர்ச்சியாக இதுமாதிரியான சிறந்த நூல்களை வெளிக்கொணர வேண்டும் என்றும் வாழ்த்துகிறேன்.

அல்ஷெல்லாக் 15.06.2012
பஹ்ரைன்

முன்னுரை

தேசியம் - இனம் - சுய நிர்ணயம் - குர்திஸ்தானின் துயரங்கள்

வரலாற்று ரீதியாக தேசியம் ஒரு துயர் மிகுந்த சொல்லாடலாகவே இருந்து வருகின்றது. அதன் தாக்கம் லௌகீக வாழ்க்கையின் எல்லா தருணங்களிலும், எல்லா பிரதேசங்களிலும் வியாபகமாகி இருக்கிறது. மனித பிறப்பின் பெயரிடலின் முக்கிய பகுதியாக இந்த தேசியம் மாறி இருக்கிறது. ஒரு மனிதன் பிறக்கும் போதே தேசிய அடையாளத்துடனும் தான் பிறக்கிறான். இந்த இடத்தில் வெற்றிடம் அல்லது சூன்ய பிளவு ஏதும் அவனுக்கு இல்லை. மொழிகள் உருவாக்கும் பிரக்ஞை மற்றும் ஊடல்தனம் எல்லாமே தேசிய உருவாக்கத்திலும் முக்கிய இடத்தை வகிக்கின்றன. தேசிய இன அடையாளத்தின் பகுதியாக சுயநிர்ணயம் என்பது இங்கிருந்து தான் ஆரம்பிக்கின்றது. அதாவது மனித சுயம் என்பதன் தர்க்க ரீதியான தொடர்ச்சி தான் இந்த நிர்ணயம் (Determination) இதற்காக தான் உலக வரலாற்றில் பெரும் போர்கள் மற்றும் உயிரிழப்புகள் நடைபெற்றிருக்கின்றன. தனிமனித காரணங்களை விட தன் தேசிய இன உரிமைக்காக உயிரிழந்தவர்கள் தான் உலக வரலாற்றில் அதிகம். நாம் அரசு என்பதிலிருந்து அரசுகள் என்ற கட்டமைப்பிற்குள்ளும் வாழ்ந்து வருகிறோம் என்பது இங்கு கவனிக்க வேண்டிய விஷயம். அரசு என்பதிலிருந்து அரசாங்கம் என்பது வேறுபடுகிறது. அரசு என்பது ஒரு நாட்டின் அல்லது அந்த பிராந்தியத்தின் இயக்கத்திற்கான உறுப்புகளை, அதிகார கட்டமைப்பை குறிக்கும். ஆனால் அரசாங்கம் என்பது அதனை இயக்குபவர்களை குறிக்கும். இங்கு அரசு என்பது நிரந்தரமானது. ஆனால் அரசாங்கம் என்பது மாறக்கூடியது. இதிலிருந்து தான் இன்றைய உலகின்

மொத்த அரசியல் இயக்கமும் நிகழ்ந்து கொண்டிருக்கிறது. இதனை நாம் பிரக்ஞைபூர்வமாகவும், அறிவார்ந்த ரீதியாகவும் அறிந்து கொள்வது அவசியம். வரலாறு இந்த அறிதல்களுக்கான வாயில்களை திறந்தே வைத்திருக்கிறது.

குர்துகள் மத்தியகிழக்கு வரலாற்றில் தவிர்க்க முடியாத இனமாக இருக்கின்றார்கள். வரலாறு, கலாசாரம், பொருளாதாரம் மற்றும் சமூக ரீதியான ஆக்கபூர்வமான பங்களிப்புகளை அவர்கள் செய்திருக்கிறார்கள். மத்தியகிழக்கின் மலைப்பிரதேச பழங்குடி மக்களாக, காலங்காலமாக அவர்களின் இருப்பிடம் அந்த தன்மையோடு நகர்ந்து வருகின்றது. அவர்கள் இந்தோ ஆரிய வழிவகையை சேர்ந்தவர்கள், அதன் பரிணாம சங்கிலி தொடர்பை கொண்டவர்கள் என்ற வரலாற்றுக்குறிப்பு காணப்படுகிறது. ஒரு தேர்ந்த, தொடர்ச்சியற்ற வாழ்க்கை முறையியல் அவர்களுக்கு உண்டு. ஒரே மொழியின் பல கிளைகளாக குர்து மொழி இருந்தது. அந்த கிளைகள் ஒட்டுமொத்தமாக குர்து என பெயரிடப்பட்டன. அது மொழியியலின் எல்லாவித ஆழ அகலங்களையும், வீச்சையும் கொண்டது. இது தான் குர்துக்களை தேசிய இனமாக தெளிவாக வரையறுக்க முடியாமல், அந்த அடையாள கட்டமைப்பு தாமதமானதற்கு காரணம். இன்றைய நிலவரப்படி குர்துகளின் மொத்த எண்ணிக்கை சுமார் 45 மில்லியன். இவர்கள் பல்வேறு நாடுகளில் வியாபித்து இருக்கிறார்கள். இன்றைய உலகின் மிகப்பெரும் புலம்பெயர்ந்த மக்கள் குர்துக்கள் தான். உலகின் ஒரே நாடற்ற இனமும் குர்துகள் தான். இவர்களின் தாயகம் குர்திஸ்தான். அதாவது குர்திஸ்தான் என்பது முழுமுதலான அரசமைப்போ அல்லது தேசமோ அல்ல. மாறாக பல தேசங்களின் குறிப்பிட்ட நிலப்பரப்புகள் அடங்கிய புவியியல் தொகுதி. அதாவது துருக்கி, ஈராக், ஈரான், சிரியா மற்றும் சோவியத் யூனியனின் அசர்பைஜான் மற்றும் அர்மேனியா போன்றவற்றை உள்ளடக்கியது. இவர்களை பற்றிய ஒரு தெளிவான வரலாற்றுச் சித்திரத்தை நான் இந்த நூலில் குறிப்பிட்டு இருக்கிறேன். குர்து வரலாற்றில் மிக முக்கிய நிகழ்வு என்பது மத்தியகிழக்கின் மாபெரும் சிலுவைப்போர்களாகும். சிலுவைப்போர்கள் காலகட்டத்தில் குர்துகள் பிராந்திய பாதுகாப்பிற்கு முக்கிய பங்காற்றினர். அது இராணுவ ரீதியாக மிக வலுவாக இருந்தது. அந்த வலுவாக்கத்தின் பரிணாமத்தன்மை தான் அவர்களை மத்தியக்கிழக்கின் சில பகுதிகளை குறிப்பிட்ட

காலம் வரை ஆள்வதற்கு வழிவகுத்தது. இதன் தொடர்ச்சியில் பிந்தைய கட்டத்தில் மத்திய கிழக்கின் அரசுகளால் குர்துகள் பெரும் நெருக்கடிகளுக்கும், வன்மங்களுக்கும் ஆளானார்கள். இப்போதும் ஆகி வருகின்றார்கள். அதுவே பிந்தைய கட்டத்தில் அவர்களை தேசிய சுயநிர்ணயம் நோக்கி நகர்த்தியது. மேலும் சுமார் பத்தாண்டுகள் நடந்த ஈரான் - ஈராக் போரானது குர்துகளின் இருப்பையே தகர்த்தது. அவர்களின் கிராமங்கள் பல சூறையாடப்பட்டன. வேதியியல் ஆயுதங்கள் பல உபயோகிக்கப்பட்டன. இதன் காரணமாக குர்துகள் தங்களின் தேசிய போராட்டத்தை நாடு கடந்த நிலையில் முன்னெடுக்க வேண்டிய அவசியம் ஏற்பட்டது. அவர்களின் வரலாற்று துயரம் எவ்வித எல்லைப்பாடுகளுக்குள்ளும் வரையறுக்க முடியாதது. சந்தேகமின்றி இன்றைய குர்துகள் தங்கள் தேசத்திற்காக போரிடுவது அவர்களின் சுயநிர்ணயம் தான் என்பதாக நாம் குறிப்பிட முடியும். மேலும் அரசியல் இஸ்லாம் என்பது தேசியவாதத்திற்கு எதிராகத் தான் இருந்து வருகிறது. இந்நிலையில் சுன்னிகளும் குர்துகளுடன் சில சந்தர்ப்பங்களில் இணைந்து செயல்பட்டனர். பிராந்திய முழுமைக்குமான இஸ்லாம் என்ற கருத்துரு பல தருணங்களில் குர்துகளை பாதித்தது. அந்த தருணத்தில் குர்துகள் தங்களின் சுயபிரக்ஞையை அதிகப்படுத்தியதோடு, போராட்டத்தையும் தீவிரப்படுத்தினர். தங்கள் மொழி, கலாசாரம் மற்றும் சமூக அடையாளத்தை நிறுவிகொள்ள, அவ்வாறு தங்களை இருத்திக்கொள்ள அவர்கள் போராட்டத்தை தொடர்கிறார்கள். இது வரலாற்று அடிப்படையில் அவசியமானதும், அறிவார்ந்ததுமாகும். ஒரு சிறந்த இனம் ஒன்று தங்களை கடந்த கால வரலாற்றோடு அல்லது காலத்தோடு முன்நிறுத்தி கொள்கிறது என்றால் அது பெரும்பாலும் குர்து இனமாகத்தான் இருக்க முடியும். இந்த புரிதலோடு, பிரக்ஞையோடு இந்த நூல் வெளிக்கொணரப்படுகிறது. உலக வரலாற்றில் பிறகாரணங்களை விட தங்களின் தேசத்திற்காக உயிரிழந்தவர்கள் தான் அதிகம்.

என் யவனவாழ்க்கையின் பத்தாண்டுகளை எடுத்துக்கொண்ட வளைகுடா வாழ்க்கையில் அரபு பல்கலைகழக பேராசிரியர் முனீர் ஹசன் மஹ்மூத் உடனான யதேச்சையான தொடர்பு குறிப்பிடத்தக்கது. மறக்க முடியாதது. என் எழுத்துக்களில், சிந்தனைப்போக்கில் பெரும் பாய்ச்சலை நிகழ்த்திய அவரின்

பங்களிப்பு மறுக்க முடியாதது. அவர் காரணமாக தான் உலக புகழ்பெற்ற பல சிந்தனையாளர்களை குறிப்பாக தாரிக் அலி, சமீர் அமீன், லென்னி பிரன்னர் மற்றும் நோம் சாம்ஸ்கி போன்றவர்களை நேர்காணல் செய்ய முடிந்தது. அது அவரின் பல்கலைகழக கருத்தரங்கள் வாயிலாக நிறைவேறியது. அந்த நேர்காணல்கள் அனைத்துமே என் முந்தைய நூலான கீழைச்சிந்தனையாளர்கள் ஓர் அறிமுகம் என்பதில் இடம்பெற்றிருக்கின்றன. அறிவுஜீவிகளை புத்தகத்திலிருந்து நேரடியாக தரிசிக்கும் உணர்வை அப்போது பெற்றேன். இது தமிழில் மிக அபூர்வமாகவே நிகழ்ந்திருக்கிறது. அவரோடு ஒரு தருணத்தில் தனிப்பட்ட முறையில் உரையாடிக்கொண்டிருக்கும் போது மத்தியகிழக்கின் குர்து இனத்தை பற்றிய விஷயத்தை பேச்சின் இடையே குறிப்பிட்டார். அப்போது எனக்கு குர்துகள் பற்றிய சிறிய அறிமுகம் இருந்தது. அதாவது அவர்களின் தோற்றம் குறித்த வரலாற்று அறிவு எனக்கு இருந்தது. அதை அவர் குறிப்பிட்டு குர்துகள் பற்றி நீங்கள் மேலும் அதிகம் படிக்க வேண்டும் என்றும், அதனுள் கடந்து போக வேண்டியது அவசியம் என்றும் குறிப்பிட்டார். அன்று முதல் அவர்களைப்பற்றி விரிவாக தமிழுக்கு அறிமுகப்படுத்த வேண்டும் என்ற எண்ணம் எனக்குள் உருவானது. அது தமிழ்ச்சூழலை பொறுத்தவரை காலத்தின் தேவையாக இருக்கிறது என்பதையும் புரிந்து கொண்டேன். ஏற்கனவே தமிழில் ஒரு சில மொழிபெயர்ப்பு நூல்கள் வெளிவந்திருக்கின்றன. ஆனால் அவை முழுமையானதாக இல்லை. மேலும் குர்துகள் குறித்த விரிந்த வரலாற்று பார்வை, அவர்களின் தேசிய இன போராட்டம் மற்றும் அதன் பரிணாமம் போன்றவை குறித்து இன்னும் போதாமையே நிலவுகிறது. அந்த இடைவெளியை நிரப்பும் பொருட்டு தான் இந்த நூலை எழுதியிருக்கிறேன். முந்தைய நூலான கீழைச்சிந்தனையாளர்கள் ஓர் அறிமுகம் என்பது கூட இம்மாதிரியான சூழல் ஒன்றின் அவசிய தேவையை முன்னிட்டு எழுந்ததாகும். அது வெளிவந்து தமிழ்ச்சூழலில் பரவலான கவனத்தையும், அதிர்வையும் ஏற்படுத்தியது. அதே மாதிரியான ஆழத்தையும், விரிவையும் தேடியே இந்த நூல் தமிழ்ச்சூழலில் வெளிவருகிறது. இந்நூலில் குவியப்படுத்தும் ஒன்றாக குர்து தேசிய தலைவர், அறிவு ஜீவி, மற்றும் சிறந்தபோராளி போன்ற பன்முக அடையாளங்களை கொண்ட அப்துல்லா ஓசலான் பற்றிய விரிவான அறிமுகம்

மற்றும் அவரின் நேர்காணல் (முனீர் ஹசன் மஹ்மூத் எடுத்தது) ஆகியவை உள்ளடக்கப்பட்டு இருக்கிறது. ஒசலான் பற்றிய வரலாறு குர்துகளின் தேசிய இன போராட்ட வரலாற்றில் மிக முக்கியமானதும், தனித்த ஒன்றுமாகும். அவரின் சிறை வாழ்வு மிக துயரமானது. விசனகரமானது. பல உலகப்போராளிகளின் வாழ்வியல் அனுபவத்தோடு ஒப்பிட தகுந்தது.

காலத்தோடும், புறச்சூழலோடும் போராட்டம் நடத்திய படி ஓராண்டு காலமாக தொடர்ந்த இந்த புத்தகத்தை நிறைவு செய்யும் தருணத்தில் இயல்பான சூழல் காரணமாக பலரை நினைவு கூர்வது உசிதமானது. பொதுவாக கடந்து செல்லும் வஸ்துக்கள் எதுவுமே அதை நினைவுப்படுத்திக்கொள்வதில்லை. சாலைகள் கூட அப்படித்தான். ஆனால் இந்த புத்தகத்திற்கான என் தேடலில், முடிவுறா பயணத்தில் என்னோடு இருந்து வரும், எனக்கு தொடர்ந்த ஊக்கத்தையும், முன்தொடரலையும், மனத்திட்பத்தையும் கொடுத்து வரும் நண்பர்கள் முக்கியமானவர்கள். முந்தைய நூலில் நான் குறிப்பிட்ட பல நண்பர்கள் இப்போதும் உதவியிருக்கிறார்கள். எப்போதும் என்னுடன் இருக்கும் நண்பர் ஜமாலன், கவிஞர் என்.டி. ராஜ்குமார், இலைகள் இலக்கிய அமைப்பின் நிறுவனரும், சிறுகதையாசிரியருமாகிய ஹசன் மைதீன், தனியார் பள்ளியின் முதல்வர் என்ற அடையாளத்துடன் என்னுடன் தொடர்பில் இருக்கும் நண்பர் பிரேம்தாஸ், பெங்களூர் நண்பர்கள் பாலசுப்ரமணியம், கார்த்திக், வெளி ரங்கராஜன், புது எழுத்து ஆசிரியர் மனோன்மணி மற்றும் கியூபர்ட் சதீஷ் (பஹ்ரைன்) தமிழ்நாடு முற்போக்கு எழுத்தாளர் சங்கத்தை சேர்ந்த ஆசிரியர் இளங்கோ, இந்நூல் உருவாக்கத்திற்காக நேரடியாகவும், மறைமுகமாகவும் பல வடிவங்களில் உதவி செய்த என் இனிய நண்பர் ஸ்டாலின் பெலிக்ஸ் (டிசிஎஸ் சாப்ட்வேர், சென்னை) ஆகியோருக்கு என் மனமார்ந்த நன்றி. மேலும் இந்நூலில் உள்ள சில கட்டுரைகளை வெளியிட்ட புது எழுத்து, உயிர் நிழல் (பிரான்சு), காக்கை சிறகினிலே, உன்னதம், வெயில் நதி போன்ற சிற்றிதழ்களுக்கும், எதுவரை, மலைகள்.காம் போன்ற இணைய இதழ்களுக்கும் என் உளமார்ந்த நன்றி.

எல்லாவற்றுக்கும் மேலாக இந்த புத்தகத்தின் உருவாக்கத்திற்கு மிக முக்கிய தூண்டலாக இருந்து, என் ஆர்வத்தை அதன்

இயல்பிலே தொடரச்செய்து, நான் மடிக்கணியின் விசைப்பலகையில் விரல்கள் வலிக்க தட்டச்சு செய்ய காரணமாகவும், எழுத்து வாழ்க்கையில் நான் தொடர்ச்சியாகவும், முன்னோக்கி இயங்க பின்புலமாகவும் இருக்கும் என் இனிய வாழ்க்கைத்தோழி ஜீனத் ஜாஸ்மின் மற்றும் நான் எழுதும் தருணத்தில் என் மடியில் தவழ்ந்து என்னோடு உறவாடும் என் செல்லக்குழந்தை தாரிக் பிலால் ஆகிய இருவருமே இத்தருணத்தில் முக்கியமானவர்கள். மேலும் முந்தைய நூலின் தாக்கம் காரணமாக இது போன்றதொரு நூலை வெளியிட தீர்மானித்து என்னை தொடர்ந்து ஊக்கப்படுத்தி, இதை வெளியிடும் ஆழி பதிப்பக நண்பர் செந்தில்நாதனுக்கும் என் மனமார்ந்த நன்றி.

வாலாஜாபேட்டை, **எச். பீர்முஹம்மது**
15.07.2012

மின்னஞ்சல்: mohammed.peer1@gmail.com
வலைத்தளம்: www.mohammedpeer.blogspot.com

இரண்டாம் பதிப்பிற்கான முன்னுரை

தேசியம் - இனம் - சுய நிர்ணயம் - குர்திஸ்தானின் துயரங்கள்

தேசியம் என்ற சொல்லாடல் நவீன உலகில் அதிக உக்கிரம் பெற்று வருகிறது. இன்றைய உலகில் தேசிய இனப் போராட்டங்கள் காரணமாக தெற்கு சூடான், எத்தியோபியா மற்றும் கிழக்கு திமோர் ஆகியவை தனித்த இறையாண்மை மிக்க நாடுகளாக உருவாகி இருக்கின்றன. தொடர்ச்சியாக நடைபெற்று வரும் குர்து மக்களின் போராட்டம் கூட பலவித சவால்களையும், துயரங்களையும் உள்ளடக்கியதாக இருக்கிறது. சமீபத்தில் கூட துருக்கிய அரசின் போராட்ட ஒடுக்குமுறை காரணமாக பல குர்து மக்கள் துப்பாக்கிச்சூட்டில் பலியாயினர். உலகளாவிய தேசிய பிரக்ஞை பரவல் அவர்களை அதிகாரவர்க்கத்தின் ஒடுக்குமுறையையும் மீறி தங்களின் போராட்டத்திற்கு மேலும் வலுசேர்க்கும் ஒன்றாக மாற்றி இருக்கிறது. இந்நிலையில் குர்து மக்களின் வரலாறு, சுயநிர்ணய போராட்டம் மற்றும் கலாசாரம் ஆகியவற்றை தமிழில் வெளிக்கொண்டு வரும் முயற்சியில் குர்து தேசிய இனப்போராட்டம் ஓர் அறிமுகம் என்ற பெயரில் முதல் பதிப்பு வெளியானது. இந்த புத்தகத்தின் முதல் பதிப்பை ஆழி பதிப்பகம் வெளியிட்ட நிலையில் காலத்தின் தேவை கருதி இரண்டாம் பதிப்பு வெளிவருகிறது. தமிழில் தேசிய உணர்வு மற்றும் அது சார்ந்த போராட்ட சிந்தனைகள் அதிகரித்திருக்கும் நிலையில் குர்து தேசிய இனப்போராட்டமும் இன்றைய சூழலில் முக்கியத்துவம் பெறுகிறது. அதற்கான அவசியமும் உருவாகி இருக்கிறது என்றே கருதுகிறேன். முதல் பதிப்பு வெளிவந்த இந்த ஓராண்டு காலத்தில் மேலும் சில நண்பர்கள் இதனோடு இயைந்து எனக்கு உதவியிருக்கிறார்கள். அது கருத்தியல்

சார்ந்தும், புத்தக கவனப்படுத்தல் சார்ந்ததுமாக பல வடிவங்களில் இருக்கிறது. குறிப்பாக நக்கீரன் வார இதழின் தலைமை உதவி ஆசிரியர் கோவி. லெனின், புதிய தலைமுறை தொலைக்காட்சி நிகழ்ச்சித் தொகுப்பாளர் வெங்கட பிரகாஷ், ஆம்பூர் நதீம், இன அழிப்புக்கு எதிரான இளைஞர் இயக்கத்தின் ஒருங்கிணைப்பாளர் தோழர் திருப்பூர் உமர், எழுத்தாளர் சுப்ரபாரதிமணியன் மற்றும் ஆழி செந்தில்நாதன் ஆகியோர் மிகுந்த நன்றிக்குரியவர்கள். மேலும் அசாதாரண தருணத்தில் இந்நூலை இரண்டாம் பதிப்பாக கொண்டுவரும் எதிர் வெளியீடு பதிப்பக நண்பர் அனுஷ்கான் மிகுந்த நன்றிக்குரியவர். வழக்கம்போலவே என் எழுத்து செயற்பாட்டில் எப்போதும் உடன் நிற்கும் என் வாழ்க்கை தோழி ஜீனத் ஜாஸ்மின், அன்புக்குழந்தைகள் தாரிக் பிலால் மற்றும் நாஸ்னின் நிலா ஆகியோர்களின் துணையுடன் எழுத்தும் இயக்கமும் அதன் போக்கில் நிகழ்கிறது. எப்போதும் வாசகர்களின் துணையையும் கருத்துக்களையும் எதிர்பார்த்து...

27.07.2013 **எச். பீர்முஹம்மது**

வாலாஜாப்பேட்டை

மின்னஞ்சல்: mohammed.peer1@gmail.com
வலைத்தளம்: www.mohammedpeer.blogspot.com

குர்து

தேசிய இனப் போராட்டம் ஓர் அறிமுகம்

பாகம் 1

தேசியம் என்ற சொல்லாடல் குறித்து

தேசியம் என்ற சொல்லாடல் குறித்து இன்று உலகம் முழுவதுமே சாத்தியமான உரையாடல்கள் நடைபெற்று வருகின்றன. அது குறிப்பிட்ட அல்லது தீர்மானகரமான வரையறைக்கு உட்பட்டதா என்பது குறித்து எவருமே தெளிவான முடிவுக்கு வர முடியவில்லை. காரணம் அது பிரதேசம் மற்றும் எல்லை தாண்டும் போது அங்குள்ள சமூகத்தை பாதிக்கிறது. இந்திய சமூகத்தின் அடிப்படை சார்ந்தும் வரலாற்று ரீதியாக இப்பிரச்சினை எழுந்தது. அம்பேத்கார் போன்ற புரட்சியாளர்கள் இந்திய சமூகத்தின் அடிப்படை முரண்பாடு சாதிய கட்டுமானத்தில் இருக்கிறது என்றார்கள். அதே நேரத்தில் இந்துத்துவ வாதிகள் அடிப்படை முரண் என்பது சாதியல்ல மதம் தான் என்று மறுத்தார்கள். மேலும் மொழிவழி தேசியவாதிகள் அந்த முரண் சாதி மதத்தை தாண்டி இந்தியாவின் பிளவுபட்ட மொழி அமைப்பில் இருக்கிறது என்றார்கள். மாறாக இந்திய இடதுசாரிகள் அதை வர்க்கங்களின் முரணாக பார்த்தார்கள். இவ்வாறாக எல்லா பிரதேசங்களிலும் தேசியம் என்ற கருத்துரு பற்றிய வரலாற்றுச்சிக்கல்கள் இருப்பதால் எரிக் புரோம் தேசியத்தை ஒரு கற்பிதமாக பார்த்தார். அதற்கென தெளிவான பருண்மைத்தன்மை என்று எதுவுமில்லை என்றார். ஆக தேசியம் என்பது எல்லா பிரதேசங்களிலும் திட்டவட்டமான வரையறுக்குள் வந்ததில்லை. இந்த அடிப்படை சிக்கலே இன்றைய உலகில் நிலவும் பல இனப்பிரச்சினைகளுக்கு பெரும் சவாலாக இருக்கிறது.

தேசிய உணர்வின் தீவிரத்தையும், பரப்பையும் அறிவியல் ரீதியாக அளவிட ஒப்புக்கொள்ளப்பட்ட தொழில்நுட்பம் எதுவுமில்லை. ஆனால் கொள்கை வகுப்பாளர்களுக்கு சில சமயம் அத்தகைய அளவீட்டின் அவசியம் தேவைப்படுகிறது.

அந்த அவசியம் கூட குறிப்பிட்ட வகைப்பாட்டில் தான் அடங்கி கொள்கிறது. வரலாற்று நிகழ்வுகளில் தேசியம் ஆற்றிய பங்கினையும் அத்தகைய தேசியத்திற்கான நோக்கங்கள் பற்றியும் மதிப்பீடு செய்ததில் பெரும் தவறுகள் உள்ளன. உதாரணத்திற்கு ஸ்பானிய-அமெரிக்க யுத்தத்தினை எடுத்துக்கொள்வோம், ஸ்பானிய் அமெரிக்க யுத்தமானது கியூபா தேசியத்திற்கு ஆதரவு தெரிவிப்பதற்காக நடத்தப்பட்டது என்று கூறப்பட்டது. ஆனால் அது அமெரிக்காவின் வர்க்க நலனின் பிரதிபலிப்பே. 1971 ஆம் ஆண்டு யூகொஸ்லேவியா பொருளாதார நெருக்கடியில் இருந்த போது பிரான்சு மற்றும் ஜெர்மானிய மாணவர்களை பின்பற்றி குரோசியன் மாணவர்கள் அராஜகவாத, “சர்வதேசிய” தீர்வுகளை முன்வைத்தபோது, அத்தகைய சர்வதேசியத்திற்கு முற்றுப்புள்ளி வைக்க வேண்டும் என விசுவாசமிக்க குரோசியன் மாணவர்களுக்கு அந்நாட்டின் தலைவர் டிட்டோ அழைப்பு விடுத்தார். டிட்டோவின் இந்த உரை குரோசியன் தேசியவாதத்தின் மீட்புக்கு காட்டப்பட்ட பச்சைக்கொடி என மாணவர்கள் மற்றும் இடதுசாரிகளால் கருதப்பட்டது. சமீப ஆண்டுகளில் இலங்கையில் ஈழத்தமிழர்களுக்கு எதிராக நடைப்பெற்ற போர் என்பது ஏகாதிபத்திய, இன மேன்மை நலன் சார்ந்த வெளிப்பாடு. இவ்வாறாக தேசியம் சில சமயங்களில் வர்க்க நலனை முன்னிறுத்தும் ஒன்றாக மாறிவிடுகிறது. இன்னும் சிலர் தேசியத்தை நடுத்தர வர்க்கத்தினருக்கும், கீழ் தட்டுப்பகுதியினருக்கும் நில உடைமையை கொண்டுள்ள விவசாயிகளுக்கும் உரியது என்றும், கூறுகின்றார்கள். சால்மர்ஸ் ஜாண்சன் இரு முக்கியமான நாடுகளில் உள்ள விவசாய வர்க்கத்திற்கு இந்த கருதுகோளை பயன்படுத்தினார். ஒன்று ஜெர்மனி மற்றொன்று பிரான்சு. ஜெர்மனியில் 1932ல் நடந்த இடைத்தேர்தலில் ஹிட்லரின் நாஜி கட்சியானது குறிப்பிடத்தக்க வெற்றியை பெற்றது. குறிப்பாக ஜெர்மனியின் கிராமபுறங்களில் அதன் வெற்றி ஹிட்லரை குறிப்பிட்ட ரீதியில் நிலைக்க செய்தது. இதற்கு விவசாயிகளிடத்தில் ஏற்பட்ட தேசிய உணர்வு தான் காரணம் என்று சொல்லப்பட்டது. ஆனால் அங்கு எதார்த்தமானது அதனை தாண்டியே இருந்தது. ஜெர்மன் விவசாயிகளின் நாஜிக்கள் மீதான சாய்வு என்பது முதலாளித்துவத்தின் பொருளாதார பிரச்சினையே தவிர தேசிய பிரச்சினை அல்ல என்று பிற்கால வரலாறு நிரூபித்தது.

தேசியம் பற்றிய வரையறையும்,அனுபவமும் காலத்துக்குக் காலம், இடத்துக்கு இடம் மாறுபடுகின்றன. தேசியம் பற்றிய அனைத்து வரையறைகளையும் ஒன்று சேர்க்க முயற்சிப்பது சில நேரங்களில் இயலாத ஒன்றாக இருக்கிறது. ரோசா லக்சம்பர்க் தேசியம், தேசிய அரசு ஆகியவவை வெறும் மேல் கூடுகள் தான் என்றார்.அதற்குள் அனைத்து வரலாற்று சகாப்தங்களும், வர்க்க உறவுகளும் தமது சிறப்பான உள்ளீடுகளை இட்டு நிரப்புகின்றன என்றார். இந்நிலையிலும் தேசியம் என்பது ஒரு சாரத்தை உள்ளடக்கி இருக்கிறது. அதன் குறிப்பான இயல்பை நாம் கண்டறிய முயல வேண்டும். அந்நிய ஆதிக்கத்திற்கு எதிரான எதிர்ப்புகள் அனைத்தையும் நாம் தேசியம் என்ற கருத்துருவத்திற்குள் அடக்குவோமானால் தேசியம் எப்போதும் நம்மிடம் இருக்கிறது என்பதை முடிவு செய்ய வேண்டும். ஏனெனில் அத்தகைய எதிர்ப்புகள் எழுதப்பட்ட வரலாறு தோன்றுவதற்கு முன்பிருந்தே இருந்து வருகின்றன. அந்நிய ஆதிக்கத்திற்கு எதிரான வெற்றிகரமான போராட்டங்கள் நவீன கால ஐரோப்பாவில் சில அரசுகளை உருவாக்கின. இந்நிலையில் நாம் தேசியம் என்ற கருத்துருவத்தை நான்கு வேறுபட்ட, முதன்மை வடிவங்களாக வகைப்படுத்த முடியும்.

1. அரசு அதிகாரம் மற்றும் தேசிய உணர்வு நிலை ஆகியவற்றின் தொடர்ந்த வளர்ச்சியின், நீண்ட அனுபவத்துடன் கூடிய மக்களின் தேசியத்துடன், தேசியத்தை நிர்ணயிக்கும் குடி உரிமை. (மேற்கு ஐரோப்பா)

2. நீண்டகால அரசியல் அனுபவம் இல்லாத நாடுகளின் தேசியம். ஆனால் ஒரு பொதுமொழியையும், ஒரு பொதுவான சுய அடையாளத்தையும் கொண்டது. (இத்தாலி, ஜெர்மனி)

3. தென்கிழக்கு ஐரோப்பாவை சார்ந்த நாடுகளின் தேசியம் போன்றது, நீண்டகால பொதுவான அரசியல் அனுபவம் கிடையாது. இனக்குழு அடிப்படையிலான தொடர்ச்சியான நிலபரப்பும் கிடையாது. இங்கு வரலாற்று நீதியான மத இணைப்பு தான் தேசிய உணர்வு நிலையை நிர்ணயிக்கும் முக்கிய காரணி.

4. காலனிய எதிர்ப்பு மற்றும் நவீனத்துவ இயக்கத்திற்கான தேசியம், பொதுவாக மூன்றாம் உலகோடு இணைந்தது. தென்கிழக்கு ஐரோப்பாவிலும் வெளிப்படுகிறது.

இவ்வாறான நிலையில் ஒரு தேசம் எப்பொழுதும் ஓர் ஆட்சிக்குட்பட்ட நிலப்பரப்பு, குறிப்பிட்ட குறைந்த பட்ச நிலப்பரப்பு, சில ஒருங்கிணைப்புகள் (மையப்படுத்தல் மற்றும் பரஸ்பர சார்பு நிலை) தான் ஒரு தேசம் என்ற உணர்வு நிலை ஆகியவற்றை உள்ளடக்கியதாக இருக்க வேண்டும். தேசங்களின் உருவாக்கத்தில் பொருளாதாரம் அதிக அளவு தொடர்பு உள்ளதாக இருக்கும் அதே நேரத்தில் அத்தகைய உருவாக்கத்திற்கு முதன்மையான காரணிகளாக இருப்பது அரசியலே. இன்றைய சூழலில் தேசம் உருவாக்கத்தில் அரசியல் வாழ்வை ஒழுங்கமைப்பதற்கும், அந்நிய ஆக்கிரமிப்பை, ஒடுக்குமுறையை எதிர்ப்பதற்கும், கலாசாரரீதியாக ஒன்றிணைவதற்கும் குறிப்பிட்ட நிலப்பரப்பில் வாழும் மக்களுக்கு தேச - தேசிய அரசு என்பது முக்கியமான ஒன்றாக இருக்கிறது. இதன் தொடர்ச்சியில் தேசங்களின் உருவாக்கம் என்பது மூன்று விதங்களில் இருக்கின்றன.

முதலாவது அரசுகளிலிருந்து அவை உருவாக்கப்படலாம். நவீன சகாப்தத்தின் ஆரம்பத்தில் நிலவிய பிரெஞ்சு, ஆங்கில, டச்சு, ஸ்பானிஷ் மற்றும் பிற ஐரோப்பிய அரசுகள் தேசங்களாக வளர்ச்சி அடைந்தன. ஸ்பெயினிடமிருந்து டச்சு மக்கள் தங்கள் சுதந்திரத்தை வென்றெடுத்த போதோ அல்லது எலிசபெத் அரசியின் காலத்திய இங்கிலாந்தையோ தேசம் என குறிப்பது தவறான ஒன்றாகும். ஆனால் அங்கு தேசம் என்பது கருநிலையாக இருந்தது. நெப்போலியனின் யுத்தங்களின் போதுதான் ஐரோப்பாவில் பெரும்பாலான நாடுகளில் தேசம் முழுமையான வடிவில் உருக்கொண்டது.

இரண்டாவது அந்நிய ஆக்கிரமிப்புக்கு எதிரான போராட்டங்களிலிருந்து தேசங்கள் உருவாகின்றன. பல காலனிய நாடுகளில் தேசம் பற்றிய உணர்வு நிலை இல்லாத போதும் ஐரோப்பிய ஆதிக்கத்தை எதிர்த்து போராடிய போது பல தேசங்கள் உருவாயின. இந்தியாவை பொறுத்தவரை சுதந்திர போராட்ட ஆளுமைகளுக்கு இருபதாம் நூற்றாண்டின்

தொடக்கப் பகுதி வரை பிரிட்டிஷ் அதிகாரத்துடன் கூடிய சுயாட்சியே அதன் பிரதான நோக்கமாக இருந்தது. அதன் பிந்தைய கட்டத்தில் தான் பரிபூரண இந்திய விடுதலை அதன் நோக்கமாக இருந்தது. இந்தியாவில் காங்கிரஸ் கட்சியின் உருவாக்கம் என்பதே பிரிட்டிஷ் ஆட்சியின் நிர்வாக பதவிகளுக்கு இந்தியர்களை தயார்படுத்துவது தான். மேலும் போலந்து மக்களின் வரலாறு ஆர்வத்திற்குரிய ஒன்றாகும். காரணம் அவர்கள் ஓர் அரசைக் கொண்டு இருந்தார்கள். 1792ல் நடந்த மூன்றாவது பிரிவினையின் போது அவர்கள் ஒரு தேசமாக உருவாகும் நிலையில் இருந்தார்கள். அதன் பிந்தைய கட்டத்தில் பல்வேறு எழுச்சிகளுக்குப்பிறகு போராட்டத்தில் போலந்து தேசமாக உருக்கொண்டது. இறுதியாக 1919ல் தான் அங்கீகரிக்கப்பட்ட அரசாக அமைந்தது.

மூன்றாவது அந்த தேசிய இனங்கள் கலாசார ஒருமைப்பாட்டை அடைந்து அதன் பிறகு அந்த ஒருமைப்பாட்டின் அரசியல் வெளிப்பாடாக தேசங்களை உருவாக்குகின்றன. ஆஸ்திரியா மற்றும் ஹங்கேரி ஆகியவற்றிற்கு கீழ்பட்டிருக்கும் நிலையில் அதிலிருந்து அடுத்தடுத்து உருவான அரசுகள் தேசிய உணர்வு என்னும் நிலைக்கு உயர்ந்தன. அரசியல் ஒருமைப்பாட்டுக்கு முன்பாக கலாசார ஒருமைப்பாடு உருவாகிய நாடுகளின் செவ்வியல் உதாரணமாக இத்தாலியும், ஜெர்மனியும் இருக்கின்றன. மேலும் தேசங்களின் தோற்றத்தை அரசுகளின் தோற்றத்தோடு சேர்த்து பலர் குழப்பிக்கொள்கிறார்கள். இவை ஒரே சார்பு நிலையை குறிப்பதால் இந்த குழப்பம் ஏற்படுகிறது. பொதுவாக தேசிய இயக்கங்கள் எழும் சூழல்கள் வேறுபட்டவை. சரேக்கத் இஸ்லாம் அல்லது இஸ்லாமிய ஒற்றுமை என்ற பெயரில் மத சீர்திருத்ததிற்காக உருவாகிய இயக்கத்தில் இருந்து தான் இந்தோனேசியாவில் முதல் மக்கள் திரள் தேசிய இயக்கம் தோன்றியது. 17 ஆம் நூற்றாண்டில் தூய்மைவாதிகள் இங்கிலாந்து தேவாலயத்தைத் தூய்மைபடுத்த விரும்பியதுபோல முதல் உலக யுத்தத்திற்கு முன்பு சஃபாரி தூய்மை இயக்கம் முஸ்லிம் மதத்தை தூய்மைபடுத்த முயன்றது. இந்த இயக்கம் மக்கள் மத்தியில் ஆழமாக வேரூன்றியது. முதல் உலக யுத்தத்திற்கு பின்பு அது அரசியல் மற்றும் பொருளாதாரப் புரட்சிக்கான இயக்கமாக வளர்ச்சி அடைந்தது. அது கம்யூனிச அகிலத்தால் முன்மொழியப்பட்ட ஒரு பொருளாதாரத்திட்டத்தை

பின்பற்றியது. அதன் பிறகு 1921ல் அது மத அடிப்படையில் ஒரு பிரிவாகவும், மார்க்சிய அடிப்படையில் மற்றொரு பிரிவாகவும் பிளவுபட்டது. மார்க்சிய பிரிவு விரைவிலேயே இந்தோனேஷிய கம்யூனிஸ்ட் கட்சியாக வளர்ச்சி பெற்றது. பிந்தைய கட்டத்தில் இது மாதிரியான நிகழ்வுகள் மொராக்கோ மற்றும் அல்ஜீரியாவில் நடைபெற்றன. இவ்வாறாக வரலாற்றின் குறிப்பிட்ட காலத்தில் அடித்தளத்தில் இருந்த மக்கள் அரசியல் அமைப்புக்காக ஒன்று திரட்டப்படுகின்றனர். அநீதிக்கும், பாகுபாட்டிற்கும், சுரண்டலுக்கும் எதிரான போராட்டத்திலிருந்து தான் தேசியம் பிறக்கிறது என்றார் கார்ல் டெச்சு என்ற சமூகவியலாளர். இதைப்பற்றி தெளிவாக அவர் குறிப்பிடுகிறார். "வருமானத்திலும் வாழ்க்கை தரத்திலும் கூர்மையான வேறுபாடுகளைக் கொண்டுள்ள ஒரு உலகில் தேசியத்தின் தீவிரமும் ஈர்ப்பும் தேசங்களுக்கும் வர்க்கங்களுக்கும் இடையில் ஏற்படும் இடப்பெயர்ச்சி மீதான தடைகளுக்கு எதிர்விகிதத்திலும், கலாசார ஒன்றிணைவுக்கு எதிரான தடைகள் மற்றும் வர்க்கங்கள், கலாசாரங்கள் மற்றும் பகுதிகளுக்கு இடையிலான பொருளாதாரம் மற்றும் சலுகைகளில் உள்ள வேறுபாடுகளின் அளவு ஆகியவற்றிற்கு நேர்விகிதத்திலும் இருக்கும்." இவ்வாறாக டெச்சு போராட்டத்தை எதிர்கொள்ளும் அதிகாரத்தில் உள்ள மேல்தட்டு வர்க்கத்தினர் தங்கள் போராட்டம் மூலம் அதிகாரத்தை தக்க வைத்துக்கொள்ளலாம் என்கிறார்.

நவீனச்சூழலில் மக்களுக்கிடையில் கலாசார அல்லது இன வேறுபாடுகள் இருந்தாலே அது தேசியத்திற்கான முன்னெடுப்பை கொண்டுள்ளதாக அறியப்படுகிறது. உலகின் பல்வேறு பகுதிகளில் தற்போது நிலவும் இனக்குழு மோதல்கள் இதனை உறுதிப்படுத்துமாறு இருக்கின்றன. 19 ஆம் நூற்றாண்டில் அமெரிக்காவில் ஏற்பட்ட கருப்பின இயக்கம் மற்றும் பிரிட்டனில் இயங்கும் ஸ்காட்லாந்து, அயர்லாந்து போராட்டக்குழுக்கள் ஆகியவை இதன் உதாரணங்கள். மேலும் சிறிய இனக்குழுக்கள், பண்பாட்டு ரீதியான தன்னுணர்வைக்கொண்டிருந்த போதும் நீடித்து நிலைக்கக்கூடிய தேசிய உணர்வை உருவாக்க எல்லா சமயங்களிலும் அவற்றால் முடிவதில்லை.ஒரு பெரிய, ஆக்கிரமிப்பு மிக்க தேசத்துடன் தொடர்பு கொண்ட ஒரு சிறிய இனக்குழு எவ்வித அடையாளமும் இல்லாமல் படிப்படியாக உள்வாங்கிக்கொள்ளப்படலாம். உண்மையில் இதை வகை மாதிரியான அனுபவம் எனலாம். இது நடக்கும் பொழுது மனித

இனம் இழப்புக்கு உள்ளாகிறதா? ஒரு இனக்குழுவின் மறைவு ஒரு குழுவின் உறுப்பினராக உள்ள தனிமனிதரின் மறைவு போன்றதல்ல. அவர்கள் தொடர்ந்து மறு உற்பத்தி செய்து கொண்டும் மற்றவர்கள் வழங்கும் அளவுக்கு தாங்களும், தம்மை உள்வாங்கிக்கொள்ள பெரிய குழுவிற்கு பங்களித்து வருகிறார்கள். ஆனால் சிறுபான்மைக்குழுவை சேர்ந்த உறுப்பினர்கள் தம்முடைய தனி அடையாளத்தை இழப்பதற்கு முன்பாகவும், பின்பாகவும் சுரண்டலுக்கும், ஆதிக்கத்திற்கும் உட்படுகிறார்கள். இதற்கான தீவிர போராட்டத்தை முன்னெடுப்பதே தேசிய இயக்கங்களின் பிரதான நோக்கமாக இருக்க வேண்டும்.

தேசியம் என்ற சொல்லாடலை, அதன் அர்த்த தளத்தை சரியாக வரையறுப்பது குறித்த சிக்கல் ஆரம்பம் முதலே இருந்து வருகின்றது. சில சமயங்களில் அரசு மீதான விசுவாசமாக தேசியம் அறியப்படுகிறது. சில சமயங்களில் ஓர் இனத்தின் சொந்த கலாசாரம் மற்றும் நாகரீகம் மற்றவர்களை விட மேன்மையான என்று நிறுவுவதன் மூலமாக அறியப்படுகிறது. இன்னொரு நிலையில் தேசிய அடையாளங்களை முன்னெடுப்பதன் வழியாக அறியப்படுகிறது.இதன் தொடர்ச்சியில் ஸ்காட்லாந்தை சேர்ந்தவர்கள் கில்ட் என்னும் ஸ்காட் கலாசார உடையை அணிந்து கொண்டதன் காரணமாக ஸ்காட் தேசியவாதிகள் என அறியப்பட்டார்கள். இவ்வகையில் தேசியம் அதன் சரியான திசை வழியில் செல்லும் போது அரசியல் கோட்பாடாக தான் பயணத்தை தொடர முடியும். அதை முன்னெடுப்பவர்களும் அரசியல்ரீதியாகத்தான் அதை வெளிப்படுத்துகிறார்கள். ஜெர்மனியின் பிக்டேயும் பாலஸ்தீனின் யாசர் அரபாத்தும் இதன் உதாரணங்கள். பிக்டே ஜெர்மன் மொழியின் தனித்தன்மை மற்றும் ஜெர்மானிய கலாசாரத்தை முன்னெடுத்தார்.யாசர் அரபாத் பாலஸ்தீனை முன்னெடுத்தார். மேலும் தேசியம் அதன் குணாம்ச ரீதியாக மூன்றுவிதமான கருத்துநிலைகளில் வெளிப்படுகிறது. ஒன்று சமூகவியல் இரண்டாவது கலாசாரம் மூன்றாவதாக நிறுவனங்கள்

சமூகவியல் கருத்துரு	கலாசார கருத்துரு	நிறுவன கருத்துரு
குடும்பம்	மதம்	நகராட்சி
	மொழி	நாடு
கோத்திரம்	நாகரீகம்	
	கலாசாரம்	அரசு
இனம்	இலக்கியம்	
சமூகம்		நிர்வாகம்

மேற்கண்ட மூன்று கருத்துருக்கள் தேசியம் பற்றிய புறவயப்பார்வையை நமக்கு கொடுக்கின்றன. பல அரசியல் கோட்பாட்டாளர்கள் தேசியத்தை பொதுவான மொழி, பொதுவான மதம், பொதுவான இன அடையாளம் என்பதாக வரையறுத்தார்கள். ஆனால் வரலாற்று நிகழ்வுகள் சில சமயங்களில் அதை உறுதிப்படுத்தவும், சில சமயங்களில் மீறவும் செய்தன. சோவியத் யூனியனுடன் இணைந்திருந்த லாத்வியாவை எடுத்துக்கொள்வோம். அங்கு ஒரு காலத்தில் ரஷ்ய மொழி மட்டுமே ஆதிக்கம் செலுத்தியது. சோவியத் யூனியனின் தகர்வுக்கு பிந்தைய கட்டத்தில் லாத்வியா சுயநிர்ணயம் பெற்று தனிநாடாக மாறியது. அதன் பிறகு லாத்விய மொழி மட்டுமே அங்கு அதிகாரம் செலுத்தும் ஒன்றாக மாறியது. இந்நிலையில் தேசிய கண்ணோட்டத்தில் ஒரே நிலப்பரப்பில் பொதுமொழி என்பதும் சிக்கலான ஒன்றே. பிரெஞ்சு கோட்பாட்டாளரான எர்னெஸ்ட் ரெனான் தேசியம் என்பதை "தேசியமாக தன்னை உணர்ந்து கொள்கிற அல்லது நம்புகிற மக்கள் தொகுதியாக" பார்த்தார். அவரின் தன்னிலை பார்வை கூட ஒரு கட்டத்தில் பொருந்தாத ஒன்றாக மாறியது. தேசியம் குறித்து அறிவார்த்தமான சிக்கல்களும் சில நேரங்களில் ஏற்படுகின்றன. தேசியவாதிகளில் தாராளச்சிந்தனையாளர்கள், சோஷலிஸ்ட்கள் மற்றும் கன்சர்வேட்கள் ஆகியோர் இந்த சிக்கலுக்கு உள்ளாகிறார்கள். தேசிய கோட்பாடு என்பது வரலாற்றடிப்படையில் மேற்கின் தோற்றமாகும். மேற்கில் தோற்றம் கொண்டு உலகின் மற்ற பகுதிகளுக்கு பரவிய நிலையில் தேசியம் அதற்கான அர்த்த பிரதிகளை, முறையியலை பிராந்திய அடிப்படையில் வித்தியாசப்படுத்தியது. எல்லா

பகுதிகளிலும்,எல்லா காலகட்டங்களிலும் தேசியம் முழுமுதலான ஒன்றாக இருக்கவில்லை. உதாரணமாக அமெரிக்காவை எடுத்துக்கொள்வோம். அது அடிப்படையில் பல வேறுபட்ட இனங்களை, கலாசார கூறுகளை உள்ளடக்கிய பிரதேசமாகும். மேலும் அதன் தேசிய கட்டமைப்பு ஜெர்மனி, பிரான்சு, போலந்து ஆகியவற்றிலிருந்து முற்றிலுமாக வித்தியாசப்படுகிறது. அது மாதிரியே ஆப்ரிக்காவின் தேசிய இன கட்டமைப்பும்.அங்கும் அது வெறும் தன்னிலையாக மட்டும் இல்லை. புறவயமாகவும் இருக்கிறது.

தேசியத்தின் தோற்றமும், பரிணாமமும்

உலக வரலாற்றில் தேசிய கோட்பாட்டின் தோற்றம் என்பது 18 ஆம் நூற்றாண்டில் ஐரோப்பாவில் ஏற்பட்ட மறுமலர்ச்சி இயக்கத்தோடு தொடர்புடையதாகும். அக்காலத்தில் ஏற்பட்ட அறிவியக்கமானது தேசியம் பற்றிய கருத்தாக்கத்தை பல ஆயிரம் ஆண்டுகளுக்கு முன்னோக்க வைக்கிறது. அக்காலத்தில் உருவான தாராளவாதியான ஜான் லாக், கன்சர்வேடிவான எட்மண்ட் பர்க் மற்றும் மார்க்சிய கோட்பாட்டின் தந்தையான மார்க்ஸ் ஆகியோர் இதன் விதையாக்கிகள். அது வேர்கொண்டு வளர்ந்து தான் தேசியத்திற்கான செயல்வடிவம் சர்வதேச அரங்கில் ஏற்பட்டது. தேசியம் அது வேர்கொள்ள தொடங்கிய பதினெட்டாம் நூற்றாண்டில் அரசியல், சமூக தளத்தில் ஏற்படுத்திய முக்கியமான தாக்கம் என்பதே அதுவரை அதிகார பரப்பை ஆட்கொண்டிருந்த மன்னராட்சி முறையை கேள்விக்குள்ளாக்கி, மக்கட் தொகுதியை வடிவமாக கொண்ட ஜனநாயகம் என்ற மாற்று ஆட்சிமுறையை முன்வைத்தது தான். இதன்படி மக்கள் தங்கள் அரசியல் தலைமையைக் கட்டுப்படுத்த முடியும். மறுமலர்ச்சிக்கால குறிப்பிடத்தக்க அரசியல் நிகழ்வுகள் என்பவை இரண்டு. ஒன்று அமெரிக்க சுதந்திரம் இரண்டு பிரெஞ்சு புரட்சி. இரண்டுமே இரு வேறுபட்ட மக்கள் தொகுதிகளின் போராட்டங்கள் தான். அவர்கள் தங்கள் கலாசாரத்தை, நாகரீகத்தை மற்ற நாடுகளுக்கு ஏற்றுமதி செய்ய முடியும் என்று நம்பினார்கள். நெப்போலியனின் படைகள் பிரான்சை கைப்பற்றிய பிறகு அதன் கலாசார தாக்கம் பிற காலனிய நாடுகளுக்கும் பரவியது. பிற்காலத்தில் பிரான்சு மற்ற நாடுகளை காலனியத்திற்கு உட்படுத்திய நிலையில் அதன் நாகரீக கூறுகள் அந்த காலனிய நாடுகளுக்கும் பரவின. மேலும்

அமெரிக்க அரசானது தன் நிறுவனங்களை பிலிப்பைன்ஸ் மற்றும் ஜப்பானுக்கு ஏற்றுமதி செய்தது. அமெரிக்கர்கள் கூட தங்கள் நாகரீகம் உலக நாடுகளுக்கு பொருந்தக்கூடிய ஒன்று என்று கருதினார்கள். 1970ல் எடுக்கப்பட்ட சர்வே படி 50 சதவீதத்திற்கும் அதிகமான அமெரிக்க பதின்பருவ இளைஞர்கள் தங்கள் நாகரீகம் மற்றும் கல்விமுறை பிற நாடுகளுக்கு பொருந்த கூடிய ஒன்று என்று கருதினார்கள். இதன் தர்க்க ரீதியான தொடர்ச்சியை தான் நாம் இன்று ஏகாதிபத்திய வடிவில் காண்கிறோம். தேசிய கோட்பாடு பல வேறுபட்ட அடித்தளத்தைக்கொண்டு உருவானாலும் மனிதன் ஒரு சமூக விலங்கு என்ற அடிப்படையில் தான் தன் கோட்பாட்டை உட்புகுத்தி விரிவுபடுத்துகிறது. மேலும் தனிமனித தலைமைத்துவம் என்பதிலிருந்து சமூகத்திற்கு முக்கியத்துவம் கொடுக்கிறது. தனிமனித தலைமைத்துவத்திற்கு ஹிட்லர் சிறந்த உதாரணம். ஹிட்லரின் யூத மற்றும் ஜிப்சிகளின் அழித்தொழிப்பு என்பது தேசியம் என்பதை தாண்டி தனிமனித வாதம் சார்ந்த இன மேன்மையாகும்.தேசியம் என்பது மரங்களின் இலை போன்றது. ஒரு கட்டத்தில் தோட்டத்தில் மலரும் பூக்களுடன் நாம் ஒப்பிட முடியும். இந்த இடத்தில் இன மனிதர்கள் பூக்களை போன்றவர்கள். பூக்கள் பல இனங்களை சாரும். அதன் வடிவம் இனத்தை அடிப்படையாகக்கொண்டு இருக்கும். ஆக தேசியத்தை புரிந்துகொள்ள முயற்சிக்கும் முன் மனித இனத்தின் விரிந்த எல்லையை புரிந்து கொள்ள முயற்சிக்க வேண்டும். தேசியகோட்பாட்டில் தனிமனிதர்களை மட்டுப்படுத்தப்பட்ட எல்லைக்குள் நின்று அணுகுவது ஹிட்லரின் இனத்தூய்மை கோட்பாட்டில் தான் கொண்டு சேர்க்கும்.

ரூசோ வகைப்பட்ட தேசியம்

தேசியம் பற்றிய கோட்பாட்டில் 19 ஆம் நூற்றாண்டு பிரெஞ்சு சிந்தனையாளரான ரூசோவின் சிந்தனைகள் முக்கியமானவை. வித்தியாசமானதும் கூட. அவர் சமூகத்தின் உறுப்பினர்கள் பகிர்ந்து கொள்ளும் பொதுவான நம்பிக்கைகள், சடங்குகள், வழக்கங்கள் போன்றவைகள் தான் சிறந்த ஓர் அரசியல் சமூகத்தை தோற்றுவிக்கிறது என்றார். தன்னுடைய Discourses on the origin of inequality என்னும் நூலில் மனித இனமானது இயற்கையான நிலையிலிருந்து தங்களுக்குள் பகிர்ந்து கொள்ளப்படும் சடங்குகள் மற்றும் நடைமுறை வழக்கங்கள் காரணமாக அவை

தனித்த வாழ்க்கை வழி முறையில் நுழைகின்றன. இவை தான் அந்த சமூக உறுப்பினர்களை தன் சமூகத்தில் திரட்சியை, அணி சேர்க்கையை ஏற்படுத்த காரணமாக ஒன்றாக இருக்கிறது. மேலும் ரூசோ அரசியலை இலட்சிய சமூகமாக பார்த்தார். அந்த இலட்சிய சமூகம் என்பது இயற்கையின் பரிணாமமல்ல. மாறாக அதன் இலட்சியவாதியே அந்த சமூகத்தின் அரசியலாளனாக, ஆள்பவனாக மாறுகிறான். இவ்வகையான சமூக ஒப்பந்தத்தில் மக்கள் எவ்வாறு ஆள்பவனுக்கு தகுதியானவர்கள் என்ற ஒரு கேள்வி எழுகிறது. அதற்கான பதில் என்பது "அந்த மக்கள் ஏற்கனவே மரபு ரீதியான சமூக குழுக்களாக, அதன் நலன்களுக்காக ஒருங்கிணைந்துள்ளனர். மேலும் ஒர் அறிவார்ந்த ஆட்சியாளர் தான் இயற்றும் சட்டம் என்பது அவர்களுக்கு நல்லது தான் என்று கருதக்கூடாது. மாறாக அந்த மக்கள் இந்த சட்டத்தை தாங்கும் சக்தி கொண்டவர்களா? அல்லது ஏற்றுக்கொள்ளும் மனோபாவம் அவர்களுக்கு இருக்கிறதா? என்று தான் பார்க்க வேண்டும். நூற்றாண்டுகள் உலகின் பல சர்வாதிகார அரசுகளை நோக்கி ரூசோ விடுத்த வேண்டுகோள் இது. ஆனால் இதற்கு பிந்தைய கட்டத்தில் உலகின் பல்வேறு ஆட்சியாளர்கள் இதனை கருத்தில் கொள்ளாமல் அவர்களின் நலன் ஒன்றையே கருத்தில் கொண்டனர். இலட்சிய அரசின் முக்கிய குணாம்சம் மற்றும் கொள்கையானது குடிமக்களின் விருப்பங்களை உள்ளடக்கியதாக, அதை தீர்மானிப்பதாக இருக்கிறது. மேலும் இலட்சிய குடிமை சமூகம் ஒன்றை அமைப்பதற்கு அவர்களுக்கிடையே ஒருங்கிணைவு ஏற்படுவது அவசியம். அது சிவில் கல்வியின் தாக்கத்தோடு ஏற்பட வேண்டியது அவசியம். இந்த முறையை ரூசோ சிவில் மதம் என்றார். மேலும் இந்த கல்வி முறை பதினெட்டாம் நூற்றாண்டு பிரெஞ்சு அறிவுஜீவிகள், எழுத்தாளர்கள், தத்துவவாதிகள் ஆகியோரின் சிந்தனா முறைமையிலிருந்து வித்தியாசப்பட்ட மதிப்புமிகுந்த ஒன்றாக இருக்க வேண்டும். மேலும் ரூசோ சிவில் கல்வி முறை குடிமை சமூகத்தை குணாம்ச ரீதியாக, மனோரீதியாக வளப்படுத்தி அதன் இளையதலைமுறைக்கு அவற்றை கடத்துவதன் வழியாக சிறந்த தேசிய சமூகத்தை கட்டமைக்க முடியும் என்று நம்பினார். அவரின் இந்த பார்வையானது போலந்தில் தேசிய அரசை கட்டமைத்த நேரத்தில் பயன்பட்டது. இதன் தொடர்ச்சியில் ரூசோ சிவில்

கல்வியானது தேசிய உருவாக்கத்தின் ஆன்மாவாக செயல்பட வேண்டும் என்று விரும்பினார். இதனடிப்படையில் தான் அவரின் மற்ற கருத்துக்கள் சிந்தனா தளத்தில் விரிவடைந்தன. ஒரு குழந்தை பிறந்த உடன் தன் தாய்நாட்டை தான் முதலில் பார்க்கிறது. கடைசி தருணம் வரை அதுவே முக்கியமானதாக அதற்கு தென்படுகிறது. மேலும் ரூசோ கனவு கண்ட சிவில் அரசானது மதங்களுக்கு அப்பாற்பட்டது. அதில் நிழல் படாதது. இதனடிப்படையில் ரூசோ யூதம் மற்றும் கிறிஸ்தவ மத அடிப்படையிலான அரசுகளை வெறுத்தார். குறிப்பாக ரோம பேரரசை வெறுத்தார். மேலும் மதங்கள் குடிமக்களின் இதயங்களை சமூக ஆன்மா என்னும் நிலையிலிருந்து பிரிக்கின்றன என்று விமர்சித்தார். இந்த அடிப்படையில் ரூசோவின் தேசியம் மத மறுப்பு உணர்வு கொண்டதாக, தேசிய ஆன்மா என்ற கருத்தாக்கத்திற்குள் உட்பட்டதாக இருந்தது.

ஜே.ஜி. ஹெர்டர் வகைப்பட்ட தேசியம்

தேசிய சிந்தனையாளர்களில் ஹெர்டர் முக்கியமானவர். அரசியல் தத்துவவாதி, வரலாற்றாசிரியர், இலக்கிய விமர்சகர் என்ற பன்முக பரிமாணங்களை கொண்டவர். அறிவு தளத்தில் இவரின் முக்கிய சாதனை என்பதே வரலாற்று வாதத்திற்கு தத்துவார்த்த கண்ணோட்டத்தை அளித்தவர். இந்த விஷயத்தில் வரலாற்றாசிரியர் விக்கோவை விஞ்சினார்.மேலும் ஜெர்மானிய ரோமாண்டிக் இயக்கத்தை தோற்றுவித்தவர்களில் ஒருவர். இதன் மூலம் ஜெர்மானிய சிந்தனையை பிரெஞ்சு அறிவுவாதத்திலிருந்தும், பிரிட்டானிய அனுபவவாதத்திலிருந்து வேறுபடுத்தினார். தேசியம் பற்றிய அவரின் கோட்பாடானது வரலாற்றுவாத சிந்தனையிலிருந்தும் ரோமாண்டிசத்திலிருந்தும் தொடக்கம் பெற்றதாகும். மேலும் இதனடிப்படையிலான அவரின் நம்பிக்கைகள், வழக்கங்கள், மரபுகள் ஆகியவை தூய அறிவுவாத சிந்தனை மரபு என்பதற்கு மாற்றாக இருந்தன. மேலும் ரூசோ தேசியசிந்தனை வெளிப்பாட்டில் பிரெஞ்சுக்காரராகவும், அதை பற்றிய பெருமிதம் கொண்டவராகவும் இருந்தார். ஆனால் ஹெர்டர் அதற்கு மாறாக ஜெர்மன் பற்றிய மனத்துயரத்திலும், அவநம்பிக்கையிலும் இருந்தார். அதன் நூறாண்டு கால பிளவுபட்ட வரலாற்றை பற்றிய சிந்தனையில் ஆழ்ந்திருந்தார். மேலும் பிரான்சு நாட்டவரின் மேட்டுக்குடி

உணர்வு பற்றிய எள்ளல் சிந்தனை கொண்டிருந்தார். ஒரு தடவை அவர் பிரான்சுக்கு வந்திருந்த போது அந்நாட்டவரின் உச்சிமோயும் தன்மை, பொறாமை, வன்மம், குரோதம் இவைகளை கண்டு வெறுப்புற்றார். அதை கிண்டல் செய்து பகடியாக கீழ்கண்டவாறு எழுதினார்.

"இப்போது எல்லா தேசிய உணர்வுகளும் வழக்கொழிந்து போய் விட்டன. நாம் இப்போது எல்லோரையும் நேசிப்போம். நாம் ஒருவரை ஒருவர் அரசியல், கலாசார மற்றும் பொருளாதார ரீதியாக நேசிக்கிறோம். ஆக நாம் எல்லோரும் ஒன்றே. இதுவே உண்மை. நமக்கு மிகவும் மகிழ்ச்சியாக இருக்கிறது. நமக்குள் தாய்நாடோ அல்லது தந்தை நாடோ கிடையாது. மேலும் நாம் பரஸ்பர உதவும் மனப்பான்மை கொண்டவர்கள் மற்றும் உலகின் குடிமக்கள். மேலும் பெரும்பான்மையான ஆட்சியாளர்கள் பிரெஞ்சு மொழியை பேசியிருக்கிறார்கள். விரைவில் எல்லோரும் பேசுவார்கள். மேலும் உலகம் முழுவதும் ஒரே குடையில், ஒரே மொழியின் கீழ் கொண்டுவரப்படும் பொற்காலம் துவங்கி இருக்கிறது. அது ஒரே மேய்ப்பனையும்,மந்தையையும் கொண்டிருக்கும்."

இவ்வாறான முறையில் பிரெஞ்சு இனவாதத்தை பகடி செய்த ஹெர்டர் ஒவ்வொரு மனிதனும் ஒவ்வொரு வயதினரும் அவர்களுக்கான சொந்த பார்வையை, கண்ணோட்டத்தை உருவாக்கி கொள்ள வேண்டும் என்று வலியுறுத்தினார். மேலும் அவர்கள் அந்த பார்வையை தெளிவாக புரிந்துகொள்வதுடன், அதுபற்றிய சொந்த முடிவிற்கு வர வேண்டும். மற்றவர்கள் மீதான தாக்கமாக இருக்க கூடாது என்றார். மேலும் ஒவ்வொரு கலாசாரமும் அது வளர்வதற்கு காரணமான பௌதீக சூழலை, மொழியை, கல்விமுறையை அந்த சமூகத்தின் இளையதலைமுறைக்கு கையளிக்க வேண்டும் என்றார். மேலும் ஹெர்டர் அறிவார்ந்த வடிவமுடைய அரசே சமூக அடிப்படையான volk என்னும் தேசிய அரசாக இருக்க முடியும் என்று நம்பினார். மேலும் ஏகாதிபத்திய முறையிலான அரசமைப்பை வெறுத்தார். மேலும் ரூசோ மொழியை மனித இனத்தின் வெறும் தகவல் தொடர்பாக பார்த்தார். ஆனால் ஹெர்டர் அதை மனித மனத்தின், அதன் வெளிப்பாட்டின், சமூகத்தின் ஆன்மாவாக

பார்த்தார். இதற்காக அவர் ஜெர்மன் மொழியின் சோகம், தாபம், தவிப்பின், துக்கத்தின் பிரதிபலிப்புகளாக பல சொற்களை கண்டறிந்தார். இதன் தொடர்ச்சியில் ஜெர்மானிய வரலாற்றில் ஹெர்டர் மிகப்பெரும் செல்வாக்கு செலுத்தினார். ஜெர்மானிய இளைஞர்கள் பலர் அவரால் ஆகர்ஷிக்கப்பட்டார்கள். ஹெர்டரின் சிந்தனைகளை ஆராய்பவர்கள் அவரை ஜெர்மன் கலாசார தேசியவாதியாக (Cultural nationalist) அடையாளப்படுத்துகிறார்கள்.

ஜே.ஜி. பிக்டே

தேசிய சிந்தனையை பொறுத்தவரை பிக்டே ஹெர்டரை சற்று பின்தொடர்ந்தவர். மற்றவர்களை போலல்லாமல் தேசிய பெருமிதம், அரசியல் மீட்புத்தனம், வலுவான வார்த்தைகள் இவற்றில் நம்பிக்கைக்கொண்டிருந்தார். மேலும் பிக்டே ஒரு தாராளவாதியாக, குடியரசாளராக, பிரெஞ்சு புரட்சியை அதிகம் துதித்தவராக இருந்தார். பிரெஞ்சு புரட்சியின் சாதனைகளாக அவர் கண்டது புரட்சிக்கு பிந்தைய பிரெஞ்சு சமூகம் சமத்துவத்திற்கான சட்டத்தை இயற்றிய முறையாகும்.

மேலும் பிக்டே மொழி, கலாசாரம் மற்றும் செயல்பாட்டு தளம் இவற்றிற்கிடையேயான உறவுமுறைகளைப்பற்றி தீவிரமாக ஆராய்ந்தார். மேலும் ஜெர்மானியர்கள் கிறிஸ்தவ திருச்சபையின் ஆதிக்கத்திலிருந்து தங்களை விடுவித்துக்கொள்ள ஜெர்மன் மொழியை அதிகம் பயன்படுத்த வேண்டும் என்று பிக்டே விரும்பினார். அது பிந்தைய கட்டத்தில் ஜெர்மானிய தத்துவமாக உருப்பெற்றது. இமானுவேல் காண்ட் மற்றும் லெபினிஸ் போன்றவர்கள் அதன் உதாரணங்கள். பிக்டேவின் இந்த ஜெர்மானிய மொழித்தாக்கம் இறுதியில் பாசிசத்தை நோக்கி நகர்த்தியது. அதற்கு அவரின் இறுதிகாலத்திய பேச்சுக்களே உதாரணம். "இது உங்களுக்கானது. இதன் உன்னதத்தை, சிறப்பை உலகம் முழுவதும் பரப்பி உலகை ஆளச்செய்ய வேண்டும்" என்றார். இதன் தொடர்ச்சியில் ஹிட்லர் காலத்தில் ஹிட்லர் அலெக்சாண்டர் மாதிரி உலகை தன் ஆளுகைக்குள் கொண்டு வருவார் என்ற அசட்டு நம்பிக்கை உலகம் முழுவதும் ஜெர்மன் மொழி மீதான ஆர்வமாக உருமாறியது. இந்த உருமாற்றத்தின் தாக்கம் இந்தியாவில், குறிப்பாக தமிழகத்தில் அதிகமாக ஏற்பட்டு தமிழ்நாட்டில் பலர் நாற்பதுகளில் ஜெர்மன் மொழியை

கற்றார்கள் என்பதை இங்கு குறிப்பிடுவது இன்றைய தமிழின் மொழிச்சூழலுக்கு பொருத்தமானது.

ஹெகல்

19 ஆம் நூற்றாண்டு ஜெர்மனியின் மிகப்பெரும் தத்துவவாதியான ஹெகல் பிக்டேவிற்கு பிந்தையவராவார். அவரின் History of philosophy மற்றும் Philosophy of History போன்றவை தத்துவ வரலாற்றில் புகழ்பெற்றவை. மேலும் ஹெகலின் தேசிய சிந்தனைகள் பிக்டேவிடமிருந்து மாறுபட்டவை. ஹெகல் தேசிய அரசு என்ற கோட்பாட்டை கலாசாரத்தின் வடிவமாக பார்க்கவில்லை. மாறாக அரசியல் நிறுவனமாக பார்த்தார். மேலும் ஆட்சியாளர்களின் செயல்கள் அரசு சார்பானதாக இருந்தால் அது அறவியல் ரீதியாகவும் தனிநபர் சார்பானதாக இருந்தால் அறத்திற்கு எதிரானதாகவும் இருக்கிறது என்றார் ஹெகல்.

ஹெகலின் தேசியவாத கோட்பாட்டின் இன்னொரு அம்சம் என்பது வரலாற்றுவாதம் தொடர்பானது. பிக்டே மூடப்பட்ட இந்த உலகின் ஆன்மாவானது மனித இனத்தால் உட்கிரகிக்கப்பட்டு படிப்படியாக தேசிய அரசுகளின் விதியாக மாறும் என்று நம்பினார். அதன் தொடர்ச்சியில் நெப்போலியனை வெறுத்த பிக்டே மீண்டும் நெப்போலியன் பிறக்கக்கூடாது என்று விரும்பினார். ஆனால் ஹெகல் நெப்போலியனின் வரவு என்பது மனித வரலாற்றின் ஒரு கட்டம் என்றார். மனித வரலாறு இதிலிருந்து இன்னொரு கட்டத்திற்கு நகர்கிறது என்றார். இது ஹெகலின் இயங்கியல் அடிப்படையிலான பார்வை. மேலும் பிக்டே வரலாறு என்பது கலாசார மற்றும் அறக்கூறுகளை உள்ளடக்கி இருக்கிறது என்றார். ஹெகல் இதற்கு மாறாக அறத்தின் இயங்கியல் ரீதியான நிச்சயமற்ற தன்மைகளை முன்னெடுத்தார். ஆக தேசியக்கோட்பாட்டை பொறுத்தவரை ஹெகலின் சிந்தனைகள் இயங்கியல்ரீதியானவை. ஹெகல் கிறிஸ்தவ, மற்றும் யூத மதங்களுக்கு மாறாக கருத்துமுதல்வாத சிந்தனை அடிப்படையிலான கோட்பாட்டையே கட்டமைக்க விரும்பினார். அவரின் இயங்கியல் (Dialectics) அதற்கான ஒன்றே. ஹெகலின் இந்த கோட்பாடே இளமைக்கால மார்க்சிடம் அதிகம் தாக்கமுற்றிருந்தது. பிந்தைய கட்டத்தில் மார்க்ஸ் "ஹெகல் இந்த இயங்கியலை தலைகீழாகப்பார்த்தார். நான் அதை

நேராக்கினேன்" என்றார். இந்நிலையில் 19 ஆம் நூற்றாண்டு தேசியவாத சிந்தனைகளை முன்னெடுத்ததில் ஜெர்மானிய தத்துவவியலுக்கும் அதிக பங்களிப்பிருக்கிறது என்பது தெளிவாகிறது.

தேசியவாதத்தின் வரலாற்று பரிணாம வளர்ச்சியில் அது தனக்கு பல ஆதரவாளர்களையும், எதிர்ப்பாளர்களையும் சந்தித்து வந்திருக்கிறது. பிரெஞ்சு புரட்சி காலத்தில் உலகம் வெறும் 20 சுதந்திர அரசுகளை மட்டுமே கொண்டிருந்தது. மற்றவை எல்லாம் பேரரசுகளாக பரவி கிடந்தன. அறியப்படாத நிலப்பரப்புகள் அதிகம் இருந்தன. பல அரசுகள் சுதேச சமஸ்தானங்கள் என்ற நிலையில் இருந்தன. 19 ஆம் நூற்றாண்டின் முதல் பகுதியில் அமெரிக்க ஸ்பானிய அரசுகளின் பிளவு, அதன்பிறகு இத்தாலி மற்றும் ஜெர்மானிய அரசுகளின் இணைப்பு தேசியவாதத்தை நேர்கோடற்ற முறையில் பயணிக்க வைத்தது. ஆனால் இருபதாம் நூற்றாண்டில் நிலைமை தலைகீழானது. பல பேரரசுகளின் தகர்வு தேசியவாதத்தை மீண்டும் உயிர்பெறசெ செய்தது. இருபதாம் நூற்றாண்டில் உதுமானி பேரரசின் வீழ்ச்சி, ஆஸ்திரிய ஹங்கேரிய அரசுகளின் வீழ்ச்சி, நூற்றாண்டின் இறுதியில் சோவியத் யூனியனின் வீழ்ச்சி இவை தேசியவாதத்தை மீண்டும் உயிர்பெற வைத்தன. நூற்றாண்டில் பல நாடுகளின் இறையாண்மை மிக்க அரசுகள் உருவாவதற்கு இந்த கோட்பாடு பெரும் துணையாக இருந்தது. இந்நிலையில் 1919 க்கு பிறகு தேசியக்கோட்பாடு பல கோட்பாட்டாளர்களால் விமர்சிக்கப்பட்டது. அது ஐரோப்பாவை மறுவரைதலுக்கு உட்படுத்தும் ஒன்றாக பார்க்கப்பட்டது. பின்னர் ஹிட்லரின் வரவிற்கு பின் அது பாசிசமாக பார்க்கப்பட்டது. மேலும் 19 ஆம் நூற்றாண்டின் இறுதி பகுதியில் ஆக்டன் மற்றும் கெதோரி ஆகிய இரு விமர்சகர்களால் தேசிய கோட்பாடு புதிய வரையறைக்கு உள்ளானது. இதன் நீட்சியில் ஆக்டனின் கோட்பாடு பின்வரும் அம்சங்களை கொண்டிருந்தது.

1. இனக்குழுவின் மீதான விசுவாசத்தை விட அரசின் மீதான விசுவாசமே சிறந்தது.

2. தேசிய கோட்பாட்டின் சாரம் என்பது எப்பொழுதும் மொழிசிறுபான்மையினரை ஒடுக்குவதிலே தான் இருக்கிறது.

அதன் பெரும்பான்மையினர் மற்றவர்களுக்கான உரிமையை எப்பொழுதும் அளிக்கமாட்டார்கள்.

3. பல்தேசிய அரசே உயர்நாகரீக சமூக உருவாக்கத்திற்கு துணைபுரிகிறது.

4. பல்தேசிய அரசு அதன் சுதந்திரத்தை பாதுகாக்க உதவிபுரிகிறது.

ஆக்டனின் தேசிய இனம் குறித்த விமர்சனம் அது உள்ளடங்கும் சிறுபான்மை தேசிய இனத்தை அதிகம் சார்ந்திருந்தது. அவரின் கருத்துப்படி தேசியம் அதன் பெரும்பான்மை இனத்திற்கான கருத்தியலாக முழுவதும் மாறிவிடக்கூடாது என்பது தான். ஆனால் ஆக்டன் தன் வாழ்நாளின் பெரும்பகுதியை பிரிட்டனில் தான் கழித்தார். அப்போது கம்பெரியன் மற்றும் கார்னிஷ் சிறுபான்மை சமூகங்கள் குறித்து அவர் கவலைப்படவில்லை. மேலும் ஸ்காட்லாந்தை பிரிட்டனுடன் இணைப்பதை குறித்து எந்த சிந்தனையையும் அவர் முன்னெடுக்கவில்லை. மேலும் ஹெகல் அநாகரீக சமூகங்களை நாகரீக சமூகங்கள் படிப்படியாக உட்கிரகித்தது கொள்ள வேண்டும் என்றார். ஆனால் ஆக்டன் அநாகரீக சமூகங்கள் அப்படியே தங்களுக்கான அடையாளத்துடன் விடப்படவேண்டும் என்றார். இவ்வாறான முறையில் ஆக்டனின் தேசியம் குறித்த பார்வை இருந்தது. ஆனால் அவர் இது தொடர்பாக பலர் எழுப்பிய கேள்விகளை எதிர்கொண்டார். அன்றைய காலகட்டத்தில் ஐரோப்பாவில் தன் சிந்தனைகள் மூலம் வித்தியாசமான சிந்தனையாளராக அறியப்பட்டார்.

தேசியம் என்ற சொல்லாடல் உலக வரலாற்றின் பக்கங்களில் சிறு சிறு கோடுகளை வரைந்து கொண்டு தன்னளவில் முன்னகர்ந்திருக்கிறது. இன்றைய தேசியம் பற்றிய கோட்பாடுகளின் முன்தொகுதிகள் 17 மற்றும் 18 ஆம் நூற்றாண்டுகளின் தத்துவவியலாளர்களால் முன்னெடுக்கப்பட்டவை. 19 ஆம் நூற்றாண்டில் தான் உலக இனங்களிடையே தேசியம் பற்றிய உணர்வு முன்னோக்கத்தொடங்கியது. ஐரோப்பிய நாடுகளை மட்டுமல்லாமல் அமெரிக்காவையும் இது பாதிக்க தொடங்கியது. இருபதாம் நூற்றாண்டு என்பது இதன் மிகச்சரியான வடிவம். இதன் தொடக்கத்தில் தேசிய உணர்வானது அரசியல் பரிணாமமாக மாறத்தொடங்கியது. இந்த அரசியல் பரிணாமத்தின் தர்க்கரீதியான வடிவங்கள் தான் காலனியமாக, இறுதிகட்டத்தில்

காமன்வெல்த் ஆக மாறின. இவை எல்லாம் கடந்த நூற்றாண்டின் இடைக்கட்டத்தில் அதன் முதிர்ந்த வடிவத்தை அடைந்தன. இதில் பிரிட்டனே மிகப்பெரும் வெற்றி பெற்றது. பூகோளத்தின் பத்து சதவீதத்திற்கும் அதிகமான நிலப்பகுதிகள் அதன் காலனிகளாக இருந்தன. ஒருமுறை பிரிட்டன் பாராளுமன்றத்தில் வின்சன்ட் சர்ச்சில் கூட இதை குறிப்பிட்டார். "நாம் முந்தைய வரலாற்றில் காலனிகளை நம் கட்டுப்பாட்டில் வைத்திருந்ததால் உலக வரலாற்றில் எப்போதுமே குவியமாக நிற்போம்" என்றார். மனிதன் சமூகவிலங்கு என்ற அடிப்படையிலிருந்து தர்க்க ரீதியான தொடர்ச்சியாக தேசியம் முன்நிற்கிறது. அவனின் எல்லா அடையாளங்களும் ஒன்றை ஒன்றை வெட்டிக்கொண்டும், உருமாற்றிக்கொண்டும் தேசிய இன எல்லைக்கோட்டை உருவாக்குகின்றன. இங்கு ஒற்றைத்தன்மை என்பதே இல்லை. எல்லாம் பன்முக அடையாள தளங்கள் தான். அரசுகள் மற்றும் நிலவியல் கூறுகள் என்பவை அதனை உள்ளடக்கிய மக்கள்தொகுதிக்கு நேர்விகிதத்தில் இருக்கின்றன. ஆக தேசியம் என்பது இருபத்தோராம் நூற்றாண்டில் பிரபஞ்சம் முழுவதும் குவிமயமான சொல்லாடலாக மாறி இருக்கிறது. இதன் தொடர்ச்சியே தற்போது உலகெங்கும் தீவிரமாக கிளர்ந்திருக்கும் தேசிய இனப்போராட்டங்கள். ஆக தேசிய இனங்களை பற்றிய புரிதலே அரசியல், அதிகாரம், சமூகம், கலாசாரம் இவைகளை பற்றிய தெளிவான புறவய பார்வையை நமக்குள் ஏற்படுத்தும்.

அரபுலகில் தேசிய இன உருவாக்கம்

அரபுலகம் என்பது அரபுமொழி பேசும் மக்கட்தொகுதியினர் வாழும் நிலப்பரப்பே. அரப்ஃ என்ற சொல்லுக்கு பாலைவனம், கரிசல் காடு என்பதாக பல்வேறு அர்த்தங்கள் குறிக்கப்படுகின்றன. வரலாற்று ரீதியாகவே அரபு பிராந்தியம் பாலைவனத்திற்குரிய நிலவியல் கூறை அடிப்படையாக கொண்டிருந்தது. அதன் காரணமாக பழங்குடி மற்றும் நாடோடி இன மனிதர்களை அந்த மண்ணுக்கு உடையவர்களாக மாற்றியது. அரேபிய தீபகற்பத்தின் எல்லைகள் எல்லா பெருங்கண்டங்களை தொட்டு விட்டு செல்லும் ஒன்றாக இருக்கின்றன. அதன் வடமேற்கு பகுதி ஆப்ரிக்கா கண்டத்துடனும், வடகிழக்கு பகுதி ஐரோப்பா கண்டத்துடனும், கிழக்கு பகுதி மத்திய ஆசியா, தெற்கு ஆசியா மற்றும் தூரகிழக்கு நாடுகளுடனும் இணைந்திருக்கின்றன. அவ்வாறே அதன் ஒவ்வொரு கடல்பகுதியும் கண்டங்களுடன் இணைகிறது. மேலும் வரலாற்றாசிரியர்கள் வம்ச அடிப்படையில் அரபு சமூகத்தை மூன்று விதமாக பிரிக்கின்றனர்.

1. ஆதிகால அரேபியர்கள் (அல் அரபுல் பாயிதா)

இவர்கள் தான் அரபு இனத்தின் தோற்றவியலாளர்கள். ஆது, சமூது, தஸ்மு, ஜதீஸ், இம்லாக, உமைம், ஜுர்ஹுர், ஹமூர், வபார் ஆகியவற்றின் வம்சத்தினர். காலப்போக்கில் இவர்களின் வரலாறு அழிந்து விட்டது. எழுதப்படாத வெற்றுக்காகிதமானது இவர்களுக்கான வரலாறு.

2. இடைக்கால அரேபியர்கள் (அல் அரபுல் ஆபா)

இவர்கள் யஷ்ரூப் இப்னு யஃரூ இப்னு கஹ்தான் என்பவரின் சந்ததியினர். இவர்களின் வரலாறும் காலப்போக்கில் காணாமல் போய்விட்டது.

3. பிந்தைய கால அரேபியர்கள் (அல் அரபுல் முஸ்தபா)

இவர்கள் கிறிஸ்தவம் மற்றும் இஸ்லாமின் தோற்ற நாயர்களின் தந்தையான ஆப்ரகாமின் சந்ததியினர். இந்த கிளைகளே அரபுலகில் வலுவாக வேர்பிடித்து பிந்தைய காலகட்டத்தில் அரபுலகை கட்டமைப்பதில் தீர்மானகரமான பங்கை செலுத்தியவை. இவை பல்வேறு குலங்களாக, கோத்திரங்களாக, குடும்பங்களாக பல பிராந்தியங்களாக பிரிந்து சென்றன.

அரபு சமூகத்தின் இந்த இனக்குழு ரீதியான பிளவே அதன் தற்கால தேசிய கட்டமைப்புக்கான தொடக்கக்கூறு. அதன் பிளவுபட்ட தேசிய கட்டமைப்பிற்கு நிலவியல், காலநிலை சார்ந்த தீர்மானகரமான கூறும் ஒரு காரணம். அரபுலகை பொறுத்தவரை பல ஆயிரம் மைல்களை விரித்து போட்ட வறட்சியான நிலத்தை உள்ளடக்கிய அட்லாண்டிக் முதல் ஆசியா பாலைவனம் வரைக்குமான நீண்ட தொகுதி. இது மத்திய தரைக்கடல் மூலம் ஐரோப்பாவிலிருந்தும், சஹாரா பாலைவனம் மூலம் கருப்பின ஆப்ரிக்காவிலிருந்தும், டாரஸ் மலைத்தொடர் மூலம் பாரசீகம் மற்றும் குர்திஸ்தானையும் பிரிக்கிறது. ஆனால் குறிப்பிட்ட காலகட்டம் வரை அரபு பிராந்தியம் முழுவதும் முஸ்லிம் உலகோடு சம்பந்தப்பட்டிருக்கவில்லை. அவற்றின் மொழிக்கு அப்பாற்பட்ட பிராந்திய கூறுகளே இந்த தொடர்பின்மையை ஏற்படுத்தின. ஆனால் பிந்தைய காலகட்டத்தில் துருக்கிய உதுமானிய பேரரசு, பாரசீகத்தின் சபாவித் வம்சத்தினர், அரபுகள், முகலாயர் இவர்களின் முழுக்கட்டுப்பாட்டில் இந்த் பிரதேசங்கள் வந்தன. அரபு மொழியை பொறுத்தவரை லத்தீன் மொழியை போல் அது வெறும் தூய மொழிக்குடும்பம் மாதிரியான கட்டமைப்பிற்குள் இருக்கவில்லை. மாறாக தனித்த மொழியாகவே இருந்தது.அதனால் ஒரு தொடரியலாக அரபு பிராந்தியம் முழுவதும் பரவியது. ஒரு மொழி அடையும் உன்னத நிலை என்பது இது தான். அதே நேரத்தில் பிரதேச வழக்காறுகளின் விரிந்த தன்மைக்கும் இது சிறந்த உதாரணம். காரணம் எல்லா பிராந்தியங்களிலும் இதன் பேச்சு வழக்கு ஒரே மாதிரி இல்லை. அரபு பிராந்தியத்தை பொறுத்தவரை அது ஒரு போதும் இடைக்கால ஐரோப்பாவுடன் ஒன்றியதில்லை. இது அரசியல், சமூக மற்றும் பொருளாதார அடிப்படையில்

மூன்று மண்டலங்களாக பிரிகிறது. கிழக்கு அரபு பிரதேசம், மேற்கு அரபு பிரதேசம் மற்றும் மத்திய அரபு பிரதேசம். வளைகுடா நாடுகள், ஈராக், ஜோர்டான், இஸ்ரேல், சிரியா, ஏமன் போன்ற நாடுகள் கிழக்கு அரபு (Al Masreq) பகுதிக்குள் வருகின்றன. இவை பிறைவளப்பகுதிகள் என்ற பெயரிலும் குறிக்கப்படுகின்றன. எகிப்து மற்றும் அதனை சுற்றியுள்ள பகுதிகள் மத்திய அரபு என குறிக்கப்படுகின்றன. லிபியா, மொராக்கோ, டுனீசியா போன்ற பகுதிகள் மேற்கு அரபு தேசங்கள் (Al Magreb) என குறிக்கப்படுகின்றன. இவற்றில் எகிப்து விவசாய நாகரீகத்தை கொண்டது. லௌகீக உலகில் மனித நாகரீகங்கள் அங்கு தான் தோன்றின என்ற வரலாற்று குறிப்பு இதன் தனித்துவம். அதே நேரத்தில் கிழக்கு அரபு பிராந்தியங்கள் கிராமப்புற நாகரீகத்தையும் அதனை உள்ளடக்கிய வணிக செயல்பாடுகளையும் கொண்டிருந்தன. விவசாயம் அங்கு வலுவான பொருளாதார காரணியாக இருந்திருக்கவில்லை. மாறாக நிலவில் இருந்த வணிகம் பரிணாமமடைந்து பிந்தைய கட்டத்தில் நகர்புற நாகரீக வடிவமாக மாற்றமடைந்தது. இந்த மாற்றம் அரபு பிராந்தியத்தின் விவசாயசமூகத்தையும் பாதித்தது. அரபுலகில் விவசாயம் என்பது இந்திய சமூகத்திலிருந்து மாறுபட்டது. காரணம் ஒரு பாலைவனச்சூழலில் விதைகளும், பாசனமும், பயிரிடுதலும் தீவிர சவாலுக்கு உட்பட்டவை. எதிர்கொள்ளலின் எல்லையை தாண்ட முடியாதவை. இங்கு விவசாய பலன் என்பதே நிரந்தரமற்ற ஒன்று. ஆக கிழக்கு அரேபியாவின் பரிணாமமடைந்த நகர்புற வாழ்க்கை முறை இந்த விவசாய பிராந்தியங்கள் மீது தாக்கம் செலுத்தியதில் ஆச்சரியமேதுமில்லை. இந்நிலைமை கிழக்கு அரபு பிராந்தியத்தில் **1914-1918** முதல் உலகப்போர் காலகட்டம் வரை தொடர்ந்தது. பின்னர் அப்போரில் துருக்கிய உதுமானிய பேரரசின் தோல்விக்கு பிறகு அப்பிராந்தியம் முழுவதும் ஐரோப்பாவின் கட்டுப்பாட்டில் வந்தது.

அரபு பிராந்தியத்தை பொறுத்தவரை அது மொழி அடிப்படையிலான ஒத்ததன்மையை கொண்டிருந்தும் பிரதேச ரீதியான அடையாளமே அங்கு முன்நிற்கிறது. அரேபியர்கள் தாங்கள் மொழி அடிப்படையிலான அரேபியர்கள் என்பதை விட தாங்கள் எகிப்தியர்கள், லிபியர்கள், சவூதியர்கள், பஹ்ரைனிகள், எமிரேட்டிகள், சிரியன்கள் என்பன போன்ற

பிராந்திய பெயர்களால் தங்களை அடையாளம் காண்பதை தான் பெருமிதமாக கருதுகின்றனர். அவ்வாறான அடையாளம் முன்னெழும் தருணமே இங்கு தேசிய உருவாக்கத்திற்கான முதற்காரணியாக இருக்கிறது. தேசியக்கோட்பாடு உருக்கொள்ளும் எல்லையை அரபு தேசங்கள் கடப்பதே மிகப்பெரும் சவாலாக இருக்கிறது. காரணம் அவை ஒவ்வொன்றுமே பிரதேச ரீதியான நுணுக்கமான வேறுபாடுகளை கொண்டிருப்பதுடன், அரசியல், பொருளாதார நலன்களிலும் வித்தியாசப்படுகின்றன. சமீபகாலத்தில் அரபுலகில் ஏற்பட்டிருக்கும் அரசியல் புரட்சி கணிசமான அரபு நாடுகளுக்கு பரவி இருந்த போதும் எல்லா இடங்களிலும் வெற்றி பெற முடியாமல் போனதற்கு இந்த வேறுபாடுகளே முக்கிய காரணம்.

அரபுலகை பொறுத்தவரை 18 ஆம் நூற்றாண்டு அதன் தோல்விக்கும், மறுமலர்ச்சிக்குமான காலம். துருக்கிய உதுமானிய பேரரசிடமிருந்து படிப்படியான வணிக உரிமைகளை பெற்ற ஐரோப்பியர் அதனை தங்கள் ஆளுகைக்கு உட்படுத்த முயன்றனர். குறிப்பாக நெப்போலியனின் எகிப்திய வெற்றி இதனை தொடங்கி வைத்தது. இங்கு தான் கீழைத்தேயம் (Orientalism) பற்றிய கோட்பாடு தொடங்குகிறது எனலாம்.

அரபுலக வரலாற்றில் அதன் நீண்ட படையெடுப்பு மற்றும் எதிர் போராட்ட முறைமையை இந்த நூற்றாண்டு காலகட்டத்தில் அது அடைந்த பல்வேறு தோல்விகளை வைத்து மதிப்பிட முடியும். 1840 மற்றும் 1882ல் எகிப்து, 1830 மற்றும் 1870ல் அல்ஜீரியா, 1882ல் டுனீசியா, 1911ல் மொராக்கோ, 1919ல் கிழக்கு அரேபியா ஆகிய பிரதேசங்கள் அந்நியபடையெடுப்புக்கு உள்ளாயின. அதே நேரத்தில் ஏகாதிபத்திய எதிர்ப்பு போராட்டத்திற்கும் அவற்றை தயார்படுத்தின. அரபுலகின் படிப்படியான ஒருங்கிணைவு என்பது அசமத்துவ சமூகத்தை அடிப்படையாக வைத்த முதலாளித்துவ முறைக்குள் நுழைவதன் மூலம் சாத்தியமானது. அங்கு ஏகாதிபத்திய போராட்டம் எழுவதற்கு முன்பே இந்த வகைபாட்டிற்குள் நுழைந்து விட்டது. குறிப்பாக எகிப்து மற்ற எல்லோரையும் விட இதற்குள் முழுமையாக நுழைந்தது. 19 ஆம் நூற்றாண்டின் இறுதிபகுதி வரை எகிப்து புதிய உலகில் தன்னை சுயமாக இணைத்துக்கொண்டது. குறிப்பாக முஹம்மது அலியின் ஆட்சி காலத்தில் அங்கு நவீனமயமாதல் தொடங்கியது.

பல விவசாயம், தொழிற்துறை ஆகியவற்றிற்கு முக்கியத்துவம் கொடுக்கப்பட்டது. அது இரண்டாம் உலகப்போருக்கு பிந்தைய ஜப்பானை புனரமைத்த மெய்ஜியின் ஆட்சியை ஒத்திருந்தது. ஆட்சி முறையின் கட்டமைப்பும் அப்படியே மாறியது. இந்த தருணத்தில் பூர்ஷ்வா மற்றும் பாட்டாளி ஆகிய இரு வர்க்கங்கள் முதலாளித்துவ உற்பத்தி முறையை அடிப்படையாக வைத்து அங்கு தோன்றின. இந்த இடத்தில் கவனிக்க வேண்டிய விசயம் என்பது காலனிய ஆட்சிக்கு முந்தைய அரபுலகோடு இதனை இணைக்க வேண்டியதில்லை. காரணம் முதலாளித்துவ சமூகத்திற்கு முந்தைய அரபுலகில் வணிகம் பிரதானமாக இருந்தது. அதுவே அவர்களின் வாழ்வியல் உயிரோட்டமாகவும். சமூக நகர்வாகவும் இருந்தது. மேலும் ஏகாதிபத்திய முறைமை நிரந்தரமானதல்ல. அதன் நிலைபாட்டை இரு பிரிவுகளாக வகைப்படுத்தலாம். ஒன்று ஏகாதிபத்தியம் தான் ஆதிக்கம் செலுத்தும் நாடுகளை தொழிற்துறையை நோக்கி செல்ல விடாமல் தடுக்கும். இரண்டு இதற்கு மாறாக விவசாயம் மற்றும் சுரங்க தொழிலை அதிகமும் ஊக்குவிக்கும். (இந்தியாவின் வட மாநிலங்களில் தற்போது அது தான் நடைபெற்றுக்கொண்டிருக்கிறது) மேலும் விவசாயத்தை அடிப்படையாகக் கொண்ட புதிய வர்க்கத்தை அது தோற்றுவிக்க நிர்பந்தப்படுத்துகிறது. இதன் தொடர்ச்சியில் பத்தொன்பதாம் நூற்றாண்டில் ஐரோப்பிய முதலாளித்துவம் அரபுலகை தன் பொருளாதார கட்டமைப்பினால் உட்கிரகிக்க தொடங்கியது. ஐரோப்பிய நுகர்பொருட்கள் அனைத்தும் அரபு சந்தையை ஆக்கிரமிக்க தொடங்கின. ஒரு கட்டத்தில் பெரும் பண்ட பரிமாற்ற போராட்டமாக இது பரிணமித்தது. மேலும் 19 ஆம் நூற்றாண்டு என்பது நஹ்தா என்னும் அரபு மறுமலர்ச்சி காலமாகும். நெப்போலியனின் எகிப்திய ஆக்கிரமிப்பு இதற்கான அடித்தளத்தை அமைத்து கொடுத்தது. துருக்கியர்கள், அல்பேனியர்கள், சர்காசியர்கள் சிரியர்கள், லெபனானியர்கள் போன்றவர்கள் இதற்கான வடிவமாக இருந்தார்கள். ஐரோப்பிய காலனியமயமாக்கத்திற்கு எதிராக தங்களின் உணர்வுகளை அழுத்தமாக பதிவு செய்தார்கள். இதில் எகிப்து சற்று வித்தியாசமாக இருந்தது. ஏற்கனவே நடைமுறைப்படுத்தப்பட்டிருந்த தொழில்மயமாக்கல் அதன் மறுமலர்ச்சிக்கான சிறந்த தொடர் பயணமாக இருந்தது. பல துறைகளில் ஏராளமான எகிப்திய இளைஞர்கள்

பணியமர்த்தப்பட்டார்கள். பருத்தியிலான பல பொருட்கள் உற்பத்தி செய்யப்பட்டன. ஆனால் தொழில்நுட்பம் எல்லாமே இறக்குமதி செய்யப்பட்டது தான். அவற்றை எகிப்திய இளைஞர்கள் மிக விரைவாக உட்கிரகித்துக்கொண்டார்கள். பல இளைஞர்கள் பிரான்சுக்கு அனுப்பப்பட்டு அங்கு அறிவியல் தொழில்நுட்பம் குறித்து கற்றுக்கொண்டு நாடு திரும்புமாறு அறிவுறுத்தப்பட்டனர். அரபுலகில் எகிப்து மட்டுமே அந்நிய அபாயத்திற்கு எதிரான தன் எதிர்ப்பை கடுமையாக பதிவு செய்தது. இதன் தர்க்க ரீதியான தொடர்ச்சியே இஸ்ரேலுக்கு எதிராக எகிப்து உருமாறிய நிகழ்வு. ஆனால் கிழக்கு அரேபிய பிரதேசங்கள் ஏகாதிபத்தியம் அதனை உள்வாங்கும் வரை போதிய விழிப்புணர்வற்றே இருந்தன. இதன் தொடர்ச்சியில் இவை 1967ல் அரபு இஸ்ரேல் போரின் போது இஸ்ரேலுக்கு எதிராக ஒன்றிணைந்தன. அதே நேரத்தில் மேற்கு அரேபிய பிரதேசங்கள் பிரான்சின் கட்டுப்பாட்டில் இருந்து கொண்டு ஏகாதிபத்தியத்திற்கு எதிராக போராடின. இவையும் 1967ல் ஒன்றிணைந்தன. அரபுலகில் அக்காலகட்டத்தில் எழுந்த காலனிய எதிர்ப்பு போராட்டமானது பிந்தைய கட்டத்தில் பாலஸ்தீனை அடிப்படையாக வைத்தே சியோனிசத்திற்கு எதிரான போராட்டமாக உருமாற்றம் கொண்டது. ஆனால் காலப்போக்கில் இவற்றின் தேசிய உணர்வு மெல்ல அதிகரித்தது. இதன் தொடர்ச்சி 19 ஆம் நூற்றாண்டிலிருந்து அங்கு அநேக சமஸ்தானங்கள் உருவாவதற்கு வழி வகுத்தது. அவை ஒன்றையொன்று வர்க்க நலன்களில் சார்புடையதாக இருந்தன. இவையே காலப்போக்கில் அவற்றிற்கிடையேயான முரண்பாடுகளுக்கும் வழி வகுத்தது. காலனியத்திற்கு முந்தைய கட்டத்தில் வலுவாக இருந்த விவசாய வர்க்கம் காலனியாதிக்க கட்டத்தில் வணிக பெருங்குடி வர்க்கமாக மாறியது.

முதல் உலகப்போர் காலகட்டத்தில் எகிப்து மற்றும் கிழக்கு அரபு பகுதியில் அரபு தேசிய உணர்வு பரவத்தொடங்கியது. அதே காலகட்டத்தில் மேற்கு அரேபிய பகுதி பிரெஞ்சு ஆதிக்கத்திற்கு உட்பட்ட போதும் இவர்களுக்கும், கிழக்கு அரேபிய மக்களுக்குமான தேசியம் சார்ந்த உணர்வு மனோபாவத்தை யாராலும் உடைக்க முடியவில்லை. இத்தருணத்தில் எகிப்தின் புகழ்பெற்ற பல்கலைகழகமான ஜாமி உல் அஸ்கர் மேற்கு அரேபிய மாணவர்களை வரவேற்கும் இடமாக மாறியது.

இதன் தொடர்ச்சியில் பிரிட்டன் அந்நேரத்தில் அரபுலகில் அதிகார ஆதிக்கம் செய்து கொண்டிருந்த துருக்கிய உதுமானிய பேரரசுக்கு எதிராக அரபுலகினர் பக்கம் சேர்ந்து கொண்டது. இது அக்காலத்திய பிரிட்டிஷ் அரசின் காலனியாதிக்க செயல்தந்திரம். அதாவது ஒரு நாட்டை, பெரும் பிரதேசத்தை ஒன்று காலனியாக்கத்திற்கு உட்படுத்தும் போது காலனிக்கு உட்படும் நாட்டினரின் நேரடியான, உடனடி எதிரி யார் என்று அடையாளம் கண்டு கொள்ளும். பின்னர் அதற்கேற்றவாறு அதில் தன் நகர்வுகளை செலுத்தும். இந்தியாவிலும் இது தான் நடைபெற்றது. பிரிட்டிஷார் இந்து முஸ்லிம் வேறுபாட்டை பயன்படுத்திய விதம் முகலாய அரசுகளை அது வெற்றிக்கொண்ட விதம் போன்றவற்றை குறிப்பிடலாம். அதே நேரத்தில் காலனிய வளர்ச்சியில் உண்மையான எகிப்திய பூர்ஷ்வாக்கள் வளர்ந்தார்கள். விவசாய பெருங்குடிளாக இருந்தவர்கள் பெரும் முதலாளிகளாக மாறினார்கள். இது தொழில்துறை வரை நீடித்தது. நிலத்தை அடிப்படையாக கொண்ட பெரும் பண்ணையார்கள் படிப்படியாக தங்களையும் முதலாளித்துவ முறைமைக்குள் உட்படுத்த தொடங்கினார்கள். மேலும் ஐம்பதுகளில் எகிப்தில் வலுவாக இருந்த மிஸ்ர் குழு எகிப்தில் குடியிருந்த கிரேக்கர்கள், வைதீக கிறிஸ்தவர்கள், யூதர்கள் ஆகியோரிடம் வலுவான தொடர்பை ஏற்படுத்திக்கொண்டு அந்நிய முதலீடுகளை நோக்கி தங்களை திருப்ப தொடங்கியது. இது முதலாளித்துவ போக்கு எகிப்தில் வலுவாக வளர வழிவகை செய்தது. மேலும் தொழிலாளர் வர்க்கம் மிகக்குறைவாக இருந்தது. சிறிய பூர்ஷ்வாக்கள் காபி விடுதிகளில் இருந்து அரட்டை அடிக்க தொடங்கினார்கள். எங்கும் குழப்பம் நிலவியது. ஆக எகிப்து காலனியாதிக்கத்தின் எல்லாவித கூறுகளையும் உள்வாங்கி கொள்ள தொடங்கியது. இந்நிலையில் கிழக்கு மற்றும் மேற்கு அரேபிய பிரதேசங்கள் மௌனத்தின் மொழியை உள்வாங்கியதை போல் பிரெஞ்சு மற்றும் பிரிட்டன் ஆகியவற்றின் காலனியாக்கத்திற்கு தன்னை ஆட்படுத்திக்கொண்டன. அங்கும் விவசாயம் சாராத பெரும் வணிக வர்க்கம் ஒன்று மேலெழுந்து வந்து கொண்டிருந்தது. இவற்றின் தர்க்க ரீதியான தொடர்ச்சி தான் கிழக்கு அரேபியாவின் ஒரு பகுதியான வளைகுடா நாடுகளின் தற்போதைய சமூக பொருளாதார வளர்ச்சி நிலை. ஏகாதிபத்தியத்தினால தாக்கமுற்றிருந்த எகிப்திய பூர்ஷ்வா

வர்க்கம் ஒரே சீரானதாக இருக்கவில்லை. மாறாக அவர்கள் உற்பத்தியின் நிழலாக இருந்தார்கள். அதன் காரணமாக எகிப்து மற்றும் அரபுலகின் மற்ற பிரதேசங்கள் முதலாளித்துவத்தின் அனுபவபாதைக்குள் நுழைய முடியவில்லை. ஆனால் காலனியாக்கத்தின் கூறுகளை உள்வாங்கிக் கொண்டது.

கிழக்கு அரேபிய பகுதிகள் ஏகாதிபத்தியத்தின் வரைகோட்டில் இருந்த போதும் அரபு மற்றும் முஸ்லிம் என்ற பிரக்ஞைக்குள் வலிமையாக இருந்தன. இதே காலகட்டத்தில் பாலஸ்தீன் பகுதிகளில் நிகழ்ந்த யூதக்குடியேற்றமும் அதனை தொடர்ந்த இஸ்ரேல் உருவாக்கமும் இப்பிராந்தியத்தில் மிகப்பெரும் பதட்டத்தை ஏற்படுத்தின. இதற்கான முன்னோட்டம் 19 ஆம் நூற்றாண்டு காலகட்டத்திலேயே தொடங்கி விட்டன. அரபு பிராந்தியம் முழுவதையும் ஆளுகைக்குட்பட்டிருந்த உதுமானிய பேரரசு தன் பிராந்தியத்தில் ஐரோப்பாவின் வணிகம் சார்ந்த முதலீட்டை அனுமதித்ததன் விளைவு இது. இதன் தொடர்ச்சியானது 1948ல் இஸ்ரேலின் உருவாக்கத்திற்கு பெருங்காரணியாக இருந்ததோடு மட்டுமல்லாமல் அரபு தேசியம் குறித்த நுண்ணுணர்வு ஏற்படவும் வழிவகுத்தது. மேலும் பிறைவள நாடுகளான கிழக்கு அரேபிய நாடுகள் முதல் உலகப்போருக்கு பின் தங்களை ஐரோப்பிய முதலாளித்துவத்தோடு அதிகமும் ஈடுபடுத்திக்கொள்ள தொடங்கின. குடிநீர், சாலைவசதி, மின்சாரம், பாலங்கள் போன்ற உள்கட்டமைப்பு சார்ந்த துறைகளில் அதிகமும் ஐரோப்பிய முதலீடுகள் வரத்தொடங்கின. "மானமுள்ள எந்த அரேபியனும் குப்பை அள்ள மாட்டான்" என்பது அக்காலத்திய கிழக்கு அரேபிய நாட்டை சார்ந்த அரேபியர்களின் பிரதான மனோபாவம். இந்த மனோபாவம் தான் அவர்களை பிறநாட்டினர் நோக்கி சார்புபடுத்திக்கொள்ள முக்கியகாரணமாக இருந்தது. இவ்வாறு தங்களை கொஞ்சம் கொஞ்சமாக ஐரோப்பிய முதலாளித்துவ நடவடிக்கைகளோடு ஒன்றுபடுத்த தொடங்கினார்கள். முதல் உலகப்போருக்கு பின் கிழக்கு அரேபிய நாடுகள் இவ்வாறு முதலாளித்துவ கூறுகளை உள்வாங்க தொடங்கிய போது சிரியா அதற்குள் விழவில்லை. அங்கு கிராமப்புறம் சார்ந்த வலுவான விவசாய வர்க்கம் உயிர்ப்புடன் இருந்தது. அதேநேரத்தில் நகர்புறம் சார்ந்த குட்டி பூர்ஷ்வா வர்க்கமும் சமநிலையோடு இருந்தது. இவர்களுக்கு பல ஏக்கர் நிலங்கள்

சொந்தமாக இருந்தன. மேலும் இவர்கள் விவசாய நிலங்களில் புதிய தொழில்நுட்பங்களை பயன்படுத்த ஆரம்பித்தார்கள். டிராக்டர்கள் அறிமுகப்படுத்தப்பட்டன. நிலத்தின் மதிப்பு அதிகரிக்கப்பட்டது. பல நிலங்கள் குத்தகைக்கு எடுக்கப்பட்டு பல மாடி கட்டடங்கள் கட்டப்பட்டன. இந்நிலங்களில் பருத்தி, பார்லி, கோதுமை போன்ற பயிர்கள் பயிரிடப்பட்டு ஐரோப்பிய நாடுகளுக்கு ஏற்றுமதி செய்யப்பட்டன. இது நகர்புறங்களில் மக்கள்தொகையை அதிகரிக்க செய்தது. இதனால் சிரியாவின் மேற்குபகுதியில் விவசாயம் சார்ந்த கிராமப்புற மக்கள் தொகை குறையத்தொடங்கியது. ஐந்து மில்லியனாக இருந்த கிராமப்புற மக்கள்தொகை ஒரு மில்லியனாக குறையத்தொடங்கியது. இதன் தொடர்ச்சியில் 1920-1955 காலகட்டம் வட்டார பூர்ஷ்வா வர்க்கத்தினருக்கு சிறிய அளவிலான வளர்ச்சி கோட்பாட்டின் மீது நம்பிக்கை கொள்ள வைத்தது. இந்த நம்பிக்கை அவர்களை பல திசைகளை நோக்கி பயணம் செய்ய வைத்தது. இதுவே பரிணாமமடைந்த நடப்பு சிரியாவின் வரலாற்று காரணி.

சிரியாவின் சமூக பொருளாதார வளர்ச்சி காரணிகளின் பிரதிபலிப்பு ஈராக்கிலும் நடந்தேறியது. அக்காலத்தில் ஈராக் நகரங்கள் குறைந்த, நாடோடிகள் நிறைந்த பெரும் பாலைவனங்களை உள்ளடக்கி இருந்தது. ஆனால் அங்கு இயற்கை வளங்கள் நிறைந்திருந்தன. அவை அப்பாஸிட், உமய்யத் ஆட்சியாளர்களால் கண்டுபிடிக்கப்படாத ஒன்றாக இருந்தன. இந்நிலையில் 1920ல் பிரிட்டன் அங்கு காலனியத்தன்மையோடு நுழைந்தது. பல நூற்றாண்டுகளாக அழிக்கப்பட்டிருந்த விவசாய நிலங்கள் புனரமைக்கப்பட்டு இனக்குழுக்கள், விவசாயிகள் போன்றவர்களிடம் கையளிக்கப்பட்டன. இவ்வாறான நிலையில் வரலாற்றின் பின் நகர்வுகளோடு மறைந்திருந்த விவசாயம் மறு உற்பத்தி செய்யப்பட்டது. எல்லாவற்றையும் விட முக்கியமாக பெட்ரோலியம் கண்டுபிடிக்கப்பட்டு அதற்கான தனி நிறுவனம் தோற்றுவிக்கப்பட்டது. ஆக பிரிட்டனின் காலனியம் சார்ந்த இச்செயல்பாடு ஈராக்கிய மக்களை தேசியம் சார்ந்த மனோபாவத்தோடு ஒட்டிக்கொள்ள செய்தது. சர்வ-ஈராக் (Pan-Iraq) பிரக்ஞை இதன் மூலம் உருவானது. இது 1958 வரை நீடித்தது.

அரபுலகின் வளர்பகுதியான கிழக்கு அரேபிய நாடுகளில் தேசிய உருவாக்கம் என்பது முஸ்லிம், உதுமானிய பேரரசு மற்றும் அரபு ஆகிய அடையாளங்களோடு தொடர்புறுகிறது. இந்த செயல்பாடே அதன் தேசிய பிரக்ஞை உருவாக்க நிலை. இது முழுக்கவும் 18 மற்றும் 19 ஆம் நூற்றாண்டோடு தொடங்குகிறது. காரணம் அந்த நூற்றாண்டு காலகட்டங்களில் தான் பிரிட்டன் உலகின் பெரும்பகுதியை தன் காலனியாதிக்கத்திற்குள் கொண்டு வந்தது. ஆசிய கண்டத்தில் அது இந்திய துணைக்கண்டம் முழுவதையும் வெற்றிக்கொண்டவுடன் அதன் கவனம் முழுக்கவும் மத்தியகிழக்கு அல்லது அரபுலகை நோக்கி திரும்பியது. இதற்கான பெரும் தடையாக அதற்கு துருக்கிய உதுமானிய பேரரசு இருந்தது. இதனை அரசியல் ரீதியாக எதிர்கொள்வது பிரிட்டனுக்கு மிகப்பெரும் சவாலாக இருந்தது. காரணம் அக்காலத்தில் மத்திய கிழக்கு மற்றும் ஆசியா மைனர் முழுவதையும் உதுமானிய பேரரசு தன் ஆளுகைக்கு உட்படுத்தி இருந்தது. இந்த பிரதேச நீட்சி பிரிட்டனின் இயல்பான காலனியாக்கத்திற்கு பெரும்தடையாக இருந்தது. புவி அரசியல் (Geo political) ரீதியாக இதை எப்படி எதிர்கொள்வது என்பதை பிரிட்டன் தீவிரமாக ஆலோசித்தது. முடிவில் தன் அதிகாரபூர்வ ஒற்றர்களை, மாறுவேடத்தில் களமிறக்க தீர்மானித்தது. விளைவாக கெம்பர் என்ற பிரிட்டிஷ் உளவுத்துறை அதிகாரி களமிறக்கப்பட்டார். அவர் ஒற்றர் என்ற வேடத்தை கலைத்தவராக ஒரு சுற்றுலா பயணி போல் அந்த பாலைவன பிரதேசத்தில் நுழைந்தார். பின்னர் துருக்கி, சிரியா, ஈராக், சவூதி போன்ற நாடுகளுக்கு பயணம் செய்தார். தன்னை ஒரு முஸ்லிமாக உருமாற்றிக்கொண்டார். இந்த தருணத்தில் தான் இஸ்லாமிய வரலாற்றில் மிக முக்கிய திருப்பமாக, தற்கால வஹ்ஹாபிய இயக்கங்களின் தந்தையான அப்துல் வஹ்ஹாப் என்பவர் கெம்பரால் கண்டுபிடிக்கப்பட்டார். அது அரபு வரலாற்றின் மிகப்பெரும் திசைமாற்றமாக இருந்தது. அப்துல் வஹ்ஹாப் தான் பிந்தைய கட்டத்தில் சவூதி அரேபியாவை மையப்படுத்திய சவூத் பரம்பரையினரின் தொடர் ஆட்சிக்கு காரணகர்த்தா. இந்த முதல் வெற்றியின் மூலம் பிரிட்டன் தன் நீண்டகால.திட்டம் நிறைவேறும் என்ற நம்பிக்கை கொண்டது. அதனை நோக்கி தன் செயல்தந்திரங்களையும், உபாயங்களையும் வகுக்க தொடங்கியது. இந்நிலையில் பிரிட்டிஷ் உளவாளியான

கெம்பர் பஸ்ரா நகரில் அப்துல் வஹ்ஹாப் என்ற சீர்திருத்தவாத, தூய்மைவாத சிந்தனைக்கொண்ட ஒருவரை சந்தித்தார். நீண்ட வாதப்போராட்டத்திற்கு பின் அவரை தன் வழியில் கொண்டு வந்து பிரிட்டனின் திட்டத்தை நிறைவேற்றும் காரியத்தை எடுத்துரைத்தார். இறுதியில் துருக்கிய உதுமானிய பேரரசிற்கு எதிரான மனோபாவத்தை அவரிடம் வளர்த்து அதற்கு எதிரான காரியங்களை செய்ய தூண்டினார். முடிவில் பிரிட்டனின் இந்த திட்டம் அப்துல் வஹ்ஹாப் நஜ்தி மூலம் வெற்றிகரமாக நிறைவேற்றப்பட்டது. இந்த வரலாற்று நிகழ்வு பிரிட்டனின் ஆவணங்களில் தெளிவாக காணக்கிடைக்கிறது.

அரபு தேசியவாத்தை பொறுத்தவரை அரபுமொழி, இலக்கியம், கலாசாரம் இவற்றின் ஒட்டுமொத்த வெளிப்பாடாகும். இவற்றின் வரலாற்று ரீதியான பின்னோக்கிய புரிதலே இந்த உணர்வின் தோற்றக்கூறு. வேறு வகையில் இதை மரபு சார்ந்த மீள் உணர்வாக்கம் எனலாம். யூசுப் சௌர் என்ற அரபு எழுத்தாளர் அரபு தேசியவாதத்தை "குறிப்பிட்ட குணாதிசயத்தை உடைய அரபு பிரக்ஞையாக, அதே மாதிரி பொதுவான விருப்பத்தை உள்கொண்ட தகுதியான அரசியலமைப்பை உடைய தேசத்தை கட்டமைப்பதற்கான தீவிர முனைப்புமாகும்". என்பதாக விவரித்தார். அரபு தேசியவாத இயக்கத்தை பொறுத்தவரை மூன்றுவிதமான கூறுகளை கொண்டிருக்கிறது. 1. அரபு தேசம் 2. அரபு தேசியவாதம் 3. சர்வ அரபு ஒற்றுமை. இவை மூன்றையும் அரபுலகினர் மத்தியில் ஏற்படுத்துவதற்கான குறிக்கோளை நோக்கி தன்னை நகர்த்துவதே அதன் பயணமாக இருந்தது. மேலும் ஜமில் அல் செய்யித் என்ற பாத் சோசலிச கட்சியை சார்ந்த அறிவுஜீவி ஒருவர் அரபு தேசம் என்பதை "அரபு மொழி பேசும் மக்கள், குறிப்பிட்ட நாட்டை சொந்தமாக கொண்ட மக்கள் தங்களை அந்நாட்டுக்கு உரியவராக உணரும் போது ஏற்படக்கூடிய ஒன்றாகும்." என்பதாக குறிப்பிட்டார். தேசியவாதம் என்பது தேசிய பிரக்ஞை மற்றும் குணாதிசயங்களின் ஒட்டுமொத்தமாகும். அதே நேரத்தில் சர்வ அரபு வாதம் (Pan-Arabism) என்பது அரபுலகம் முழுவதையும் ஒருங்கிணைத்து ஒரே அரசியலமைப்பின் கீழ் கொண்டு வந்து ஒரு சமஷ்டி அரசு மாதிரியான கட்டமைப்பை ஏற்படுத்துவதாகும்.

அரபு தேசிய இயக்கமானது இரண்டாம் உலகப்போர் காலகட்டத்தில் தீவிரமாக உருப்பெற்றது. 1940 காலகட்டத்தில் பெய்ரூட் அமெரிக்க பல்கலைகழக மாணவர் இயக்கங்கள் வழியாக அது தொடக்கம் கொண்டது.மாணவர் தலைவரான ஜார்ஜ் ஹபாஸ் அதற்கு தலைமை வகித்தார். இவர்கள் எல்லோரும் சேர்ந்து அரபுலகம் அனைத்திற்குமான மாணவர் அமைப்பினை தோற்றுவித்தனர். இதற்கு கான்ஸ்டான்ட் சுரைன் தலைமை வகித்தார். இது சோசலிசம் மற்றும் மதசார்பின்மை ஆகிய இரு சொல்லாடல்களை பிரதானமாக கொண்டிருந்தது. அந்த நேரத்தில் மார்க்சியம் அதற்கு பிரதான தத்துவார்த்த கருவியாக இருக்கவில்லை. இதன் முக்கிய நிலைபாடே அரபு தேசிய வாத உணர்வை அரபுலகம் முழுவதும் அறிவார்ந்த ரீதியாக பரவச்செய்து அதன் மூலம் புரட்சிகர உணர்வை அவர்கள் மத்தியில் ஏற்படுத்துவதாகும். இதை அரபு இனத்தினரின் ஒற்றுமைக்கும், சமூக வளர்ச்சிக்கும் உதவும் ஒன்றாக அவர்கள் பார்த்தார்கள். இதன் தொடர்ச்சியில் அரபு தேசியவாதம் மேற்கத்திய ஏகாதிபத்தியத்திற்கு தீவிர எதிரியாக இருந்தது. மேலும் சியோனிசத்திற்கு மிகப்பெரும் சவாலாக விளங்கியது. அரபுதேசியத்தை அடிப்படையாக கொண்ட மாணவ அமைப்புகள் அரபு பிராந்தியம் முழுவதுமாக பரவி அரபு தேசிய பிரக்ஞையை முன்னெடுத்து சென்றன. குறிப்பாக சிரியா மற்றும் ஈராக் பகுதியில் வேகமாக பரவின. மேலும் ஒரு குழுவினர் எகிப்திய அதிபரான நாசரின் சிந்தனைகளோடு சாய்வு கொள்ள தொடங்கினார். இந்த இயக்கம் ஈராக்கிலும் விரிவடைய தொடங்கியது. இவை ஒவ்வொன்றும் தங்களை ஒவ்வொருவிதமான கருத்தியல் நிலைப்பாட்டில் தகவமைத்து கொள்ள செய்தன. தேசிய இயக்கங்களின் இந்த நிலைபாட்டு தர்க்கவியலானது ஒவ்வொன்றையும் தங்களுக்குள் கருத்தியல் ரீதியான பிளவை ஏற்படுத்த செய்தன. ஹபாஸ் மற்றும் நவப் ஹவாத்மே தலைமையிலானவர்கள் மார்க்சியத்தோடு உறவு கொள்ளத்தொடங்கினர். இந்நிலையில் இந்த இயக்கங்களின் தர்க்க முரண்பாடுகள் உச்சமடைந்து 1970 களில் இயக்கங்களிடையேயான பிளவாக மாறத்தொடங்கின. இந்த பிளவு 1967ல் நடந்த அரபு இஸ்ரேலிய போருக்கு பின் தீவிரமடைந்தது. பிராந்திய தேசிய இயக்கங்கள் தங்களின் வட்டார நலனின் கவனம் செலுத்தத்தொடங்கின. இந்நிலையில் மார்க்சிய சிந்தனை

சாய்வு கொண்ட தேசிய இயக்கத்தினர் ஒருங்கிணைந்து அரபு சோசலிச கட்சியை ஏற்படுத்தினர். இது அரபுலகின் தேசிய சிந்தனையை மீளுருவாக்கம் செய்யும் பணியில் ஈடுபட்டது. மேலும் எகிப்து, சிரியா, ஈராக், குவைத், சவூதி, ஓமன், பஹ்ரைன் போன்ற நாடுகளில் தங்களின் இயக்க பரப்பை விரிவுபடுத்தியது. ஆனால் அவை காலத்தின் இயக்கத்தில் நீண்டு செல்லவில்லை. மாறாக பல்வேறு காரணங்களால் ஒவ்வொரு நாட்டிலும் ஒவ்வொரு விதமாக பரிணாமம் கொண்டு உருமாற்றமடைந்தது. அரபு தேசியவாத கோட்பாட்டின் இந்த ஒட்டுமொத்த வரலாற்று நிகழ்வுகள் இன்றைய புரட்சியின் வேர்பிடிப்பாக இருக்கின்றன. ஒருவிதத்தின் இதை டெல்யூசின் குறுக்கு மடுக்கு (Rhizome) கோட்பாட்டோடு ஒப்பிடலாம். தற்போதைய அரபுலகில் தேசியவாத சிந்தனைகள் நிலவியல் சார்ந்த ஒரே நேர்கோடாக இல்லாமல் நேர்கோடற்ற சிதறல்களாக ஆங்காங்கே வேர்கொண்டிருக்கின்றன. இவை காலத்தில் நகர்வில் இங்கு ஜனநாயக மாற்றத்திற்கான புரட்சியாக மாறியிருப்பது இருபதாம் நூற்றாண்டில் வேர்கொண்ட தேசியவாத சிந்தனைகளின் தர்க்க ரீதியான தொடர்ச்சியே.

Black Sea
Georgia
Russia
Armenia
Azerbaijan
Turkey
Kurdish-inhabited area
Iran
Syria
Iraq
Mosul
Irbil
Karkuk
As Sulaymaniyah
Mahabad
Orumiyeh
Diyarbakir
Aleppo
BAGHDAD
KURD
KURDI
KURDISTAN

குர்த்துக்களின் தோற்றமும் பரிணாமமும்

கிழக்கில் அமைந்திருந்த, அமைந்திருக்கிற கலாசாரங்கள், தேசியங்கள் இவற்றின் வரலாறுகள், வாழ்க்கை முறைகள், வழக்கங்கள் இவற்றின் எதார்த்தமானது மேற்கில் சொல்லப்பட்டதை விடவும் மிகப்பெரியதாக இருக்கிறது.

- எட்வர்ட் செய்த்

மத்திய கிழக்கின் பெரிய இனங்களான துருக்கியர்கள், அராபியர்கள், பாரசீகர்கள் போன்றே குர்துக்களும் அதன் வரிசையில் வரக்கூடியவர்கள். இவர்களின் வாழிடங்கள் ஈராக்கின் வடபகுதியிலும், ஈரானின் வட மேற்கு பகுதியிலும் சிரியா மற்றும் துருக்கியின் குறிப்பிட்ட திசைகளிலும் இருக்கின்றன. எவ்வித வேர்களற்றநிலையிலும் அவர்களின் வாழ்க்கை முறை நகர்ந்து கொண்டிருக்கிறது. குர்துக்களின் வரலாறு அதன் இயக்கப்போக்கில் பல பரிணாமங்களை கொண்டிருக்கிறது. குர்த்துகள் கி.மு ஆறாயிரம் நூற்றாண்டுகளில் வாழ்ந்த கர்டுச்சி இனக்குழுவின் தொடர்ச்சியில் வந்தவர்கள். பிந்தைய வரலாற்றாய்வுகள் அவர்கள் கிரேக்க இனத்திற்கு முந்தையவர்கள் என்பதாக குறிப்பிடுகிறது. கி.மு மூன்றாம் நூற்றாண்டில் கஸைன்கள், மன்னை மற்றும் முஸ்கு போன்ற இனக்குழுக்கள் அசிரிய பகுதியில் வாழ்ந்தன. இவர்களுக்கான வாழ்க்கை முறைகள் இனக்குழுக்களுக்கான கலாசார ஒருமை கூறுகளை கொண்டிருந்தன. இவர்களின் பின் தொடரல் குர்துக்களின் தோற்றத்திற்கு வழிவகுத்தது. மேலும் சாலமன் அரசன் ரோமிலிருந்து பெண்களை கொண்டு வருவதற்கு தன் படைகளுக்கு கட்டளையிட்டதாகவும் அதன்படி அவர்கள் ரோமாபுரி சென்று ஆயிரம் பெண்களை கொண்டு வந்த தருணத்தில் சாலமன் அரசர் இறந்து விட்டதாகவும் பின்னர் அவர்கள் அங்கேயே தங்க

வைக்கப்பட்டு அதன் இனப்பெருக்கமே குர்துக்கள் எனவும் ஒரு தொன்மம் நிலவுகிறது.

அசிரிய ஆவணங்களில் குர்து என்ற பெயர் கி.மு ஆயிரம் ஆண்டிலிருந்து காணப்படுகிறது. அசிரியர்கள் இவர்களை குர்தி என்பதாக பெயரிட்டனர். சிரியா மற்றும் ஆசிய மைனரின் மலைப்பகுதிகளில் இவர்கள் வாழ்ந்தனர். பிற்காலத்தில் இவர்களில் ஒரு பகுதியினர் ஆப்கானின் பலுசிஸ்தான் பகுதியில் குடியேறினர். இவர்கள் மீண்டும் அந்த பகுதிக்கு திரும்பவில்லை. இவர்களின் பரிணாமமே பலூச்சிகள். பலூச்சி மொழிக்கும் குர்து மொழிக்குமான உறவு என்பது இந்த வரலாற்றின் நேரிடையாக இருக்கிறது. பார்சி மன்னன் சைரஸ் குர்துக்களை ஒடுக்கினார். இந்த ஒடுக்கு முறையை குர்துக்கள் எதிர்கொண்டனர். மேலும் அகேமிய, சசானிய, பார்த்தாணிய அரசுகளின் அடக்குமுறைக்கும் ஆளாயினர். சசானிய அரசர் முதலாம் அர்தாசிருக்கும் குர்து அரசருக்கும் இடையே நடந்த போர் பற்றிய வரலாறு Books of the deeds of ardashir son of Babak என்ற நூலில் காணப்படுகிறது. இதில் ஆயிரக்கணக்கான குர்துக்களை முதலாம் அர்தாசிர் கொன்று குவித்தார். அதிக எண்ணிக்கையிலான குழந்தைகள் கொல்லப்பட்டனர். பாரசீக கவிஞரான பிர்தவ்ஸியும் இந்த சம்பவம் பற்றி தன்னுடைய சஹ்னாமாவில் குறிப்பிடுகிறார். பிந்தைய காலகட்டத்தில் சசானியர்களால் குர்துக்கள் அதிக எண்ணிக்கையில் நாடு கடத்தப்பட்டனர்.

கலிபாக்களின் ஆட்சி காலம் குர்துக்களின் நகர்வில் இன்னொரு பரிணாமம். அர்மேனியாவின் சஹாதிகள், அசர்பைஜாவின் ராவான்டிஸ்கள், அனடோலியாவின் ஹஸன்வாயட்கள் போன்றவர்கள் அக்காலகட்டத்தின் குர்து வம்ச அரசுகள். மேலும் அக்காலத்தின் குர்து வம்ச விஞ்ஞானியான அல்-தினாவரி அறிவியலில் குறிப்பிடதக்க பங்களிப்புகளை செய்தார். குர்து இனத்தை பற்றிய வரலாற்றை விரிவாக வெளிக்கொணர்ந்தார். கி.பி 837ல் குர்து வம்சத்தின் ரோசிக் வேன் ஏரிக்கரையில் அக்லாத் என்ற நகரத்தை நிறுவினார். இதன் பின்தொடர்ச்சியை கொண்டு குர்து வம்சம் மத்திய கிழக்கில் தங்களுக்கென குர்திஸ்தான் பகுதியை நிறுவியது. கி.பி பதினொன்றாம் நூற்றாண்டு வாக்கில் செலூசிய துருக்கியர்கள் ஈரானை கைப்பற்றியதுடன் பாக்தாத் நகரையும் கைப்பற்றினர். பின்னர் குர்திஸ்தான்

பகுதியை தங்களுடன் இணைத்துக்கொண்டனர். யாத்ரீகரான மார்கோ போலோ மொஸல் பகுதியில் குர்துக்களை சந்தித்தார். அவர்களுடைய வாழ்க்கை முறைபாடுகளை பற்றி தன்னுடைய நூல்களில் பதிவு செய்திருக்கிறார். இத்தாலிய குர்திஸ்டான மெர்ரே கலட்டி மார்கோ போலோவின் நூல்களை குர்து மொழியில் மொழிபெயர்த்திருக்கிறார்.

பதிமூன்றாம் நூற்றாண்டு குர்துக்களின் துயரமாக இருந்தது. மங்கோலியர்களால் குர்துக்கள் பெரும் கொடூரங்களுக்கு ஆளானார்கள். பதினான்காம் நூற்றாண்டில் தைமூர் குர்துக்களின் நிலப்பகுதியில் பெரும் பகுதியை நாசப்படுத்தினார். இதன் முடிவில் குர்துக்கள் பெரும் இடப்பெயர்வுக்கு உள்ளாக நேர்ந்தது. மங்கோலிய காலத்திற்கு பிறகு இவர்கள் விமோசனமாக அர்தலான், பதினான், பல்திஸ் மற்றும் சோரன் ஆகிய பகுதிகளில் சுதந்திர அரசுகளை நிறுவினர். இந்த நான்கு அரசுகளை பற்றிய குறிப்புகள் ஷரபுதீன் பில்ஸி எழுதிய ஷரப்நாமாவில் காணப்படுகின்றன.

சபாவித் வம்சம் குர்துக்களை மேலும் ஒடுக்கியது. நூற்றுக்கணக்கான குர்துக்கள் அர்மேனிய, அசிரியா, அசர்பைஜான் ஆகிய பகுதிகளிலிருந்து விரட்டப்பட்டு பாரசீகத்தில் தஞ்சம் புக செய்யப்பட்டனர். அவர்களுக்கான தேசிய இனத்தகுதி சிதைக்கப்பட்டது. இதன் நீட்சி இன்னொரு செயல்பாட்டை நோக்கி அவர்களை நகர்த்தியது.

இடைக்கால மத்திய கிழக்கு என்பது குர்துக்களின் பொற்காலமாகும். குர்து படைத்தலைவரான சலாதீன் அய்யூப் மத்திய கிழக்கில் சிலுவை போராளிகளால் கைப்பற்றப்பட்ட பகுதிகளை அவர்களிடமிருந்து மீட்டு அவர்களை ஜெருசலத்திற்குள் நுழையாமல் பார்த்துக் கொண்டார். எகிப்தை தலைமையிடமாக கொண்டு அவர் நடத்திய ஆட்சியமைப்பானது மேற்கத்திய வரலாற்றாசிரியர்களால் இன்றும் குறிக்கப்படுகிறது. அவரின் எல்லையானது அன்டோலியாவிலிருந்து இராக் வரை விரிந்திருந்தது.மேற்கத்திய வரலாற்றாசியர்களான லெஸ்ஸிங் மற்றும் வால்டர் ஸ்காட் ஆகியோர் இவரை நபியின் அடுத்த ஆளுமையாக குறிக்கின்றனர். பதினைந்தாம் நூற்றாண்டின் இறுதிபகுதியில் துருக்கிய உதுமானிய அரசுக்கும் குர்துக்களுக்கும்

அதிகார பகிர்வு குறித்த உடன்பாடு ஏற்பட்டது. இதன்படி குர்து படைத்தலைவரான ஹகிம் இத்ரிஸ் உதுமானிய அரசோடு சேர்ந்து ஈரானின் சபாவித் வம்ச அரசுக்கு எதிராக போரிட்டார். இதன் விளைவாக பாரசீக பகுதி முழுமையும் கைப்பற்றப்பட்டு துருக்கி - ஈரானின் எல்லை வடிவமைப்புக்கு அது உதவியது.

ஈராக் குர்துகளின் பெரும் நிலமாகும். ஈராக்கின் வடபகுதியில் தனித்துவமாக வாழ்கிறார்கள். முதல் உலகப்போருக்கு பின் அவர்களின் தேசிய இன உணர்வு வலுப்பெற்றது. தாங்கள் நேரடியான/ மறைமுகமான காலனிய சூழலுக்குள் உட்படுகிறோம் என்பதை அப்போது தான் பிரக்ஞையுற்றார்கள். காலனிகளில் வன்முறையானது அடிமைப்படுத்தப்பட்ட மனிதர்களை எட்ட நிற்க வைப்பதை மட்டுமே தன் நோக்கமாக கருதுகிறது. அது அவர்களை மனித தன்மையற்றவர்களாக்க முனைகிறது. அவர்களது மரபுகள் மற்றும் மொழியை அழித்து தன்னுடைய மொழி மற்றும் கலாசாரத்தை நுழைக்க அது முயலும். இதை குர்துக்கள் பகுதியாக உணர்ந்து வைத்திருந்தார்கள். 1961 மற்றும் 1975 காலகட்டத்தில் ஈரானின் இராணுவ துணையை வைத்து ஈராக் அரசுக்கு எதிராக போரிட்டனர். இருந்தும் அது குறுகிய காலத்தோடு முடங்கி போனது. சதாம் அதிகாரத்துக்கு வந்த எழுபதுகள் காலகட்டத்தில் குர்து பகுதிகளில் கண்காணிப்பு தீவிரமானது. அவர்களின் சுதந்திரமான உரிமைகள் நுண்மையான முறையில் பறிக்கப்பட்டன. அப்பகுதியில் அரபு மொழியின் ஆதிக்கம் திணிக்கப்பட்டது. வாழ்க்கையை சுயமாக தீர்மானித்து கொள்ள முடியாத மனிதர்களாக அவர்கள் மாறிப்போனார்கள். ஒரு சுயம் சார் சமூக தேடலுக்கான அவசியம் அவர்களுக்குள் ஏற்பட்டது. இதன் நீட்சி தான் தனி குர்திஸ்தான் அமைய வேண்டும் என்ற அவர்களின் கோரிக்கை. இது ஈராக் பிரிட்டிஷ் காலனியிடமிருந்து பிரிந்து தனி அரசாக பிரகடனப்படுத்திய இருபதுகள் காலகட்டத்திலிருந்தே தொடங்கியது. இதன் விளைவாக அன்றைய ஐ.நா சபை (League of nations) ஈராக் மீது இரு நிபந்தனைகளை விதித்தது. ஒன்று பிரிட்டனின் ஆட்சி அங்கு மேலும் இருபத்தைந்தாண்டுகள் நீடிக்க வேண்டும். இரண்டாவது ஈராக் குர்துக்களின் தனித்தன்மையையும், அவர்களின் மொழியையும் அங்கீகரிக்க வேண்டும். இதற்கான பொறுப்பை பிரிட்டன் ஏற்றுக்கொண்டது. ஆனால் பிரிட்டன் குறுகிய காலத்திற்குள் பின்வாங்க தொடங்கியது. இந்நிலையில்

1926ல் ஈராக்கில் குர்து மொழியை ஆட்சி மொழியாக அங்கீகரிக்கும் சட்டம் இயற்றப்பட்டது. இது சில காலத்திற்கு தொடர்ந்தது. ஆனால் பின்தொடர்ந்த காலகட்டங்களில் நிலைமை எதிர்மாறானது. ஆட்சி மொழி எழுத்தளவில் முடங்கி போனது. தொடர்ச்சியாக பல ஆயுத போராட்டங்கள் நடைபெற்றன. இந்நிலையில் 1974ல் ஆட்சி மொழி சட்டம் மீண்டும் இயற்றப்பட்டது. மேலும் கல்வியில் குர்து மொழி அங்கீகரிக்கப்பட்டது. ஆனால் அது சரியான நடைமுறைக்கு வரவில்லை.

ஈராக்கிய பாத் அரசானது குர்துக்களை கடுமையாக நடத்த தொடங்கியது. குர்து பகுதிகளை அரபு மையமாக்க கருதி அவர்களின் சுயாட்சி பகுதியின் எல்லையை சுருக்கி கொண்டது. அவைகள் ஒருங்கிணைந்த அரபு பிராந்தியத்திற்குள் வர வேண்டும் என்று கருதியது. 1971ல் பத்தாயிரத்திற்கும் மேற்பட்ட குர்துக்களை ஈரானுக்கு நாடு கடத்த தொடங்கியது. இரு ஆண்டுகளுக்குப் பின் குர்துக்கள் அதிகமாக வசிக்கும் ஈராக்கின் கிராமமான கிர்கிக்கிலிருந்து ஈராக்கின் இராணுவம் அவர்களை வெளியேற்றியது. 1971க்கும் 1973க்கும் இடைப்பட்ட காலத்தில் ராணுவம் குர்து தலைவரான முஸ்தபா பர்சானியை கொல்ல முயற்சித்தது. 1975ல் சதாம் உசேனுடனான உடன்பாட்டிற்கு பின் முப்பதாயிரத்திற்கும் மேற்பட்ட குர்துக்கள் சந்தேக நடவடிக்கையின் பேரில் கைது செய்யப்பட்டனர். ஈரானுடனான ஈராக்கின் போர் குர்துக்களை பக்கவாட்டில் ஒடுக்க தொடங்கியது. ஈரானுடன் போர் நெருங்கி வந்த சூழலில் ஈராக் குர்துக்களின் போராட்டத்தை முடிவுக்கு கொண்டு வருவதற்கான தருணம் இது தான் என்று கருதியது. 1987ல் ஷேக் வசன் கிராமத்தில் உள்ள எல்லா குர்துக்களும் இராக் அரசின் விஷ வாயுவால் கொல்லப்பட்டனர். அதற்கு அடுத்த வருடத்தில் ஈராக் ஹலப்ஜா நகரத்தில் குர்து பகுதியில் வெடித்த குண்டால் பெரும்பான்மையான குர்துக்கள் இறந்தனர். பத்தாயிரத்திற்கும் மேற்பட்டோர் காயமடைந்தனர். 1985க்கு பிறகு ஈராக் அரசானது குர்துக்களை தொகை இறக்கம் செய்தது. அவர்களின் கிராமங்கள் காலி செய்வதற்கு நிர்பந்திக்கப்பட்டன. 1987க்கு பிறகு அநேக குர்து கிராமங்கள் மட்டமாக்கப்பட்டன. புலம் பெயர்தலுக்கு அவர்கள் உள்ளாக்கப்பட்டனர். அரசின் இத்தகைய ஒடுக்குமுறை நடவடிக்கைகள் குர்துக்களை இயக்கம் சார்ந்த

திரட்சிக்கு உட்படுத்தியது. 1974ல் பல்கலைகழக மாணவரான ஷேக் அப்துல்லா ஒசலான் குர்து தொழிலாளர் கட்சியை ஆரம்பித்தார். இது சுதந்திர குர்துஸ்தானுக்காக போராட தொடங்கியது. இது துருக்கியின் கிழக்கு பகுதியில் இருந்து தன் போர் நடவடிக்கைகளை தொடங்கியது. இந்நிலையில் 1999ல் ஒசலான் கைது செய்யப்பட்டார். இதை தொடர்ந்து இவர்களின் போராட்டம் தீவிரமடைந்தது. குர்துக்களின் இந்த சுய நிர்ணய போராட்டம் வடமேற்கு ஈரானிலும் நீண்டது. இரண்டாம் உலக போருக்கு பிந்தைய காலத்தில் குர்துக்கள் வடமேற்கு ஈரானின் மஹாபத் பகுதியில் சோவியத் யூனியனின் துணையுடன் சுதந்திர அரசை நிறுவினர். இது 1947ல் சோவியத் படையின் பின் வாங்கலோடு உடைந்தது. குர்துக்கள் இந்த தோல்வி இரு ஒடுக்குமுறை அரசுகளுக்கான பலமானது. உலகம் முழுவதும் தேசிய இனபோராட்டங்கள் தீவிரமடைந்து வரும் இக்காலத்தில் மத்திய கிழக்கில் அவர்களின் போராட்டமானது ஆற்று நீரின் ஓட்டமாக சலனமடைந்து வருகிறது. குர்திஸ்தான் உரிமைக்காக ஈராக், ஈரான் துருக்கி மற்றும் சிரியா ஆகிய பகுதிகளில் அந்த நீரோட்டம் விரிவடைகிறது. இருபதாம் நூற்றாண்டில் நடுப்பகுதி வரை காலனியம் வேர்கொண்ட சூழலில் ஒரு நூறாண்டு தாண்டியும் அதன் எச்சம் தொடர்ந்து வருவது நாகரீக மோதலின் இன்னொரு தொடர்ச்சியாகும்.

குர்து அரசர் சலாதீன் - சிலுவைப்போர்களும் வரலாற்றியக்கமும்

ஆயிரம் ஆண்டுகளுக்கு மேலான குர்து தேசிய இன வரலாற்றில் அய்யூபிய வம்சத்தை தோற்றுவித்த சலாதீன் மிக முக்கியமானவர். குர்து அரசர்களில் சலாதீன் மட்டுமே மிக வலுவான படைபலத்தை கொண்டிருந்தார். இவரின் தந்தை நஜ்முதீன் அல் அய்யூப். சலாதீனின் முழுப்பெயர் சலாவுதீன் யூசுப் இப்னு அய்யூப். இவரின் அரச எல்லை என்பது எகிப்து, சிரியா, மெசபடோமியா, ஹிஜாஸ், ஏமன் போன்ற நாடுகளை உள்ளடக்கி இருந்தது. மேலும் லெவென்த், பிராங் போன்ற இடங்களில் கிறிஸ்தவ படைகளை தடுத்து நிறுத்தினார். இவரின் ஆட்சி காலத்தில் தான் சிலுவைப்போரின் மிக முக்கிய கட்டம் நிகழ்ந்தேறியது. அதாவது சிலுவைப்போரின் தொடக்க கட்டத்தில் பாத்திமத் வம்ச அரசர்களிடமிருந்து கைப்பற்றப்பட்ட ஜெருசேலத்தை உள்ளடக்கிய பாலஸ்தீன் பகுதி சுமார் 88 வருடங்கள் ரோமாபுரியின் கட்டுப்பாட்டில் இருந்தது. அதனை வரலாற்று சிறப்புமிக்க காத்தின் என்ற இடத்தில் நடந்த போரின் மூலம் சலாதீன் கைப்பற்றினார். இது தான் மத்திய கிழக்கு வரலாற்றில் அய்யூபிய வம்சத்தின் மிக முக்கிய சாதனை.

சலாதீனைப்பற்றி குறிப்பிடும் முன்னர் மத்தியகிழக்கின் நெடிய வரலாற்றில் மிக முக்கிய குவியமாக இருந்த சிலுவைப்போர்களைப்பற்றி குறிப்பிட்டாக வேண்டும். சிலுவைப்போர்கள் உலகின் இரு பெரும் நாகரீகங்களின் மோதலாக கூட அக்காலத்தில் பார்க்கப்பட்டது. மாபெரும் இரு பிரதேசங்களிடையேயான போராக அது நடந்தது. 11 ஆம் நூற்றாண்டு முதல் 13 ஆம் நூற்றாண்டு வரையிலான இடைப்பட்ட கட்டத்தில் நடந்த சிலுவை போர்கள் மத்திய கிழக்கு பிரதேசத்தில் பிரதிபலிக்கும் நிழலை ஏற்படுத்தி சென்றிருக்கின்றன. இஸ்லாம் ஓர் அரசியல் இயக்கமாக

உருவான பிறகு அதன் தொடர்ச்சியான பிரதேசங்கள் அப்பாஸிட், உமய்யத் என்ற இரு பெரும் பிரிவுகளின் கட்டுப்பாட்டில் வந்தன. உமய்யத்கள் மத்திய கிழக்கு மற்றும் ஐரோப்பாவின் சில பகுதிகளை தங்கள் ஆளுகையின் கீழ் கொண்டு வந்தனர். அவர்களின் ஆட்சியதிகாரம் மத்திய கிழக்கில் நிலையான உள் முரண்பாடுகளுக்கு காரணமானது. நபியின் மரணத்திற்கு பிறகு இஸ்லாமிய சமூக அமைப்பு ஷியா, சுன்னி ஆகிய இரு பெரும் பிரிவுகளாக பிரிந்தது. ஷியாக்கள் கெய்ரோவை ஆட்சி செய்தனர். இவர்கள் பாத்திமத் கலீபாக்கள் என அழைக்கப்பட்டனர். சுன்னிகள் ஸ்பெய்னின் அல்-அந்தலூசியா மற்றும் ஈரான், ஈராக் ஆகிய பகுதிகளை ஆட்சி செய்தனர். இறுதியாக இஸ்லாமிய அரசு என்பது மத்திய ஆசியா முதல் அட்லாண்டிக் கடற்கரை வரை பரவியிருந்தது. அரசின் அதிகாரங்கள் கெய்ரோ, பாக்தாத், கார்டோபா ஆகிய இடங்களில் மையம் கொண்டிருந்தன. மத்திய கிழக்கு பகுதியில் பத்தாம் நூற்றாண்டில் அரபு படையானது வலிமைமிக்கதாக இருந்தது. இவை ஒவ்வொன்றும் அதற்கான சுய பொருளாதார நலன்களை கொண்டிருந்தன. பொருளாதார நலன்கள் பிரதேசம் தாண்டி வேறுபடுகின்றன. அங்கு நிலவும் சமூக முரண்களுக்கு இதுபொருந்தியாக வேண்டும். இஸ்லாமிய அரசுகளின் இந்த நலன்கள் இஸ்லாம் அல்லாத அரசுகளுடான நிலைபாடுகளை வடிவமைப்பதில் முக்கிய பங்கு வகித்தன.

ரோமசாம்ராஜ்யத்தை டையோக்ளசிஸ் என்பவர் கைப்பற்றினார். பிறகு அதிகாரத்தை நிலைப்படுத்துவதற்காகவும், அது தொடர்ந்து கைமாற்றி தரப்படுவதற்கு வழி வகுக்கவும் அதை இரண்டாக பிரிக்க முடிவு செய்தார். மேற்கில் ரோமை தலைநகராக கொண்டு ஓர் அதிபருடைய தலைமையில் மேலை ரோமராஜ்யமும், தெற்கில் துருக்கியில் ஒரு நகரை கொண்டு கீழை ராஜ்யத்தில் ஓர் அதிபருமாக (சீஸர்) கூட்டாக ஆள்வது என தீர்மானிக்கப்பட்டது. இவருக்கு பின் வந்த சீஸர்கள் கூட்டாக செயல்படமுடியவில்லை. ஒரு சீஸரின் மகனாகிய காண்ஸ்டான்டைன் கி.பி நான்காம் நூற்றாண்டில் பிரிந்து கிடந்த ரோமாபுரியை மறுபடியும் ஒன்றாக்கினார். துருக்கியில் தன்னுடைய பெயரை கொண்ட ஒரு நகரை உருவாக்கி அதை ரோமின் தலைநகராக்கினார். அது காண்ஸ்டாண்டி நோபில் (தற்போதைய இஸ்தான்புல்) என்றழக்கப்பட்டது. இவர் தான் ரோமின் முதல் கிறிஸ்தவ சக்கரவர்த்தி. இவர்

அதிகாரமேற்றதும் கிறிஸ்தவத்தை ரோமின் அரச மதமாக அறிவித்தார். கிறிஸ்தவத்தில் பிரிந்து கிடந்த அணிகளை ஒன்றாக்கினார். அதன் மூலம் தனக்கான அதிகார தொடரலுக்கு வழி ஏற்படுத்தினார். இவர் விட்டுசென்ற வழிமுறைகள் இவரை பின் தொடர்ந்தவர்களுக்கு முன்மாதிரியாயின. இவருடைய காலத்தில் ரோமின் கிறிஸ்தவர்கள் ஜெருசலத்திற்கு புனித பயணம் மேற்கொள்வது வழக்கமாக இருந்தது. ஏழாம் நூற்றாண்டில் கலீபாக்களின் கட்டுப்பாட்டில் ஜெருசலம் வந்த பிறகு புனித பயணம் என்பது மோதல்களை ஏற்படுத்தியது. மேற்கிலிருந்து அதிக எண்ணிக்கையிலான யாத்தீரிகர்கள் வர தொடங்கிய பிறகு மோதல்கள் மேலும் நெகிழ்வடைய தொடங்கின. இந்த மோதலின் தொடர்ச்சி போர்கள் மூலம் ஆக்கிரமிப்பை பரிணமிப்பதில் கொண்டு சேர்த்தது. மேற்கின் கிறிஸ்தவம் முதல் சிலுவை போருக்கான தயாரிப்பை எடுத்தது.

ஜெருசலத்தை மீட்பதற்காகவும், அங்குள்ள ஒட்டுமொத்த பொருளாதாரத்தை தங்கள் கட்டுப்பாட்டில் கொண்டு வருவதற்காகவும் மத்திய கிழக்கு மீது படையெடுக்க தீர்மானித்தனர். இதற்கிடையில் முஸ்லிம் உலகம் உள்நாட்டு சண்டைகளால் நிரப்பப்பட்டிருந்தது. முப்பது வருட கால ஷியா-சுன்னி யுத்தம் என்பது இரு பக்கத்திலும் மிகுந்த சேதத்தை ஏற்படுத்தியது. முக்கிய ஆட்சியாளர்கள், அலுவலர்கள், ராணுவ அதிகாரிகள் ஆகியோர் இறந்தனர். மத்திய கிழக்கு வரலாற்றாசிரியர் இப்னுதக்ரிபர்தி 1094 ஆம் வருடம் என்பது கலீபாக்களும், படைவீரர்களும் அதிக அளவில் மரணமடைந்த வருடம் என்கிறார். இந்த மரணங்கள் ஷியா-சுன்னி பிரிவினரிடையே மேலும் பிளவை அதிகரித்தன. இரு தரப்பினரும் ஒருவரை ஒருவர் இஸ்லாமிய விரோதிகளாக அறிவித்துக்கொண்டனர். அன்றைய காலகட்டத்தில் திருச்சபை மேற்கில் அரச விதிகளை தீர்மானிப்பதாக இருந்தது. அன்றைய போப் இரண்டாம் அர்பன் ரோம பேரரசான அலெக்ஸிடத்தில் சிலுவை போருக்கான தயாரிப்பை மேற்கொள்ளுமாறு கேட்டுக்கொண்டார். அந்த போரின் நோக்கம் நீண்ட கால திட்டத்தை உட்கிரகிப்பதாக இருந்தது. இதற்காக போப் இரண்டாம் அர்பன் பிரான்சில் உள்ள கிளர்மென்ட் கவுன்சிலில் ஆற்றிய உரை குறிப்பிடத்தக்கது." பிராங்கின் உயர்ந்த இனம் நம்முடைய கிழக்கத்திய கிறிஸ்தவத்திற்கு

உதவ வேண்டும். அபாயகரமான துருக்கியர்கள் கிழக்கத்திய கிறிஸ்தவ பகுதிகளில் முன்னேறி வருகிறார்கள். கிறிஸ்தவர்கள் தாக்கப்படுகிறார்கள். அவர்களின் ஆலயங்களும், புனித இடங்களும் அழிக்கப்படுகின்றன. புனித ஜெருசலம் அவர்களின் கட்டுப்பாட்டில் இருக்கிறது. புனித சின்னம் அவர்களில் கையிலிருந்து மசூதியாக உருமாறுகிறது. புனித யாத்ரீகர்கள் அலைகழிக்கப்பட்டு புனித இடத்தை தரிசிப்பதிலிருந்து தடுக்கப்படுகிறார்கள். ஆகவே மேற்கு, கிழக்கின் பாதுகாப்பிற்காக புனித பயணம் மேற்கொள்ள வேண்டியது அவசியம். ஏழை பணக்காரன் என்ற பாகுபாடு இல்லாமல் எல்லோரும் போக வேண்டும். அங்கு சென்று அவர்களுக்கு எதிராக சரியான வழியில் போராட வேண்டும். கடவுள் உங்களை வழி நடத்துவார். கிறிஸ்துவிற்காக பணிபுரியும் போது உங்களின் பாவங்கள் மன்னிக்கப்படுகின்றன. இங்கிருப்பவர்கள் ஏழைகளும் பாவத்தால் வருந்துபவர்களுமாவர். அங்குள்ளவர்கள் வசதிவாய்ப்பாகவும், மகிழ்ச்சியாகவும் இருக்கிறார்கள். ஆக தயக்கம் வேண்டாம். அடுத்த கோடைக்காலத்தில் புறப்படுங்கள். கடவுள் விருப்பம் இது." போப் இவ்வாறு உரையாற்றிய மறுநாள் கவுன்சிலானது படைவீரர்கள் புறப்படுவதற்கான எல்லா திட்டங்களையும் தயாரிக்க தொடங்கியது. யாத்ரீகர்கள் உடலில் செஞ்சிலுவையை அணிய தொடங்கினர். அது தான் போர் குறியீடு. சிலுவை என்பது ஹிப்ருக்கள் காலகட்டத்து தண்டனை கருவி. ரோமின் பிஷப் அட்ஹிமர் தான் யாத்ரீகர்களுக்கு சிலுவையை தேர்ந்தெடுத்தார். ஒரு கோடைகால இரவில் அவர்கள் ஜெருசலம் நோக்கி புறப்பட்டனர். ஜெருசலம் அப்போது துருக்கியரின் கையில் இருந்தது. 1099ல் நவம்பரில் ஜெருசலம் முற்றுகையிடப்பட்டது. நாற்பது நாட்கள் முற்றுகைக்கு பிறகு சிலுவை போராளிகள் தங்கள் கனவான ஜெருசலத்தை கைப்பற்றினர். இந்த நாற்பது நாட்கள் முழுவதும் மரணங்களாகவே இருந்தன. முஸ்லிம் ஆண்கள், குழந்தைகள், பெண்கள், அரசு அதிகாரிகள் ஆகியோர் கொல்லப்பட்டனர். இதில் முக்கிய விஷயமே இப்போரில் யூதர்களின் பங்களிப்பு தான். முஸ்லிம்களுடன் இணைந்து அவர்களும் சிலுவை போராளிகளுக்கு எதிராக போராடினர். போரின் போது யூதர்கள் சிலுவை போராளிகளின் தாக்குதலால் அவர்களின் ஆலயங்களில் ஒழிந்து கொண்டனர். போரின் போது அவர்களின் ஆலயம் முற்றுகையிடப்பட்டது. யூதர்கள் வெளியில்

வராதபடி சிலுவை போராட்டகாரர்கள் பார்த்துக்கொண்டனர். சூழ்நிலையின் ஒருங்கிணைவில் ஆலயத்திற்கு தீ வைத்தனர். இதில் ஆயிரக்கணக்கில் யூதர்கள் எரித்து கொல்லப்பட்டனர். தீயிலிருந்து தப்பிக்க எவரும் வெளிவர முடியாத படி சிலுவை படையினர் பார்த்துக்கொண்டனர். இது இன்னொரு நூற்றாண்டிற்கான இருண்ட மேகத்தை உருவாக்கியது. முதல் சிலுவை போரானது ராணுவ யுக்தியின் படி மிகுந்த வெற்றியாகும். வரலாற்றாளர் ரேமண்ட் அகிலஸ் முதல் சிலுவைப்போரின் விளைவாக ஜெருசலம் கைப்பற்றப்பட்டதை விவரிக்கிறார். "படைவீரர்கள் எதிரிகளின் தலைகளை வெட்டினர். மற்றவர்கள் மீது அம்புகள் பாய்ந்தன. இதனால் எதிரிகள் உயர்ந்த கோபுரங்களிலிருந்து கீழே விழுந்தனர். தப்பியோடியவர்கள் துரத்தப்பட்டு அவர்கள் மீது தீப்பந்தம் வீசப்பட்டது. ஜெருசலத்தின் தெருக்கள் எதிரிகளின் கை, கால்கள் மற்றும் தலைகளால் நிரம்பியிருந்தன. குதிரைகள் அதன் மீது ஏறிசென்றன. இந்த விஷயங்களை ஒப்பிடும் போது சாலமனின் ஆலயத்தில் என்ன நிகழ்ந்தது?. உண்மையை சொல்வதென்றால் அது உங்களின் நம்பிக்கை ஆற்றலை மீறியதாக இருக்கும். சாலமனின் ஆலயமும், அவரின் படமும் இரத்தத்தால் மூழ்கியிருந்தது. வெட்டுப்பட்ட உடல்கள் ஆலயத்தினுள் சிதறிக்கிடந்ததால்படைகள் அங்கு செல்ல முடியவில்லை". இவ்வாறாக முதல் சிலுவைப்போர் மிகக்கொடூரமாக இருந்தது. இதில் முன்னோக்கும் விஷயமென்பதே கிழக்கத்திய வைதீக கிறிஸ்தவர்கள் மேற்கத்திய கிறிஸ்தவர்களுக்கு எதிராக திரும்பியதாகும். அவர்கள் மற்ற முஸ்லிம்களுடன் இணைந்து சிலுவை போராளிகளுக்கு எதிராக போரிட்டனர். சிலுவை படைகள்

கிழக்கத்திய கிறிஸ்தவ அறிஞர்களின் நினைவிடங்களை தகர்த்தன. மேலும் ஆபிரகாமின் கல்லறை தகர்க்கப்பட்டது. இந்நிகழ்வு மேற்கத்திய கிறிஸ்தவத்திற்கு எதிராக யூத, முஸ்லிம், மற்றும் வைதீக கிறிஸ்தவர்களை இணைய வைத்தது. சிலுவைப்போரின் வரலாற்றில் இவ்விஷயம் பதிவு செய்யப்படாமல் லாவகமாக தவிர்க்கப்பட்டது மிகப்பெரும் வரலாற்று மோசடியாகும். முதல் உலகப்போருக்கு பின்னர் தான் இது வெளிவந்தது. 1099ல் ஏற்பட்ட முதல் வெற்றிக்கு பிறகு ஜெருசலத்தின் அரசராக காட்பிரே டி பவ்லின் பொறுப்பேற்றார். ஜெருசலத்தில் இப்போர் நடைபெற்றுக்கொண்டிருந்த போது

துருக்கிய கலீபாவான அல்-முஸ்தஹ்ஸிர் அவரின் அரண்மனையில் உறங்கி கொண்டிருந்தார். அந்த அரண்மனை விசாலமாக இருந்தது. ஜெருசலம் வீழ்ந்த சோகத்தில் அங்குள்ளவர்கள் இருந்தனர். இதன் தொடர்ச்சியாக குறிப்பிட்ட கால இடைவெளிகளில் ஆறு பெரும்சிலுவை யுத்தங்கள் நடந்தன. ஆனால் முதல் சிலுவைப்போரின் முடிவுகள் எதிர்பார்த்ததை அளிக்கவில்லை. முதலாம் அலெக்ஸஸ் மத்திய கிழக்கு பகுதி முழுவதும் தன் கட்டுப்பாட்டில் வரும் என்று எதிர்பார்த்தார். ஆனால் அது வேறுவிதமான முடிவுகளை நோக்கி நகர்த்தியது. 1171ல் குர்திஷ் படைத்தளபதியான சலாதீன் கெய்ரோவில் பாத்திமத் வம்சத்தை முடிவுக்கு கொண்டு வந்தார். பின்னர் எகிப்தின் சுல்தானாக தன்னை அறிவித்துக்கொண்டார். அதிகாரத்திலிருந்து படிப்படியாக மற்ற பகுதிகளை கைப்பற்றினார். இதன் பின்னர் சிரியா, எகிப்து ஆகிய பகுதிகளை ஒன்றிணைத்தார். சிலுவை படை அரசுகளை வெல்வதற்காக ஜெருசலம் நோக்கி நீண்ட அணிவகுப்பு நடத்தினார். 1187ல் ஜெருசல அரசனான லுசிக்னன் சலாதீன் படைகளிடம் தோல்வியடைந்தார். விளைவாக ஜெருசலம் அவர்களிடம் இருந்து கைப்பற்றப்பட்டது. இதன் பின்னர் சலாதீன் யூத ஆலயங்களை மறுகட்டுமானம் செய்ய மான்யங்கள் அளித்தார். கிறிஸ்தவ ஆலயங்கள் மீது எவ்வித தாக்குதலும் தொடுக்கப்படவில்லை. முன்னிருந்த நிலை பராமரிக்கப்பட்டது. சலாதீன் எல்லா மதத்தினரையும் சுதந்திரமாக வழிபட அனுமதித்தார். இந்நிலையில் போப் அர்பன் மீண்டும் ஜெருசலத்தை கைப்பற்ற படைகளை அனுப்பினார். ஜெனரல் டயர் என்பவர் இந்த இயக்கத்திற்கு பொறுப்பேற்றார். இவரின் தலைமையிலான படை ஜெருசலத்தை நெருங்க முடியவில்லை. அதற்குள்ளாக முயற்சி முறியடிக்கப்பட்டது. அவர்களால் ஜெருசலத்திலிருந்து வெகுதூரத்திலுள்ள acre பகுதியை மட்டுமே பிடிக்க முடிந்தது. அடுத்த 700 வருடங்களில் அவர்களின் கனவான ஜெருசலம் மீட்கப்படும் என்பது நிறைவேறவில்லை.

சலாதீன் பற்றிய வரலாற்று தரவுகள் இன்றைய காலத்திலும், இதற்கு முந்தைய காலத்திலும் நமக்கு தாரளமாக கிடைத்தன. அவரின் வரலாற்றை அதிகம் வெளிக்கொண்டு வந்தவர்கள் ஹாதி அல் பாதில், இமாத் அல் தீன், இப்னு சாத், இப்னு அத்ர் ஆகிய நான்கு பேர். சலாதீன் ஈராக்கின் நகரான திக்ரித் இல் பிறந்தார். இவரின் குடும்பம் அரபு மயமாக்கப்பட்ட குர்து

இனத்தை சார்ந்தது. இவரின் மூதாதையர்கள் ஆர்மேனியாவை சார்ந்தவர்கள். இவரின் தந்தை நஜ்முதீன் அல் அய்யூப் மற்றும் அவரின் சகோதரரான ஆசாத் உல் சிர்கு ஆகியோர் உள்நாட்டு குழப்பம் காரணமாக 1139ல் மொசுல் நகருக்கு வந்தனர். பின்னர் அவர் செங்கி அரசனின் படைகளில் சேர்ந்தார். செங்கியும் தீர்க்கமாகவும், விவேகத்துடனும் போரிட்டு தன் எதிரிகளிடமிருந்து தன் பிரதேசத்தை காப்பாற்றினார். சலாதீன் சிரியாவில் வளர்ந்த தருணத்தில் படிப்பில் சிறந்து விளங்கினார். இளமைக்காலத்திலேயே இயற்கணிதம், சட்டம், அறிவியல் போன்றவற்றில் சிறந்து விளங்கினார். இந்த ஆற்றல் அவரை பிற்காலத்தில் வீரமிக்க படைவீரராக மாற்றியது. இவரின் இளமைக்காலம் குறித்த விஷயம் சுவாரசியமானது. சிறந்த நாவலுக்கான அடித்தளத்தை அமைக்கும் ஒன்று. ஒவ்வொரு குழந்தையும் தன்னை விட மூத்தவர்களின் வழியாக மாறுகின்றனர். அவர்களை போல் தங்களை போலச்செய்து கொள்வதில் விருப்பமாக இருக்கின்றனர் என்றார் சலாதீன்.மேலும் மதத்தின் மீதான அறிவியல் பார்வை அவரை மதம் நோக்கிய கருணைபார்வைக்கு மாற்றியது. மேலும் அவரின் இளமைக்கால ஆர்வம் இராணுவத்தை விட மதபோதனையாக இருந்தது. இருந்தும் அவரை இராணுவத்தை நோக்கி திருப்பிய நிகழ்வு என்பது சிலுவைப்போராகும். முதல் சிலுவைப்போரில் ஜெருசேலம் கைப்பற்றப்பட்ட நிகழ்வு சலாதீனை அதிகம் பாதித்தது. மேலும் அவர் நபித்தோழரான ஹம்சாவின் வீரத்தைப்பற்றி அதிகம் தெரிந்து வைத்திருந்தார். மேலும் சிலுவைபோராளிகள் தங்களை எதிர்த்து போரிட்ட பாத்திமத் வம்ச போர் வீரர்களை தோற்கடித்து அவர்களின் தலைகளை உருட்டினர். இதன் பாதிப்பு இளமைக்கால சலாதீனிடம் அதிகம் இருந்தது. பிற்காலத்தில் தன் தந்தையின் சகோதரருடன் சேர்ந்து இதை அதிகமும் எதிர்த்தார். சலாதீன் படைகளுடனான மோதலுக்கு பிறகு சிலுவை போராளிகள் நைல் நதியின் அருகே குவிந்தனர். பின்னர் அவர்களை எதிர்த்து சலாதீனின் படைகள் கடுமையாக போரிட்டன. இதன் காரணமாக சிலுவை போராளிகள் பின்வாங்கினர். இந்நிலையில் 1169ன் இறுதியில் பைஸாண்டிய படைகளுடன் தமையத்தா என்ற இடத்தில் கடும் போர் நடந்தது. அதில் சலாதீனின் தந்தையும் கலந்து கொண்டார். இந்த வெற்றிக்கு பின்னர் பாக்தாதை ஆட்சிபுரிந்த

அப்பாஸிட் கலீபாவான அல் முஸ்தன்ஜிதை சந்தித்து அரசியல் ரீதியான பல்வேறு ஆலோசனைகளை நடத்தினார். அப்போது அப்பாஸிட் கலீபா தன் எதிரியான அல் அதிதை சலாதீன் மூலம் பழிவாங்க தீர்மானித்தார். அவரை ஆட்சியிலிருந்து இறக்குமாறு சலாதீனிடம் கேட்டுக்கொண்டார். பின்னர் சலாதீன் தன் குடும்பத்தினருடன் எகிப்துக்கு சென்று அங்கு இஸ்லாமிய மதத்தை பரப்பும் வேலையில், குறிப்பாக சுன்னி பிரிவு இஸ்லாமின் கோட்பாடுகளை குவியப்படுத்தும் வேலையில் தீவிரமாக இறங்கினார். அங்கு மசூதிகளை நிறுவினார். கல்லூரிகள் பல நிறுவப்பட்டன. சலாதீனின் இந்த செயல்பாடுகள் எகிப்திய வரலாற்றில் இன்றும் தொடர்கின்றன. அவரை எகிப்து இன்றும் நினைவு கூர்கிறது. இதன் தொடர்ச்சியில் இன்றைய குர்துகளின் தேசிய போராட்டத்தில் வரலாற்றடிப்படையில் சலாதீன் பெரும் கதாநாயகனாக இருக்கிறார்.

மத்திய கிழக்கு அரசுகளுக்கு எதிரான முதல் சிலுவை யுத்தமே மேற்கு-மத்திய கிழக்கு இடையேயான ஆழமான பிளவிற்கு வழிவகுத்தது. போப் இரண்டாம் ஜான்பால் சிலுவை யுத்ததிற்காக மன்னிப்பு கோரியது வரலாற்றில் பெரும் திருப்பம். 1920ல் முதல் உலகப்போருக்கு பிறகு பிரெஞ்சு ஜெனரல் ஹென்ரி கௌராத் சிரியாவை பிடித்தார். இவர் டமாஸ்கஸில் சலாதீனின் கல்லறை அருகில் நின்று கொண்டு சொன்னார். “சலாதீன் நாங்கள் திரும்பி வந்திருக்கிறோம். எங்கள் புனித சிலுவையை பிறைமீது வைப்பதற்காக”. இருபதாம் நூற்றாண்டின் இடைப்பகுதிகள் மத்திய கிழக்கை வெகுவாக மாற்றி விட்டன. வரலாறும் அதன் இயக்கமும், வளர்ச்சி போக்கும் மத்தியகிழக்கின் நடப்பு வரலாற்றின் மீது மிகுந்த ஆதிக்கத்தை செலுத்துகிறது. தற்போதைய புரட்சி உணர்த்தும் குறிப்பு அதுவாக தான் இருக்க முடியும்.

உதுமானிய பேரரசும் குர்துகளும்

உலக வரலாற்றில் இடைக்கட்டத்தில் உதுமானிய பேரரசு மிகப்பெரும் வல்லரசாக திகழ்ந்தது. வரலாற்றில் அவ்வாறான வல்லரசாக திகழ்ந்தவை மூன்று. ஒன்று துருக்கிய உதுமானிய பேரரசு, இரண்டாவது முகலாய பேரரசு, மூன்றாவது ஈரானின் சபாவித் மத்திய கிழக்கு பிராந்தியத்தின் மிகப்பெரும் சமூக, கலாசார மற்றும் அரசியல் மாற்றங்கள் அவர்களின் காலகட்டத்தில் தான் நடந்தேறியது. உலகின் பேரரசின் வரலாற்றிலே மிக அதிக காலமாக சுமார் 600 ஆண்டுகள் ஆட்சி புரிந்த உதுமானிய பேரரசின் வரலாறு மிக நீண்டது. நீண்ட எல்லையை, நீண்ட காலத்தை உட்கொண்ட வரலாறு அதற்குண்டு. அதாவது உலகின் மிகப்பெரும் பகுதிகளை, இருகண்டங்களை உதுமானிய பேரரசு ஆண்டது. ரோம் முதல் ஹங்கேரி வரை, போலந்து முதல் எமன், யரித்திரியா வரை, அல்ஜீரியா முதல் அசர்பைஜான் வரை, அதாவது தென்கிழக்கு ஐரோப்பாவின் பெரும் பகுதி, மேற்கு ஆசியா முதல் வட ஆப்ரிக்கா வரை இதன் எல்லைகள் நீண்டிருந்தன. இதில் 29 மாகாணங்கள் மற்றும் ஏராளமான வரி செலுத்தும் சிற்றரசுகள் அடங்கியிருந்தன. இவற்றுள் பல பிந்தைய கட்டத்தில் பேரரசின் முழுமையான கட்டுப்பாட்டிற்குள் கொண்டு வரப்பட்டன. இவற்றுள் சுயாட்சி பெற்ற மாகாண அரசுகளும் உண்டு. துருக்கியின் தலைநகரான இஸ்தான்புலை தங்கள் தலைநகராக கொண்டு மத்திய தரைக்கடல் பகுதியின் பெரும் பரப்பை ஆண்ட உதுமானிய பேரரசு கிழக்கிற்கும் மேற்குலகத்திற்கும் இடையே கிட்டத்தட்ட 6 நூற்றாண்டுகள் உறவு கொண்டிருந்தது.

உதுமானிய பேரரசின் வேர் காசி வம்ச அரசோடு தொடர்பு கொண்டது. கி.பி 1300ல் அனதோலிய பிராந்தியமானது செல்பூஜ் வம்சத்தினரால் ஆளப்பட்டு வந்தது. அவர்களின் முடிவுக்கு பிறகு அந்த பிராந்தியமானது பல பகுதிகளாக பிரிக்கப்பட்டது. இது

காசிமேத் என்றழைக்கப்பட்டது. அனதோலியா பிராந்தியத்தின் ஒரு பகுதியை காசிமேத் அரசரான உஸ்மான் ஆட்கொண்டார். அந்த கட்டத்தில் பைசாண்டிய பேரரசு மிக பலவீனப்பட்டு காசிமேத்களிடம் தங்களின் பல பிரதேசங்களை இழந்தது. இந்நிலையில் இடைக்கால துருக்கிய கதையான உஸ்மானின் கனவு குறிப்பிட்டது போல் இளம் துருக்கிய அரசனான உஸ்மான் மூன்று கண்டங்களையும், மத்திய கிழக்கு பகுதி முழுவதையும் தன் அதிகார பரப்பாக்கிக் கொண்டார். அந்த பேரரசிற்கு உலகின் பாரம்பரிய ஜீவநதிகளான நைல், யூப்ரடீஸ், டைக்ரீஸ், தனூபி போன்றவை ஆகப்பெரும் வளமிக்க எல்லைகளாக இருந்தன. அவை நான்கு திசைகளிலிருந்தும் பாய்ந்து உதுமானிய பேரரசை வளமாக்கின. மேலும் அதன் வலுமிக்க அரண்களாக காகஸ், டாரஸ், பல்கான், அட்லஸ் ஆகிய பெரும் மலைத்தொடர்கள் இருந்தன. இதன் தொடர்ச்சியில் முதலாம் உஸ்மான் பைஸாண்டிய பகுதி முழுவதையும் தன் கட்டுப்பாட்டிற்குள் கொண்டு வந்தார். இவரின் காலமானது துருக்கியின் சீர்திருத்தங்களின் தொடக்க காலம். சமூக, பொருளாதார ரீதியாக பல மாற்றங்கள் இக்காலகட்டத்தில் செய்யப்பட்டன. இவரின் காலத்திற்கு பிறகு அவரின் மகனான ஓர்கான் அதிகாரத்திற்கு வந்தார். இவர் தன் அதிகார எல்லையை கிழக்கு மத்தியத்தரைக்கடல் பகுதியிலிருந்து பல்கான் வரை நீட்டித்தார். இவர் பர்ஸா நகரை கைப்பற்றி பின்னர் அதனை தன் தலைநகராக்கிக்கொண்டார். ஓர்கான் தன் பேரரசை மேலும் வளப்படுத்தினார். இவரின் காலத்தில் தான் கட்டிடக்கலையில் புதிய நுட்பங்கள் புகுத்தப்பட்டன. துருக்கிய கட்டடக்கலை என்பது அறிமுகப்படுத்தப்பட்டது. அதன் நுட்ப தாட்பங்கள் பரிணமிந்து சென்றன.

உதுமானிய பேரரசின் ஐரோப்பிய நுழைவின் முக்கியகட்டம் என்பது 1389 ஆம் ஆண்டு கொசாவா பகுதியை கைப்பற்றிய நிகழ்வு. இது செர்பிய ஆளுகையை முடிவுக்கு கொண்டு வந்தது. மேலும் சிலுவைப்போர்களின் உச்சகட்டமாக 1396ல் நடந்த நிகோபலஸ் போரில் உதுமானிய அரசின் ஐரோப்பா நோக்கிய பரவலை பைஸாண்டிய அரசால் தடுக்க முடியவில்லை. அக்காலத்தில் பால்கன் பிரதேசத்தில் உதுமானிய பேரரசின் கட்டுப்பாட்டை யாராலும் தடுக்க முடியவில்லை. பின்னர் ஆட்சி, அதிகார கட்டத்தின் தொடர்ச்சியில் 1402-1413ல் துருக்கியில் பெரும் உள்நாட்டு கலகம் ஏற்பட்டது. இதனைத் தொடர்ந்து உதுமானிய பேரரசு சிதைந்தது. இதனை தொடர்ந்து

ஒன்றாம் மெஹ்மூத் உதுமானிய பேரரசை மறுநிர்மாணம் செய்தார். இந்நிலையில் உதுமானிய பேரரசிற்கு பிராந்திய, பொருளாதார மற்றும் இராணுவ ரீதியாக பல சவால்கள் ஏற்பட்டன. இதன் தொடர்ச்சியில் 1512ல் ஒன்றாம் சலீம் உதுமானிய அரசராக பொறுப்பேற்றுக்கொண்டார். வரலாற்றில் உதுமானிய பேரரசை விரிவாக்கி, அதற்கு சரியான வல்லரசு அடையாளத்தை கொடுத்தவர் சலீம். இவர் காலகட்டத்தில் தான் பேரரசு மிகப்பெரும் இராணுவ பலத்தைப்பெற்றது. 16 ஆம் நூற்றாண்டில் ஐரோப்பாவிற்கு மிகப்பெரும் சவாலாக சலீம் இருந்தார். அரசியல் மற்றும் பொருளாதார பலம் இவர்காலத்திய பேரரசிற்கு மிகப்பெரும் வீச்சாக இருந்தது. மேலும் அரபுலக வரலாற்றில் அதன் முழுப்பிராந்தியமும் இவரின் கட்டுப்பாட்டில் வந்தது. குறிப்பாக 1512-1517ல் எகிப்திய பகுதி முழுவதையும் கைப்பற்றினார். மேலும் இதே காலகட்டத்தில் சிரியா, சவூதியின் ஹிஜாஸ் பாலைவனம் முழுவதும் இவர் கட்டுப்பாட்டில் வந்தது. இவ்வாறாக அரபுலகின் இதயப்பகுதிகள் உதுமானிய பேரரசின் கட்டுப்பாட்டில் கொண்டு வரப்பட்டு, அதன் மூலம் உதுமானிய பேரரசு இஸ்லாமிய உலகின் அதிகாரபூர்வ நபராக மாற்றம் பெற்றது.

குர்துகளின் வாழ்வியலில், அவர்களின் இயக்கத்தில் உதுமானிய பேரரசு மிகப்பெரும் எதிர்கொள்ளலாக இருந்தது. துருக்கிய குர்துகள் பத்தொன்பதாம் நூற்றாண்டின் தொடக்க கட்டத்திலும் முதலாம் உலகப்போருக்கு முந்தைய கட்டம் வரையிலும் மிகப்பெரும் இனக்கொடுமைகளுக்கு உள்ளானார்கள். துருக்கிய குர்துகளின் தேசிய இனப்போராட்டத்தின் மிக முக்கிய பேரினவாதம் என்பது உதுமானிய பேரரசை மையம் கொண்டதாக இருந்தது. சுல்தான் மஹ்மூத் இதன் கதாநாயகராக இருந்தார். அவரின் காலகட்டம் குர்துகளின் வாழ்வில் மிகப்பெரும் துக்ககரமானதாக இருந்தது. குர்துக்களின் வாழ்க்கை நீரோட்டம் வற்றிப்போன நதியாக தொடர்ச்சியற்று சென்றது. பின்னர் சுல்தான் அப்துல் ஹமீத் அதிகாரத்திற்கு வந்தார். அவரின் காலகட்டத்தில் தான் துருக்கி ரஷ்யா போர் ஏற்பட்டது. அந்த கட்டத்தில் ஏராளமான துருக்கிய குர்துகள் அங்கிருந்து புலம்பெயர நேரிட்டது. ஆக உலக வரலாற்றில் உதுமானிய பேரரசு குர்துகள் தங்களின் சுயநிர்ணய உரிமையை கோருவதற்கான மிகப்பெரும் காரணமாக விளங்கியது.

சதாம் உசேனும் - குர்துகளும்

குர்துகளின் வரலாற்றில் ஈராக் உயிர்மையமான பிரதேசமாக இருக்கிறது. காரணம் கி.பி ஏழாம் நூற்றாண்டில் அரபியர்களால் ஈராக் கைப்பற்றப்பட்ட போது அவர்கள் தான் குர்து என்ற சரியான பெயரை வழங்கினர். அதுவரை குர்துகள் நாடோடி இனமாகவே அறியப்பட்டிருந்தனர். மேலும் கி.பி பன்னிரண்டாம் நூற்றாண்டில் தான் அவர்களின் நிலம் குர்திஸ்தான் என்று பெயரிடப்பட்டது. அதாவது அக்காலத்திய துருக்கிய செல்யூஜிக் அரசரான சாஜ்ஜனார் குர்து இனத்தவர் அடங்கிய மாகாணத்தை தனிபிரதேசமாக அறிவித்தார். இதுவே குர்திஸ்தான் என்ற நிலவியல் அடையாளமாக பின்தொடரப்பட்டது. ஈராக்கை பொறுத்தவரை குர்து நிலப்பரப்பின் முக்கிய பகுதிகள் அனைத்தும் இங்கு தான் இருக்கின்றன. யூப்ரடீஸ் மற்றும் டைக்ரீஸ் நதிகள் அதன் பெருமைகளை வெளிப்படுத்துபவை. ஈராக்கின் வடகிழக்கு பகுதிகள் தான் குர்துகளின் வாழிடமாக இருக்கிறது. இந்நிலையில் ஈராக்கின் நீண்ட, கடல்நீரோட்டம் போன்ற வரலாற்று தொடர்ச்சியையும், இருபதாம் நூற்றாண்டில் ஈராக்கின் ஆட்சியாளராக, அதன் முக்கிய கதாநாயகனாக திகழ்ந்த சதாம் உசேன் குறித்தும் விரிவாக ஆராயவேண்டியதிருக்கிறது.

ஈராக்கின் வரலாற்று உருவமாக இன்றும் நிலை கொள்கிற சதாம் உசேன் மரணதண்டனை மூலம் கொல்லப்பட்டு ஆறு வருடங்கள் கடந்து விடப்போகிறது. சதாம் குறித்த சர்வதேச ஊடகங்களின் மதிப்பீடும் கணிப்பும் இருவகையாக இருக்கின்றன. ஒன்று ஏகாதிபத்திய கருத்தியலான அவர் ஒரு சர்வாதிகாரி. மற்றொன்று ஈராக்கை வளர்த்தெடுத்தவர். சதாம் உசேன் குறித்த மரபான, வெறும் ஊடக கருத்துக்கு அப்பால் ஈராக்கின் வரலாறு தெளிவாக இருக்கிறது. மத்திய கிழக்கின் விரிந்த வரலாற்றில் ஈராக்கின் வரைபடத்திற்கு தனித்த நிறம்

இருக்கிறது. அதிகார தன்னிலைகள் அதனை தன்வயப்படுத்தி கொண்ட பிறகும் ஈராக் ஒரு காலத்தின் தகைபாகவே இருக்கிறது.

புராதன ஈராக் வரலாற்றாசிரியர்களால் மெசபடோமியா என்றழைக்கப்பட்டது. மெசபடோமியா என்றால் இரு நதிகளுக்கிடையேயான பகுதி. அதாவது யூப்ரடீஸ் மற்றும் டைக்ரிஸ் என்ற நதிகளுக்கிடையேயான பகுதி. ஈராக்கை வளப்படுத்தி கொண்டிருப்பவை அவை. புராதன ஈராக் சுமேரிய, அசிரிய, அக்கெடிய, மற்றும் பாபிலோனிய நாகரீகங்களை கொண்டிருந்தது. ஈராக்கின் பெரும் நிலப்பரப்பு புவி அரசியல் படி பிறை வளப்பகுதிக்குள் (Fertile crescent) வருகிறது. ஈராக்கின் யூப்ரடீஸ் பகுதி, சிரியா, பாலஸ்தீன், எகிப்தின் நைல் பள்ளதாக்கு, அர்மேனியா, ஈரானின் கிழக்கு பகுதி ஆகியவை இந்த வளப்பகுதிக்குள் வருகின்றன. பாலைவனங்களுக்கு அப்பால் இந்த நிலப்பொதியல் விவசாயத்திற்கும் நீர்பாசனத்திற்கும் ஏற்றதாக இருக்கிறது. பிறை போன்ற வடிவத்தை புவியியல் அடிப்படையில் கொண்டிருக்கும் இவை மத்திய கிழக்கின் உற்பத்தி சமூக கட்டமைப்பை தீர்மானிப்பதில் முக்கிய இடத்தை வகிக்கின்றன. வளமுள்ள ஈராக் ஏழாம் நூற்றாண்டு வரை சசானியர்கள், கிரேக்கர்கள், ரோமானியர்களின் கட்டுப்பாட்டில் இருந்தது. கி.பி எட்டாம் நூற்றாண்டில் அப்பாஸிட்களின் ஆளுகையின் கீழ் ஈராக் வருகிறது. உமய்யத் வம்சத்திடம் இருந்து ஈராக்கை கைப்பற்றிய அவர்கள் பாக்தாதை தங்கள் தலைநகராக அறிவித்தனர். பாக்தாத் மத்திய கிழக்கின் புவியல் கூறுகளின் படி நகரத்திற்கான தன்மை கொண்டது. டைகிரிஸ் ஆற்றின் ஓட்டபாதையிலிருந்து பாக்தாத் 330 மைல் தூரத்தை கொண்டது. கி.பி எட்டாம் நூற்றாண்டில் அப்பாசிய கலிபா அபு ஜாபர் அல் மன்சூர் இதை வடிவமைத்தார். அவரின் கனவு நகரம் வேறு எங்கும் இல்லாத, வரலாற்றில் நிலைத்திருக்கிற ஒன்றாக இருக்க வேண்டும் என்பதாக இருந்தது. தேர்ந்த கட்டிட கலை நிபுணர்கள் அதன் வரைபடத்தை தீர்மானித்தார்கள். அது வட்ட வடிவில் இருக்க வேண்டும் என்பது கலிபாவின் விருப்பம். அவரின் விருப்பப்படியே வட்டவடிவில் தீவிர நகரத்தன்மையோடு அகழிகளுடன் பாக்தாத் வடிவமைக்கப்பட்டது. ஈராக்கின் மற்ற பகுதிகளை விட அதிக மக்கள் நெருக்கத்தை கொண்ட பாக்தாத் உலகின் சில நகரங்களுக்கு மட்டுமே இருக்கிற அனுபூத தன்மையையும், வசீகரத்தையும் உள்ளடக்கி இருப்பது

அதன் குணாம்சம். இஸ்லாமிய வரலாற்றில் உருவான பல தத்துவஞானிகளின் உலாவிடமும், பிறப்பிடமுமாக பாக்தாத் இருக்கிறது. ஈராக் முதல் உலகப்போருக்கு பின் உதுமானிய பேரரசின் பிடியில் இருந்து விடுபட்டு முறைப்படியான நிலப்பகுதியாக மாறுகிறது. ஈராக் இஸ்லாமிய ஆட்சிக்கு முன்பு சசானியர்களின் கட்டுப்பாடில் இருந்தது. சசானியர்கள் காலத்தில் ஈராக் ஒருங்கிணைந்த பகுதியாக அமைந்திருக்கவில்லை. ஈராக் என்ற பெயர் கூட ஏற்படவில்லை. அவர்கள் ஆளுகையின் கீழ் நவீன ஈராக்கின் மையப்பகுதிகள், ஈரானின் சில பகுதிகள் மற்றும் சிரியாவின் தென்பகுதி போன்றவை இருந்தன. சசானியர்கள் பாரசீகத்தையும் சொராஷ்டிர மதத்தையும் அடிப்படையாக கொண்டவர்கள். எல்லா இனக்குழுக்களின் வாழ்க்கை முறைகளோடு இயையும் தன்மை அவர்களிடமிருந்தது. இவர்களின் ஈராக்கில் அராமிக், அரபு, பாரசீக மற்றும் நெஸ்டோரிய, மோனொபிசைட் கிறிஸ்தவர்கள் இருந்தனர். நெஸ்டோரிய கிறிஸ்தவர்கள் சசானியர்களுடன் ஒத்திசைந்தனர். காரணம் அவர்கள் ரோமானிய கிறிஸ்தவத்துடன் முரண்பட்ட தன்மையுடன் இருந்ததே. ரோம் அன்றைய மத்தியகிழக்கு சமூகத்திற்கு புவி அரசியல் படி மிகுந்த சவாலாக விளங்கியது. நெஸ்டோரியர்களின் அறிவுத்துறை நகராக நிஸ்பிஸ் (தற்போதைய துருக்கிய பகுதி) விளங்கியது. இங்கு யூதர்கள் கணிசமாக இருந்தனர். சசானியர்களின் இந்த ஆளுகை கி.பி ஏழாம் நூற்றாண்டின் முந்தைய பகுதியில் நெருக்கடிக்குள்ளானது. கி.பி 627-628 காலப்பகுதியில் பைசாண்டிய பேரரசரான ஹெராக்லியஸ் சசானியர்களிடமிருந்து ஈராக்கை கைப்பற்றினார். பின்னர் பைசாண்டிய பேரரசால் ஈராக்கை தக்கவைக்க முடியவில்லை. பிந்தைய கட்டத்தில் அவர்கள் ஈராக்கை விட்டு வெளியேறினார்கள். ஈராக்கின் முதல் சிவிலிய முரண்பாடு பதூயீன்களுக்கும் சசானியர்களுக்கும் இடையே உருவானது. இந்த முரண்பாடு போராக மாறிய போது அரபு பழங்குடியினர் சசானியர்களிடம் தோல்வியடைந்தனர். இதன் பின்னர் கி.பி 637ல் சாத் இப்னு அபி வக்காஸ் தலைமையிலான படை அல் குதிஷியா என்ற இடத்தில் சசானிய படையுடன் மோதியது. பெரும் உயிரிழப்புகளை ஏற்படுத்திய இந்த போரின் முடிவில் சசானியர்கள் சாத் படையினரிடம் தோல்வியடைந்தனர். பிந்தைய ஆண்டில் அரபுகள் ஈராக்கின் பெரும்பாலான

பகுதிகளை கைப்பற்றினர். சசானிய மன்னான மூன்றாம் யஸ்தரிக் சிறைபிடிக்கப்பட்டு ஈரானுக்கு நாடுகடத்தப்பட்டார். ஈராக் அரபுகளின் ஆளுகைக்கு உட்பட்ட போது வேறொரு பரிணாமத்தை அடைந்தது. கிழக்கு அரேபியா மற்றும் ஓமன் நாட்டில் இருந்து ஏராளமான அரபு பழங்குடியினர் ஈராக்கிற்கு நகர்ந்தனர். அவர்கள் கூபா, அல்-பஸ்ரா மற்றும் மொசல் போன்ற நகரங்களை ஸ்தாபித்து அதில் குடியேறினர். அவர்கள் ஸ்தாபித்த இந்த மூன்று நகரங்களும் ஈராக்கின் வரலாற்று தடயமாக இருக்கின்றன. ஈராக் இப்பொழுது இஸ்லாமிய கலிபாக்களின் கட்டுப்பாட்டில் வந்தது. அது வட ஆப்ரிக்கா முதல் ஆப்கானிஸ்தான் வரை நீண்டிருந்தது. நான்காம் கலீபாவான அலி கி.பி 656ல் தலைமை பொறுப்பிற்கு வந்த பின் ஈராக்கை தன் தலைமையிடமாக வைத்தார். கி.பி 661ல் அவர் கொல்லப்பட்ட பிறகு இஸ்லாமிய உலக ஆளுகை சிரியாவின் உமய்யத் வம்சத்தினரிடம் சென்று சேர்ந்தது. இதனால் ஈராக் அவர்களின் துணைபிரதேசமாக மாறியது. அன்றைய காலகட்டத்தில் ஈராக் அதிக வளமுள்ளதும், அதிக முஸ்லிம் மக்கள் தொகையை கொண்டதாகவும் இருந்தது. இந்த குணாம்சம் பிராந்திய ரீதியான உராய்வுகளை தோற்றுவித்தது. இதன் காரணமாக ஈராக் அரபுகள் சிரிய உமய்யத் வம்சத்துடன் முரண்பட்டனர். கி.பி 680ல் ஈராக்கின் கூபா நகர மக்கள் அலியின் மகனும், நபியின் பேரனுமான உசேனை தங்கள் பகுதிக்கு வருமாறு அழைத்தனர். ஏற்கனவே உமய்யத் வம்சத்துடன் மோதலில் இருந்த உசேன் தனக்கு கூபா தகுந்த புகலிடமாகவும், அங்குள்ளவர்கள் பாதுகாப்பாகவும் இருப்பார்கள் என்று நினைத்தார். அவரின் கனவு வெகு சமீபகாலத்திலேயே தகர்ந்தது. கூபா நகருக்கு சிறு குழுவினருடன் வந்த அவர் அன்றைய உமய்யத் கலிபாவான யசீத்யை எதிர்கொண்டு கூபாவை தன் ஆளுகையின் கீழ் கொண்டு வரலாம் என்று நினைத்தார். ஆனால் நடைமுறை வேறுவிதமாக இருந்தது. இவர் தனக்கு பாதுகாப்பாக இருப்பார்கள் என்று நினைத்த கூபா நகர மக்களின் ஏமாற்றுத்தனத்தை விரைவாகவே எதிர்கொள்ள நேர்ந்தது. கி.பி 680ல் ஈராக்கின் கர்பலா என்ற இடத்தில் கலீபா யசீதின் படைகளுக்கும் உசேனின் சிறுபடைக்கும் இடையே நடந்த போரில் உசேன் மற்றும் அவரின் குடும்பத்தினர் கொல்லப்பட்டனர். இந்த நிகழ்வின் வரலாற்று மற்றும் தர்க்க ரீதியான தொடர்ச்சி இஸ்லாமிய உலகில் ஷியா-

சுன்னி என்ற இரு பெரும் பிரிவின் தோற்றத்திற்கு வழிவகுத்தது. இதன் பின்னர் ஈராக் உமய்யத் வம்சத்தின் முழுக்கட்டுப்பாட்டில் வந்தது.ஈராக்கை இன்னொரு கட்டத்திற்கு அழைத்து சென்றதில் அப்பாஸிட் வம்சம் குறிப்பிட்ட இடத்தை அடைகிறது. கி.பி 749ல் அப்பாஸிட் வம்சத்தை சேர்ந்த அபுல் அப்பாஸ் என்பவர் உமய்யத்களின் தலைநகரான கூபாவை கைப்பற்றி ஈராக்கை தன்வயப்படுத்தினார். அப்பாஸிய புரட்சி ஈராக்கை இன்னொரு புதிய தொடுபுள்ளிகளை நோக்கி நகர்த்தியது. இவருக்கு பின்வந்த அல் மன்சூர் தன்னுடைய தலைநகராக பாக்தாதை நிர்மாணித்தார். அது அமைதியின் நகரம் என்று அறியப்பட்டது. இவரை பின் தொடர்ந்த ஹாரூன் அல் ரஷீத் மற்றும் அல் மாமூன் போன்றவர்கள் ஈராக்கை அறிவியல் மற்றும் வரலாற்று ஆய்வுகளுக்கான தளமாக மாற்றினர். ஹுனைன் இப்னு இசாக் போன்ற மொழிபெயர்ப்பாளர்கள் நியமிக்கப்பட்டு லத்தீன் மற்றும் கிரேக்க அறிவியல், தத்துவ பிரதிகள் அரபு மொழியில் மொழிமாற்றம் செய்யப்பட்டன. ஈராக்கின் முழுப்பகுதிகளும் அவர்களின் கட்டுப்பாட்டில் வந்ததால் அறிவியல் பூர்வமான சாத்தியபாடுகளுக்கும் திட்டங்களுக்கும் அப்பாஸிட்கள் ஈராக்கின் நிலப்பரப்பை பயன்படுத்தினார்கள். இவர்களின் இறுதி கட்டத்தில் ஈராக் உள்நாட்டு போர்களால் கடுமையான பாதிப்புக்குள்ளானது. மேலும் சசானிய காலத்து பன்முகப்பட்ட கலாசாரம், வாழ்க்கை முறை இவற்றை இந்த உள்நாட்டு போர்கள் தொலைத்தன. இப்போது ஈராக்கில் குர்துகள் மற்றும் அரபுகள் ஆகிய இரு இனங்கள் மட்டுமே இருந்தன. குர்துகள் ஆரம்பகால அசிரிய நாகரீகத்தின் வழித்தோன்றல்கள். இவர்களின் வசிப்பிடங்கள் ஈராக்கின் வடபகுதியாக இருந்தன. மேலும் மொசல், திக்ரித் ஆகிய பகுதிகளில் வைதீக கிறிஸ்தவர்கள் இருந்தனர். மேலும் மக்கள் தொகையில் பெரும்பாலானவர்களாக முஸ்லிம்கள் இருந்த கட்டத்தில் அவர்களிடையே ஷியா-சுன்னி என்ற பிரிவின் அடிப்படையிலான மோதல்கள் ஈராக்கின் வீழ்ச்சிக்கு வழி ஏற்படுத்தின.மூன்று நூற்றாண்டுகளின் தொடர்ச்சியில் ஈராக் புவியியல் அடிப்படையில் இரு வேறுபட்ட பகுதியாக விலங்கியது. ஒன்று மேல் ஈராக் மற்றும் கீழ் ஈராக். மேல் ஈராக் பாக்தாத், மொசல் ஆகிய முக்கிய நகரங்களின் சுற்றுப்பகுதியாக இருந்தது. கீழ் ஈராக் அல்வாதி, அல் பஸ்ரா ஆகிய நகரங்களை கொண்டிருந்தது. கி.பி பத்தாம் நூற்றாண்டில்

மேல் ஈராக் பகுதியை உகைலித் என்ற ஷியா பிரிவு பழங்குடி வம்சம் தன் கட்டுப்பாட்டில் வைத்திருந்தது. மத்திய பகுதியை ஈராக் புவாஹித் வம்சமும், கீழ் பகுதியை மயாசித் வம்சமும் தன் கட்டுப்பாட்டில் வைத்திருந்தது. இந்த மூன்று வம்சங்களும் பிந்தைய துருக்கிய செலூசிய படையெடுப்பை எதிர்த்து நின்றன. பின்னர் செலூசிய வம்சத்தின் கட்டுப்பாட்டில் ஈராக் வந்தது. நூறாண்டுகள் செலூசிய ஆட்சிக்கு பிறகு மீண்டும் அப்பாஸிட்கள் ஈராக்கை கைப்பற்றினர். அப்பாஸிட்கள் காலத்து ஈராக் கல்வி துறையில் முன்னேற்றம் கண்டது. இதனிடையே உள்நாட்டு போர்கள் மீண்டும் ஈராக்கை நிலை குலைத்தன. இவை 13 ஆம் நூற்றாண்டில் மங்கோலிய ஆக்கிரமிப்புக்கு ஈராக்கை கொண்டு சென்றது. கி.பி 1243ல் வட ஈரான் முழுவதையும் கைப்பற்றிய மங்கோலியர்கள் இரண்டு ஆண்டுகளில் பாக்தாத் நகரை முற்றுகையிட்டனர். அப்போது ஈராக் அப்பாஸிய கலிபா அல்-முஸ்தஸிம் ஆளுகையின் கீழ் இருந்தது. இவருக்கும் மங்கோலிய படைகளுக்கும் இடையே கடுமையான போர் நடந்தது. மூன்றாண்டுகள் நடைபெற்ற போரில் பாக்தாத் நகரம் வெகுவாக சிதைவுற்றது. அறிவியல் ஆய்வு கூடங்கள், பிற ஆய்வு மையங்கள், நூலகங்கள் போன்றவை தகர்க்கப்பட்டன. எல்லா சிதைவுகளுக்கு பின் பாக்தாத் மங்கோலிய ஆளுகையின் கீழ் வந்தது. பின்னர் கானித் வம்சம், துருக்கிய வம்சம் ஆகியவை ஈராக்கை நூறாண்டுகள் ஆண்டன. பதினாறாம் நூற்றாண்டில் ஈரானில் ஷா இஸ்மாயில் தலைமையில் தோன்றிய சபாவித் வம்சம் அதன் சம காலகட்ட பகுதியில் ஈராக்கை தன் கட்டுப்பாட்டில் கொண்டு வந்தது. ஈராக்கின் கடைசி அரச வம்ச ஆட்சி முறை துருக்கிய உதுமானிய பேரரசோடு நிறைவுற்றது. 16 மற்றும் 17 ஆகிய இரு நூற்றாண்டுகளில் உலகின் பெரும் பகுதியை தன் கட்டுப்பாட்டில் வைத்திருந்த அவர்கள் 16 ஆம் நூற்றாண்டில் மத்திய பகுதியில் ஈராக்கையும் கைப்பற்றினர். துருக்கிய அனதோலிய பகுதி இனக்குழுக்களின் பரிணாம வளர்ச்சியே உதுமானிய பேரரசின் தோற்றத்திற்கு வழி வகுத்தது. தென்கிழக்கு ஐரோப்பா, வட ஆப்ரிக்கா, மற்றும் மத்திய கிழக்கின் பெரும்பகுதியை தன் கட்டுப்பாட்டில் வைத்திருந்த உதுமானிய பேரரசு இஸ்லாமிய அடிப்படை மற்றும் லௌகீக என்ற இரு தளத்திற்கான இடைவெளியில் இயங்க தொடங்கியது. ஈராக்கை பொறுத்தவரை உதுமானிய ஈராக்கை பொறுத்தவரை

விவசாய துறையில் குறிப்பிடதக்க மாற்றம் ஏற்பட்டது. புதிய நீர்தேக்கங்கள் கட்டப்பட்டன. மங்கோலிய தாக்குதலால் சிதைந்த பாக்தாத் நகரம் மீண்டும் சீரமைக்கப்பட்டது. 19 ஆம் நூற்றாண்டின் தொடக்க பகுதியில் ஈராக்கில் பிரிட்டனின் நுழைவு ஏற்படுகிறது. பிரிட்டன் தன் உலகளாவிய காலனியாக்கத்தின் ஒரு பகுதியாக ஈராக்கை அடைவதற்கு அப்போது சோதனை ஓட்டம் நடத்தியது. சுல்தான் அஹ்மத் பாஷா பிரிட்டன் கம்பெனிகளுக்கு ஈராக்கில் அனுமதி கொடுத்து தன் வர்த்தக மற்றும் தகவல் தொடர்பை விரிவுபடுத்துவதற்கான தூண்டு தளமாக இது அமையும் என்று நினைத்தார். பின்னர் அவருக்கே இது பாதகமானதாக அமைந்தது. அவருக்கு

பின் மிதாத் பாஷா ஈராக்கின் கவர்னராக உதுமானிய பேரரசு சார்பில் நியமிக்கப்பட்டார். இவரிடம் பிரிட்டன் சார்பு நிலை எதுவும் இல்லை. பழைய பாக்தாத் நகரின் சுவர்களை இடித்து விட்டு மற்ற நகரங்களை இணைக்கும் சுரங்க பாதைகளுடன் கூடிய சுவர்களை அமைத்தார். மருத்துவமனைகள், ஆடை மில்கள், வங்கிகள், பாலங்கள் போன்றவைகள் நிர்மாணிக்கப்பட்டன. டைகிரிஸ் நதியின் மீதான பாலம் இவரின் ஆட்சியில் தான் கட்டப்பட்டது. நவீன பள்ளிகள், புதிய பாடதிட்டங்கள் போன்றவை அமைக்கப்பட்டன. ஈராக்கின் முதல் பத்திரிகையான அல்-சவ்ரா இப்போது தான் அமைக்கப்பட்டது. மேலும் யூப்ரடீஸ் மற்றும் டைகிரிஸ் வழியாக நீர்வழிப்பாதை அமைக்கப்பட்டது. அவை பாரசீக வளைகுடா கடலுடன் இணைக்கப்பட்டன. நிலங்கள் ஒழுங்குப்படுத்தப்பட்டன. உதுமானிய பேரரசின் நிலச்சட்டத்தோடு பொருந்திய ஒன்றாக அது இருந்தது. இனக்குழுக்களுக்கு நிலங்கள் வழங்கப்பட்டன. விவசாயம் மற்றும் நீர்பாசனம் போன்றவைகளில் தனிக்கவனம் செலுத்தப்பட்டது. துருக்கிய உதுமானிய பேரரசு ஈராக்கை மொசல், அல்-பஸ்ரா, மற்றும் பாக்தாத் என்று மூன்று பகுதிகளாக பிரித்திருந்தது. நிர்வாக வசதி என்பதாக அதன் பிரிவினை காரணம் இருந்தது. 19 ஆம் நூற்றாண்டில் கடைசி பகுதியில் சிரியாவில் உருவாகி, இருபதாம் நூற்றாண்டின் தொடக்கப்பகுதியில் தீவிரமடைந்த அரபு தேசிய வாதம் ஈராக்கையும் உட்கொண்டது. உதுமானிய பேரரசுக்கு பெரும் நெருக்கடியை ஏற்படுத்திய இந்த நிகழ்வானது முதலாம்

உலகப்போர் காலத்தில் உதுமானிய பேரரசின் வீழ்ச்சிக்கு வழி ஏற்படுத்தியது. 1920ல் பிரிட்டனின் கட்டுப்பாட்டில் வந்த ஈராக் அதன் காலனியாக இருந்தது. இந்த காலகட்டத்தில் ஈராக்கில் அரபு தேசிய வாதம் மற்றும் ஈராக் காலனியாதிக்க எதிர்ப்பு போர் தீவிரமடைந்தது. இதன் தொடர்ச்சியில் பிரிட்டன் முந்தைய அரேபிய ஹிஜாஸ் பகுதி ஆளுநராக இருந்த ஹுசைன் இப்னு அலியின் மகனும் அப்போதைய சிரியாவின் ஆளுநருமான பைசலை ஈராக்கின் ஆளுநராக நியமிக்க முடிவு செய்தது. இதற்கெதிரான போராட்டம் ஈராக்கில் வலுவடைந்ததால் அன்றைய பிரிட்டிஷ் காலனிய செயலாளரான வின்சென்ட் சர்ச்சில் அதை கைவிட்டார். அன்றைய பிரிட்டிஷ் அரசு தன்னுடைய காலனிய செயல்திட்டத்தை இந்தியா மற்றும் மத்தியகிழக்கு என்ற இருபகுதியாக பிரித்திருந்தது. மத்திய கிழக்கு விவகாரத்தின் மீது சர்ச்சில் அதிக கவனம் கொண்டிருந்தார். ஈராக்கின் விடுதலை போராட்டம் தீவிரமடைந்த கட்டத்தில் பிரிட்டன் அங்கிருந்து வெளியேற முடிவு செய்தது. 1930ல் இரு தரப்பினருக்குமிடையே ஒப்பந்தம் கையெழுத்தானது. அதற்கு பிந்தைய ஆண்டில் ஈராக்கிற்கும் குவைத்திற்கும் இடையே எல்லை தொடர்பான ஒப்பந்தம் ஏற்பட்டது. இரு தரப்பினரும் ஒப்பந்த கடிதத்தை பரிமாறி கொண்டார்கள். குறிப்பாக புபியான் மற்றும் வர்பா ஆகிய தீவுகளை உரிமை கொண்டாடுவதற்கான ஒன்றாக அது இருந்தது. ஆனால் அந்த ஒப்பந்தம் ஈராக்கின் அரசியலமைப்பு சட்டத்தால் அங்கீகரிக்கப்படவில்லை. இந்த குளறுபடியே எதிர்காலத்தில் ஈராக்-குவைத் போருக்கு வழிவகுத்தது. 1932ல் நாடுகளின் கூட்டமைப்பு (League of nations) ஈராக்கை சுதந்திர தேசமாக முறைப்படி அங்கீகரித்தது. இன்னும் பல அரபு நாடுகள் சுதந்திரம் அடையாத சூழலில் அக்காலகட்டத்தில் முதன் முதலாக சுதந்திர கட்டமைப்பு, இறையாண்மை கொண்ட நாடாக ஈராக் விளங்கியது. இருபதாம் நூற்றாண்டு ஈராக்கின் வரலாற்று உருவமாக சதாம் உசேன் இருக்கிறார். சதாம் ஈராக்கின் கட்சி ஆட்சியமைப்பு முறையின் இடைக்கால வளர்ச்சியில் வந்தவர். 1943ல் மிசேல் அப்லாக் மற்றும் சலாதீன் பித்தர் ஆகியோர் சிரியாவில் ஏற்படுத்திய பாத் சோசலிச கட்சியின் பின் தொடரல் சதாம். பாத் கட்சி 1947ல் அதற்கான அரசியல் அமைப்பு சட்டத்தை வரைந்து கொண்டது. இஸ்லாமின் நேர்மறையான மதிப்புகளை அங்கீகரித்தல், வர்க்க

பிரிவினையை ஒழித்தல்,ஏகாதிபத்திய மற்றும் காலனிய எதிர்ப்பு ஆகியவற்றை மையமாக கொண்டு இயங்கியது. அதன் கட்டமைப்பு மையப்படுத்தப்பட்ட ஒன்றாகவும், அதிகாரத்தனமானதாகவும் விளங்கியது. இதன் தொடர்ச்சியான சதாம் 1937ல் வட ஈராக் பகுதியான திக்ரித்-ல் விவசாய குடும்பம் ஒன்றில் பிறந்தார். சிறுவயதில் சதாமுக்கு பாத் கட்சியின் கருத்தமைப்பு வெகுவான ஈர்ப்பை தந்தது. 1957ல் பாத் சோசலிச கட்சியில் இணைந்த சதாம் அதன் தீவிர செயல்பாடுகளில் தன்னை இணைத்து கொண்டார். 1959ல் அப்போதைய ஈராக்கின் பிரதமர் அப்துல் கரீம் காசியை கொல்ல நடந்த முயற்சியில் சதாமின் பங்களிப்பும் குறிப்பிடதக்க முறையில் இருந்தது. அத்தருணத்தில் காசி சின்ன காயங்களோடு உயிர்தப்பினார். அதற்காக சதாம் ஈராக் இராணுவத்தின் கண்களில் படாமல் தப்பித்து சிரியா, எகிப்து என சென்றார். பின்னர் எகிப்தில் சட்டக்கல்லூரி ஒன்றில் சேர்ந்த சதாம் அங்கு சட்டம் பயின்றார். பிந்தைய ஆண்டுகளில் பாக்தாத் நகருக்கு வந்து அங்கு தன் படிப்பை தொடர்ந்தார். அவர் படிப்பை நிறைவு செய்த கட்டத்தில் 1963ல் ஈராக்கின் பாத் சோசலிச கட்சி முதன் முதலாக ஆட்சியை கைப்பற்றியது. அப்துல் சலாம் ஆரிப் என்பவர் அதிபராக பொறுப்பேற்றார். அவரின் ஆட்சி வெறும் பத்து மாதங்கள் மட்டுமே அதிகாரத்தில் இருந்தது. ஆரிபின் ஊழல்கள் மற்றும் குர்துக்களின் போராட்டம் ஆகியவை காரணமாக சொல்லப்பட்டது.அந்த கட்டத்தில் ஏற்பட்ட புரட்சி காரணமாக சதாம் கைது செய்யப்பட்டு சில வருடங்கள் சிறைவாசம் அனுபவித்தார். இரு ஆண்டுகளில் சிறையில் இருந்து தப்பித்தார். 1968ல் பாத் கட்சி ஈராக்கில் மீண்டும் ஆட்சியை கைப்பற்றியது. அஹ்மத் ஹசன் அல் பக்கர் தலைமையில் அரசு பொறுப்பேற்றது. அந்த அரசில் இளைஞரான சதாம் முக்கிய பொறுப்பை வகித்தார். அந்த காலப்பகுதியில் தான் தனியார் வசம் இருந்த ஈராக்கின் எண்ணெய் நிறுவனம் தேசியமயமாக்கப்பட்டது. அதற்கு சதாம் முக்கிய தூண்டலாக இருந்தார். ஆரிபின் ஆட்சியில் ஈராக்கில் போராட்டங்கள் நடத்திய பலர் கொல்லப்பட்டனர். குறிப்பாக ஈராக் கம்யூனிஸ்ட் கட்சியை சார்ந்தவர்கள் சிறைபிடிக்கப்பட்டு கொல்லப்பட்டனர். இதன் காரணமாக ஈராக் சோவியத் யூனியனின் ஆதரவை இழந்தது. பாத் சோசலிச கட்சிக்கும் ஈராக் சோசலிச கட்சிக்கும் இடையே அணுகுமுறையிலும்,

கருத்தளவிலும் வித்தியாசங்கள் இருந்தன. 1968ல் ஆரிபின் விலகலுக்கு பிறகான ஹசன் அல் பக்கரின் ஆட்சியில் இந்நிலைமை மாற தொடங்கியது. 1967ல் நடந்த அரபு-இஸ்ரேல் ஆறு நாள் போரானது அரபு பிராந்தியத்தில் பெரும் தாக்கத்தை ஏற்படுத்தியது. அரபு நாடுகள் எல்லாம் தங்களின் சுய-பாதுகாப்பு குறித்த மீள் உணர்வை ஏற்படுத்தி கொண்டன. ஈராக்கின் அதிபர் ஹசன் அல் பக்கர் சதாமின் தாய்வழி உறவினர். ஓரளவு அனுசரனதன்மை கொண்டவர். அதிகாரம் குறித்த தெளிவுடையயவர். இருந்தும் சதாம் உசேன் தான் இவருக்கு ஆட்சியமைப்பு குறித்த ஆலோசனைகளை வழங்கினார். அந்த தருணத்தில் ஈராக்கின் தலைமை இராணுவ தளபதியாகவும், புரட்சிகர குழுவின் தலைவராகவும் சதாம் இருந்தார். 1978ல் சூயஸ் கால்வாய் சம்பந்தமாக இஸ்ரேல்- எகிப்து இடையே ஒப்பந்தம் ஏற்பட்டது. இது மற்ற பிராந்தியங்களின் மீது பிரதிபலிப்பை ஏற்படுத்தியது. சதாம் இதை கடுமையாக எதிர்த்தார். மற்ற அரபு நாடுகள் எகிப்துடனான தன் உறவை துண்டிக்க வேண்டும் என்றார். இதற்கிடையில் அதிபர் அல் பக்கர் உடன் பல விஷயங்களில் சதாமுக்கு கருத்து வேறுபாடு ஏற்பட்டது. எகிப்து, இஸ்ரேல், எண்ணெய் வளம், ஈராக்கின் உள்நாட்டு போர் போன்றவற்றில் சதாமுக்கு முரண்பாடுகள் ஏற்பட்டன. இதனால் அவரின் பாத் கட்சிக்குள்ளும், வெளியிலும் பக்கர் பதவி விலக வேண்டும் என்ற கோரிக்கை வலுவடைந்தது. பாத் கட்சியை பொறுத்தவரை ஸ்டாலினை பின்பற்றி ஒரு கட்டத்தில் சர்வாதிகாரமாகவே சென்றது. 1963க்கு பிறகு அந்த கட்சியில் எந்த உரையாடல்களும் அனுமதிக்கப்படவில்லை. கட்சிக்குள்ளும் அதற்கு வெளியிலும் எவ்வித எதிர்தன்மையும் ஏற்றுக்கொள்ளப்படவில்லை. கட்சியின் கருத்தியல் அமைப்பு தனிமைப்பட்டு அரசில் உள்ள பாதுகாப்பு அதிகாரத்தை சமன்செய்ய முடியாததாக இருந்தது. இந்த நிலையில் சதாம் 1968க்கும் 1970க்கும் இடைபட்ட கட்டத்தில் எதிர்கொள்ள முடியாத தலைமை பாதுகாப்பு அதிகாரியாக மாறினார். ஒரு காலத்தில் கட்சிக்குள் தன்னை எதிர்த்தவர்களிடம், முரண்பட்டவர்களிடம் தவிர்க்க முடியாத நபராக சதாம் இப்போது திரும்பினார். இது நடப்பு அதிபரான அல்-பக்கரை பதவியை விட்டு விலக வைத்தது. எகிப்து, சிரியாவுடனான உறவை தொடர்வதில் சிக்கல் ஏற்பட்டதால் பக்கருக்கு பதவி

விலக கடும் நெருக்கடி கொடுக்கப்பட்டன. இதனால் 1979ல் உடல்நிலையை காரணம் காட்டி அல்-பக்கர் பதவி விலகினார். இதனை தொடர்ந்து சதாம் அதிபர் பொறுப்புக்கு வந்தார். சதாம் அதிபர் பொறுப்பை ஏற்றபின் இரு சவால்கள் அவர் முன் காத்திருந்தன. ஒன்று டேவிட் முகாம் ஒப்பந்தம் என்ற இஸ்ரேல்-எகிப்து ஒப்பந்தம். மற்றொன்று 1979ல் ஈரானில் ஏற்பட்ட புரட்சி. சர்வாதிகார ஷாவை தூக்கி எறிந்து விட்டு பொறுப்பு வந்த கொமைனியின் அரசு உலகின் கவனத்தை ஈர்த்தது. மேலும் எகிப்து-இஸ்ரேல் எல்லை தொடர்பான ஒப்பந்தம் சதாமை எகிப்திய அதிபர் அன்வர் சதாத் மீதான கருத்து உராய்விற்கு வழி வகுத்தது. அந்த கால கட்டத்தில் சிரியாவின் அதிபராக இருந்த ஹாபிஸ் அல் ஆசாத் ஈராக்குடன பொருளாதார, அரசியல் உறவை வைத்திருந்தார். இருவருமே பாத் கட்சியின் அதிபர்கள். இந்த இரு நாட்டு கட்சிகளுக்கிடையேயான உறவு முறை சீரற்றதாக இருந்தது. எகிப்தின் டேவிட் முகாம் ஒப்பந்தத்தை தொடர்ந்து ஈராக் அரபு நாடுகளின் ஒருங்கிணைவிற்கு அழைப்பு விடுத்தது. அந்த ஆண்டில் நடைபெற்ற அரபு நாடுகளின் மாநாட்டில் சதாம் மிகுந்த ஆவேசமாக பேசினார். சிரிய அதிபரான ஹாபிஸ் அல் ஆசாத் சவூதியை நோக்கி "நீங்கள் ஒருங்கிணைவிற்கு வராவிட்டால் உங்கள் படுக்கையறையில் கூட போர் நிகழும் என்றார். தீவிர விவாதங்களுக்கு பிறகு எகிபதிய அதிபர் அன்வர் சதாத்துக்கு கண்டனம் தெரிவிக்கப்பட்டதுடன் எகிப்துடன் அரபு நாடுகள் உறவை துண்டிக்க வேண்டுமென்ற தீர்மானம் நிறைவேற்றப்பட்டது. ஈரானிய புரட்சி ஈராக்கில் ஷியாக்கள் மத்தியில் மிகுந்த எழுச்சியையும், நம்பிக்கையையும் தோற்றுவித்தது. ஷியாக்கள் அரசதிகாரம் பற்றிய தங்கள் உணர்வை வெளிப்படுத்தினர். அன்றைய ஈராக்கின் மக்கள் தொகையில் 50 சதவீதம் இருந்த ஷியா பிரிவினர் தங்களுக்கான சுய அதிகாரம் குறித்த தேடலை தொடங்கினர். இதற்கு ஈரானின் மறைமுக ஆதரவும் இருந்தது. சதாமின் காலத்தில் ஈராக்கில் ஷியாக்கள் கட்சியிலும், ராணுவ அதிகார பதவிகளும் குறைந்த அளவில் இருந்தனர். இது அந்நியமான உணர்வை அவர்கள் மீது ஏற்படுத்தியது. இந்த காலகட்டத்தில் கொமேனி ஆதரவு ஊர்வலங்கள் ஈராக்கில் வழக்கமான ஒன்றாக இருந்தன. இதற்கிடையில் ஈராக் தங்கள் எண்ணெய் வயல்களை ஆக்கிரமிப்பதாக ஈரான் மீது குற்றஞ்சாட்டியது. கொமைனியின்

ஆதரவு போராட்டங்கள் ஈராக்கின் ஷியாபிரிவு தலைவரான அல்-சதர் தலைமையில் நடைபெற்றன. சதாம் 1980ல் இந்த போராட்டங்களை கடுமையாக ஒடுக்க வேண்டும் என்று தன் இராணுவத்தினருக்கு உத்தரவிட்டார். பத்தாயிரம் மேற்பட்டோர் சிறை பிடிக்கப்பட்டார்கள். அதில் பலர் கொல்லப்பட்டனர். ஆயிரத்துக்கும் மேற்பட்டோர் ஈரான் எல்லைக்கு விரட்டப்பட்டனர். இதன் காரணமாக ஈராக்கில் ஷியாக்களின் எழுச்சி தற்காலிகமாக அடக்கப்பட்டது. இந்நிலையில் ஈராக், ஈரானில் கொமைனியின் அதிகாரம் தங்கள் நாட்டுக்கு பெரும் சவாலாகவும், அதன் மூலம் தங்கள் நாட்டு ஷியாக்கள் அதிகாரத்தை கைப்பற்றி விடக்கூடும் என்று பயந்தது. மேலும் அன்றைய கட்டத்தில் ஈராக் ஈரானை விட ராணுவ ரீதியாக வலுவாகவும், பலமானதாகவும் இருந்தது. சதாம் கொமைனியை வீழ்த்தி விட்டு அங்கு தனக்கு அனுகூலமான அரசை ஏற்படுத்த வேண்டும் என்று விரும்பினார். ஈராக்-ஈரான் எல்லைகள் நிர்ணயம் தொடர்பாக 1975ல் இரு தரப்பினருக்கும் இடையே ஏற்பட்ட ஒப்பந்தம் கேள்விக்குள்ளான நிலையில் இருந்தது. சத் அல் அரப் என்ற பாரசீக வளைகுடா பகுதி நீர்வழி பாதை குறித்து இரு தரப்பினருக்கும் இடையே முரண்பாடு தீவிரமானது. 1980ல் ஈராக் படைகள் ஈரானிய எல்லையில் தாக்குதல் நடத்தின.ஈராக் ஈரானின் எண்ணெய் வயல்கள் மீது வான்வெளி தாக்குதல் நடத்தியது. ஈரானின் கொராசான் நகரை ஈராக்கிய படைகள் முற்றுகையிட்டன. இந்த காலகட்டத்தில் ஐ.நா பாதுகாப்பு சபை இரு நாடுகளும் போர்நிறுத்தம் செய்ய வேண்டும் என்று தீர்மானம் நிறைவேற்றியது. அப்போது சதாம் ஈரான் முதலில் சமாதானத்திற்கு வந்தால் தானும் அதற்கு தயாராக இருப்பதாக கூறினார். இதற்கு முரணாக ஈரான் கூறவே போர் தொடர்ந்து நடைபெற்றது.அந்த கட்டத்தில் அமெரிக்க ஈரானுக்கு எதிராக சதாமுக்கு ஆயுதங்களை கொடுத்தது. அதில் வேதியல் மற்றும் உயிரியல் ஆயுதங்களும் இருந்தன. ஒரு கட்டத்தில் போர் தீவிரமடைந்து ஈரான் பலவீனமடையும் சூழலுக்கு சென்றது. இப்போது ஈரானுக்கு பிரான்ஸ், மற்றும் சோவியத் யூனியன் உதவி செய்தது. தொடர்ந்து ஈரான் ஈராக்கின் புகழ்பெற்ற அல்-பஸ்ரா நகரை தாக்கியது. பெரும் உயிர்சேதங்கள் ஏற்பட்டன. இதற்கு பதிலாக ஈராக் ஈரானின் கொரசான் நகர் மீது கடுமையான தாக்குதலை தொடுத்தது. மேலும் ஈராக்கிய டாங்குகள் ஈரானின்

கர்க் தீவுகள் மற்றும் எண்ணெய் வயல்களை ஆக்கிரமித்தன. இரு தரப்பிலும் எட்டாண்டுகளாக நடைபெற்ற போரானது பெரும் உயிர் மற்றும் பொருட்சேதங்களையும், அழிவையும் ஏற்படுத்தியது. இந்நிலையில் 1987ல் ஐ.நா பாதுகாப்பு சபை மீண்டும் உறுதியான போர் நிறுத்த தீர்மானத்தை நிறைவேற்றியது. இதை இரு தரப்பினரும் ஏற்றுக் கொண்டனர். இதில் ஈரான் ஈராக்கை ஆக்கிரமிப்பாளராக அறிவிக்கும் படியும், அதற்கான போர் இழப்பீட்டையும் கோரி நின்றது. 1988ல் இரு நாட்டு வெளியுறவு அமைச்சர்களும் ஜெனிவாவில் சந்தித்து போர் நிறுத்த ஒப்பந்தத்தை உறுதி செய்து கொண்டனர். மேலும் இருதரப்பினரும் போர்க்கைதிகளை விடுவிக்க ஒப்புக்கொண்டனர். இந்த போர் ஈராக்கின் தென்கிழக்கு பகுதியையும், ஈரானின் மேற்கு பகுதியையும் வெகுவாக நிர்மூலமாக்க செய்தது. இதன் பின்னர் ஈராக் மற்ற வளைகுடா நாடுகளுடன் பொருளாதார, அரசியல் ஒப்பந்தம் செய்து கொண்டது. குறிப்பாக 1989ல் பஹ்ரைன், மற்றும் சவூதி அரேபியாவுடன் ஆக்கிரமிப்பற்ற ஒப்பந்தம் ஒன்றை வரைந்து கொண்டது. போருக்கு பிந்தைய ஈராக் பொருளாதார ரீதியாக கடும் பாதிப்புக்குள்ளானது. எண்ணெய் நிறுவனங்கள் கடும் நிதி நெருக்கடியை எதிர்கொண்டன. அந்நிய கடன் அதிகரித்தது. உணவு பற்றாக்குறையை நோக்கி ஈராக் சென்றது. இதன் காரணமாக ஈராக் உள்நாட்டு நெருக்கடியை சந்தித்தது. இந்நேரத்தில் சதாம் உசேன் இந்த சிக்கல் விரைவில் தீர்ந்து விடும் என்று அறிவித்தார். இந்நிலையில் குவைத் எண்ணெய் உற்பத்தியை அதிகரித்து ஈராக்கிற்கு வர்த்தக ரீதியான போட்டியை ஏற்படுத்தியது. சதாம் இதற்கு கடும் எதிர்ப்பு தெரிவித்தார். குவைத் எண்ணெய் உற்பத்தியில் பிராந்திய கட்டுப்பாட்டை கடைபிடிக்க வேண்டும் என்றும் அதன்மூலம் பெட்ரோல் மீதான உற்பத்தி பலன் தங்களுக்கு திரும்பும் என்று அறிவித்தார். மேலும் குவைத் ஈராக்கின் சில பகுதிகளை ஆக்கிரமித்திருப்பதாக ஈராக் குற்றஞ்சாட்டியது. எண்ணெய் வளத்தை திருடியிருப்பதாகவும் அதன் மூலம் தங்களுக்கு பெரும் இழப்பு ஏற்பட்டிருப்பதாகவும் அறிவித்தது. எண்ணெய் விலையில் ஏற்பட்ட பெரும் சரிவு ஈராக்கிற்கு பொருளாதார ரீதியாக பெரும் பாதிப்பை ஏற்படுத்தியது. ஒன்று ஈரான் போருக்கு பிறகான உள்நாட்டு சீரமைப்பு, இன்னொன்று தன் ராணுவ கட்டமைப்பை மீள் உருவாக்கம் செய்வதற்கான தேவை.

இரண்டிற்கும் இந்த இழப்பு பெரும் பாதிப்பை ஏற்படுத்தியது. அதே ஆண்டில் நடைபெற்ற பெட்ரோலிய ஏற்றுமதி கூட்டமைப்பு நாடுகளின் (Organisation for petroleum exporting countries) கூட்டத்தில் குவைத்தின் எண்ணெய் உற்பத்தி குறித்த தன் குற்றச்சாட்டை வைத்த சதாம் அதிலிருந்து ஆவேசமாக வெளிநடப்பு செய்தார். இதன் பின்னர் நிலைமைகள் இரு நாடுகளிடையே போர்ச்சூழலை அதிகப்படுத்தின. மேலும் பாரசீக வளைகுடா நாடுகள் மீதான சர்வ வல்லமையை கட்டியமைப்பதில் சதாமை பெருங்கனவு ஒன்று சூழ்ந்து கொண்டது. மேலும் சதாம் தன்னுடைய இந்த கனவுலக சஞ்சாரம் பெரும் அதிகாரத்தை புற உலகில் நிறுவுவதோடு, உள்நாட்டிலும் பாதுகாப்பானதாக இருக்கும் என நினைத்தார். இதன் தொடர்ச்சியில் 1990 ஆகஸ்ட்-ல் ஈராக் இராணுவம் குவைத் மீது படையெடுத்து அதை ஆக்கிரமித்தது. சதாம் அதை தன் 19வது மாநிலமாக அறிவித்தார். சதாமின் இந்த நடவடிக்கை மற்ற வளைகுடா பிராந்தியத்தில் பெரும் அச்சுறுத்தலையும், பதட்டத்தையும் ஏற்படுத்தியது. இதனால் மற்ற நாடுகள் குறிப்பாக சவூதி அரேபியா, ஐக்கிய அரபு எமிரேட், ஏமன் போன்ற நாடுகள் தங்கள் சுய பாதுகாப்பின் தேவை குறித்து சிந்திக்க ஆரம்பித்தன. ஈராக்குடன் ஏற்கனவே பகையில் இருந்த துருக்கி அமெரிக்காவுடன் இணைய ஆரம்பித்தது. மேலும் ஈராக்கிலிருந்து தன் நாட்டிற்கு வரும் எண்ணெய் குழாய்களை துண்டிக்க ஆரம்பித்தது. சவூதி அரேபியா அமெரிக்காவின் துணையை நாடி அந்நாட்டு படைகளை தன் நாட்டில் முகாம் அமைக்க அனுமதியளித்தது. மேலும் பஹ்ரைன், கத்தர் போன்றவை அமெரிக்க படைகளை அனுமதித்தன. அப்போது குவைத்தை ஈராக் விடுவிக்க வேண்டுமென்று ஐ.நா தீர்மானம் நிறைவேற்றி ஈராக்கை வற்புறுத்தியது. இதனை நிராகரித்த சதாம் குவைத்தை விடுவித்தால் அது ஈராக்கிற்கு பெரும் அச்சுறுத்தலாக மாறும் என்றார். இதனை தொடர்ந்து அமெரிக்க தலைமையிலான பன்னாட்டு படைகள் ஈராக் மீது போர்தொடுத்தன. துருக்கியும் தன் கோபத்தை தீர்த்து கொள்வதற்காக இதில் கலந்து கொண்டது. இது தான் உலக வரலாற்றில் முதல் வளைகுடா போர் (Persian Gulf war) என்று வர்ணிக்கப்பட்டது. சர்வதேச ஊடகங்கள் இவற்றை பல்கோண வடிவில் காட்சிப்படுத்தின. அமெரிக்க ஆதரவு ஊடகங்கள் சார்பான காட்சி பிரதிகளை கட்டமைத்தன. நாற்பது நாட்கள்

நடைபெற்ற போரில் ஈராக் பணிந்தது. குவைத் விடுவிக்கப்பட்டது. இதன் பின்னர் ஈராக் மீது ஐ.நா. பொருளாதார தடை விதித்தது. தொடர்ந்து ஈராக் பொருளாதாரத்தின் பெரும் சரிவு ஏற்பட்டது. பஞ்சம், பட்டினி, ஊட்ட சத்து குறைவு காரணமாக குழந்தைகள் உயிரிழப்பு போன்றவை ஏற்பட்டன. சதாம் இந்த சவால்களை குறைந்த பட்ச நிலையிலேயே எதிர்கொண்டார். குறிப்பாக உணவு பொருட்களின் பற்றாக்குறை அதை வெகுவாக வாட்டியது. மேலும் தொடர்ந்து ஏற்பட்ட குர்து மற்றும் ஷியா போராட்டங்கள் ஈராக்கின் ஸ்திரதன்மையை கேள்விக்குறியாக்கின. அரபுலக வரலாற்றின் எல்லா உள்நாட்டு, வெளிநாட்டு போர்களும் இனக்குழு முரண்பாடுகளின் தர்க்க ரீதியான தொடர்ச்சியாகவே இருக்கின்றன. முதல் வளைகுடா போரில் பன்னாட்டு படைகளிடம் ஈராக்கின் தோல்வியானது உள்நாட்டு ஷியா மற்றும் குர்து மக்களிடம் மேல் நோக்கிய உணர்வை ஏற்படுத்தியது. இதன் தொடர்ச்சியில் ஏற்பட்ட கலகங்கள் ஈராக் இராணுவத்தால் கொடூரமாக ஒடுக்கப்பட்டன. ஏராளமான ஷியா மற்றும் குர்து மக்கள் கொல்லப்பட்டனர். ஈரான் போருக்கு பிறகு ஈராக்கின் வடபகுதியில் குர்துக்களின் எழுச்சிக்கு ஈரான் ஆதரவளித்தது. எல்லை பகுதியில் ஏற்பட்ட பெரும் கலகம் காரணமாக குர்துக்கள் விஷ வாயு செலுத்தப்பட்டு உயிரிழந்தனர். பலர் குர்து பகுதிகளிலிருந்து புலம்பெயர நிர்பந்திக்கப்பட்டனர். இது சதாமின் அதிகார சகாப்தத்தில் பெரும் கரும்புள்ளியாக கருதப்பட்டது. சதாமின் குர்துகளுக்கு எதிரான இந்த நடவடிக்கையானது மத்தியகிழக்கின் மற்ற பிராந்தியங்கள் மீது அவர் மீதான கோபப்பார்வைக்கு காரணமாக அமைந்தது. ஈராக் பற்றிய அமெரிக்க அனுதாபம் என்பது பிராந்திய வகைப்பாட்டு ரீதியாக இல்லாமல் சதாம் என்ற தனிநபர் ரீதியானதே. ஈரானிய போரில் தான் சதாமுக்கு அளித்த வெகுமானங்களுக்கான நன்றியறிவை அமெரிக்கா சதாமிடமிருந்து எதிர்பார்த்தது. அது நிறைவேறாமல் போனதே பேரழிவு ஆயுதங்கள் (Weapons of mass destruction) என்ற கருத்துருவின் உருவாக்கம். ஒரு தேர்ந்த சந்தர்ப்பத்தில் ஈராக் மீதான தன் கணக்கை அமெரிக்கா முடித்து கொண்டது. செப்டம்பர் 11 நிகழ்வும், அதன் பிறகான ஆப்கான் போரும் அமெரிக்காவை இதற்கான புத்தகங்களை திறப்பதற்கு வழி வகுத்தன. சதாமை பொறுத்தவரை அவரின் பலம் என்பது அரபு பிராந்தியத்தில் வலுவான இராணுவ கட்டமைப்பை

ஏற்படுத்தியது. இதன் மூலம் இஸ்ரேலுக்கு சவாலான நபராக சதாம் விளங்கினார். இளமை காலத்தில் சதாமை அதிகம் பாதித்த திரைப்படம் God father. இதில் வரும் வீர சிறுவன் கதாபாத்திரம் சதாமுக்கு இராணுவ ரீதியான போர் உணர்வை இளமை காலத்தில் அளித்தது. அதுவே ஒரு கட்டத்தில் பெரும் பலவீனங்களுக்கான தோற்றப்பாடாக மாறிபோனது. மேலும் ஈராக்கின் அதிபராக சதாம் எண்ணெய் உற்பத்தி நாடுகளின் கூட்டமைப்பை ஏற்படுத்துவதில் முக்கிய பங்கு வகித்தார். ஈராக்கின் புகழ்பெற்ற யூப்ரடீஸ், டைகிரிஸ் நதிகளை இணைப்பது. அதன் மீது புதிய பாலங்களை கட்டுவது, விவசாயம், நீர்வளம் போன்றவற்றில் தனிக்கவனம் இவை அதிபர் என்ற நிலையில் சதாமுக்கு குவியத்தை ஏற்படுத்தின. ஈரான் போருக்கு பிறகு சிதைந்த ஈராக்கின் நகரங்களை சீரமைப்பதில் சதாமுக்கு தனிக்கவனம் இருந்தது. சதாமின் பாத் கட்சி மார்க்சிய கோட்பாடுகளின் தாக்கத்தை கொண்டிருந்தது என்ற எண்ணம் அறிவுலகில் பரவலாக இருக்கிறது. அது தவறானது என்றே அதன் பரிணாமமும், போக்குகளும் நிரூபித்தன. பாத் கட்சியினர் தங்களின் செயல் தந்திரங்களுக்காக மட்டுமே லெனின் மற்றும் ஸ்டாலின் உபாயங்களை கடைபிடித்தனர். கருத்தியல் ரீதியாக எந்த வர்க்க பார்வையும், சோசலிச கட்டுமான உணர்வும் அவர்களிடம் இருக்கவில்லை அவர்களின் பிந்தைய செயல்பாடுகள் இதைநிரூபித்தன. அறுபதுகள் காலகட்டத்தில் ஈராக்கில் ஆயிரக்கணக்கான கம்யூனிஸ்ட் கட்சி செயற்பாட்டாளர்களின் படுகொலை இதை மேலும் வலுப்படுத்துகிறது. ஈராக்கில் சதாம் அடைந்த தோல்வி என்பது பல்வேறு இனங்களிடையேயான அணுகுமுறையில் சர்வாதிக்க தன்மை. இனங்களை கையாளும் விதத்தில் சார்பு நிலை. தான் சுன்னி பிரிவை சார்ந்திருந்த போதும் அதன் சார்பை உறுதிபடுத்தியது மற்ற இனங்களை தனக்கு எதிராக திரளச் செய்தது. மேலும் ஈரானுடனான எட்டாண்டுகள் போரில் இராணுவ அதிகாரிகள் பலர் துரோக குற்றச்சாட்டின் பெயரில் சதாமால் கொல்லப்பட்டனர். இது பற்றி சதாம் பின்னர் குறிப்பிடும் போது ஈராக்கின் துரோகிகளையே தான் கொன்றதாக குறிப்பிட்டார். இரண்டாம் உலகப்போர் காலகட்டத்தில் சோவியத் ரஷ்யாவில் ஸ்டாலின் மேற்கொண்ட அணுகுமுறை சதாமுக்கு முன்மாதிரியாக இருந்தது. இது ஈரான் போரிலும் செயல்படுத்தப்பட்டதால் சொந்த இராணுவத்திற்குள் சதாமுக்கு

எதிரான மனோபாவம் அதிகரிக்க தொடங்கியது. இதுவே 2003 போரில் அமெரிக்காவிடம் வெகு விரைவில் தோல்வியடைய காரணம். இராணுவ முரண்பாடுகளை தன் உளவுத்துறை மூலம் மோப்பம் பிடித்த அமெரிக்கா அதை வளர்த்தெடுப்பதில் அதீத கவனம் செலுத்தியது. சதாமுக்கு மரணத்தண்டனையை அளித்ததன் மூலம் ஈராக் தன் அழிவை தானே தேர்ந்தெடுத்து கொண்டது. ஈராக்கிய நீதிமன்றங்கள் அதன் பிந்தைய வரலாற்று காலந்தொட்டு அரசதிகாரத்தின் செயற்கைகோள்களாகவே செயல்பட்டு வருகின்றன. அறுபதுகளில் அதற்கு முந்தைய அதிபரான அல்காசிம் பல குற்றச்சாட்டுகளின் பேரில் பாத் கட்சியின் உதவியோடு கொல்லப்பட்டார். ஈராக் நீதீமன்றம் அவருக்கு மரணதண்டனை விதித்தது.அவரின் மரணதண்டனை ஈராக் தொலைகாட்சியின் முன்பு பிம்பமாக்கப்பட்டது. ஈராக்கின் அரசியல் கொலைகள், மரணதண்டனைகள் அதன் வரலாற்றை நிலைகுலைவான ஒன்றாக தொடர்ந்து மாற்றி வருகின்றன. சதாமின் வரலாற்று பலம் - பலவீனம், வெற்றிகள், தோல்விகள் ஈராக்கின் எதிர்கால வரலாற்று செயல்பாட்டை மறு உருவாக்கம் செய்யும் கருவியாக இன்னும் நிலை கொண்டிருக்கிறது.

குர்துக்களின் தோற்ற பரிணாமம் மற்றும் தேசிய உருவாக்கம்

குர்துக்களை பொறுத்தவரை முழுமுதலான நிலவியல் கூற்றை அடிப்படையாக கொள்ளாத இனமாகும். செவ்வியல் தமிழ் அடிப்படையில் குறிப்பிட வேண்டுமானால் குறிஞ்சி நிலத்தை பெரும்பாலும் அடிப்படையாக கொண்ட ஒன்றாகும். அதாவது மலைகள் தான் அதன் வாழ்வாதாரம். உலக வரலாற்றில் மலைகள் என்றுமே முக்கியமானவை. இயற்கையின் மிகப்பெரும் சொத்து. மனித உயிர் ஆதாரமான நதியின் பிறப்பிடம் அது தான். அதன் சாரம், அதை நோக்கிய உன்னதம் அது வெளிப்படுத்தும் இயற்கையான உடலியல் ஸ்பரிசம் இவை மனித வாழ்க்கையின் உயிரோட்டமான ஒன்று. இந்நிலையில் அதை வாழ்வாதாரமாக கொண்ட மக்கள் மேன்மையானவர்கள். அவர்களுக்கு அதுவே பிரதான உலகம். காட்சி வெளி. அதில் முழுக்கவும் பிரதிபலிப்பது இயற்கையின் ஸ்பரிசத்தை தவிர வேறொன்றுமில்லை. உலகம் தண்ணீரை தவிர வேறொன்றுமில்லை என்ற முதல் தத்துவகோட்பாட்டை இதனோடு ஒப்பிட முடியும்.

குர்துக்கள் என்போர் ஈரானிய பாரசீக கிளையை சார்ந்த ஆரியர்களின் இடைப்பட்ட பிரிவினருக்கும், தொல் ஆதி குடிகளுக்கும் கலப்பாக வந்தவர்கள் என்பதாக பல மேற்கத்திய மற்றும் மத்தியகிழக்கு சார்ந்த மானுடவியலாளர்கள் குறிப்பிடுகின்றனர். குர்துக்களை கெர்மான்ஜி மற்றும் ஜாஜா ஆகிய இரு மொழிகளை பிராந்திய பிளவுகள் சார்ந்து பேசுகின்றனர். குர்து பிரதேசங்களை பொறுத்தவரை பெரும்பாலும் மலைகளே அவர்களின் உறைவிடம். கிழக்கில் ஜாக்ரோஸ் மலைகளின் கிழக்குச்சரிவுகளிலிருந்து ரெஜாயியே ஏரி வரையிலும், ரெஜாயியே ஏரியைச்சுற்றி அசௌரி, அதன் பிறகு அங்கிருந்து மேலும் விரிவடைந்து தென் கிழக்காக சனந்தாஜ் மற்றும் ஹமாதன், கெர்மான்ஷா பகுதிகளின் பாதி

வரைக்கும் நீள்கிறது. இந்த எல்லைகள் வடக்கில் உள்ள துருக்கியர்களையும், தெற்கில் உள்ள குர்திஸ்களையும் பிரிக்கும் வகையில் அமைந்துள்ளது. இந்த எல்லைப்பாடு நிலம் சார்ந்த மொழியாகவும், மொழி சார்ந்த நிலமாகவும் இழையோட்ட வடிவார்த்தமாக அமைந்திருக்கிறது. இந்த பிரதேசம் மலைகள் கவிந்ததாக இருந்தாலும், ஆங்காங்கே மலைச்சரிவுகளையும் கொண்டுள்ளது. மலைகள் இயல்பாக கொண்டிருக்கும் ஏற்ற இறக்கங்கள், சரிவுகள் ஆகியவற்றையும் உள்ளடக்கிய ஒன்றாக இருக்கிறது. கி.மு இரண்டாம் நூற்றாண்டுக்கும், கி.பி பத்தாம் நூற்றாண்டுக்கும் இடைபட்ட கால கட்டத்தில் வடக்கிலிருந்து வந்த ஆரியர்கள், பாரசீகர்கள் ஆகியோர் இப்பிரதேசத்தின் பூர்வ குடிகளோடு போரிட்டு அவர்களை வெற்றிக்கொண்டனர். அந்த வெற்றியின் தொடர்ச்சியானது மலைப்பகுதி மக்களை சிறு சிறு குழுக்களாக பிரிந்து செல்ல காரணமாயிருக்கிறது. மத்திய கிழக்கு பிராந்தியத்தின் நேர்கோடற்ற, சிதறலான பிரதேசங்களுக்கு இனக்குழுக்கள் சிதறின. நாட்கள் நகர்ந்த நிலையில் அவர்களின் நிரந்தர குடியிருப்பாகவும் அது அமைந்தது. இது தான் குர்துக்களின் பிரதேச பரவலுக்கு அடிப்படை காரணம் என்று அரபு வரலாற்றாசிரியரான தபரி குறிப்பிடுகிறார். மேலும் சில அரபு வரலாற்றாசிரியர்கள் , பூகோளவியலாளர்கள், மற்றும் கீழைச்சிந்தனையாளர்கள் ஆகியோர் குர்துக்களின் வரலாற்றைப்பற்றி விரிவாக ஆராய்ந்தனர்.

குர்துக்கள் பற்றிய வரலாற்றாசிரியர்களின் ஆய்வானது, மத்திய கிழக்கு பிராந்தியத்திலும், கீழைநாடுகளிலும் இனக்குழுக்கள் பற்றிய வரலாற்று வரையறையை வகுப்பதில் முக்கிய பங்களிப்பாற்றியது. குர்துக்களின் வட்டார மொழிகள் மிகக்கவனமாக ஆய்வுக்கு எடுத்துக்கொள்ளப்பட்டன. இம்மொழிகள் எல்லாமே நவீன பாரசீக மொழியோடு பல்வேறு அம்சங்களில் ஒன்றிபோயிருந்தன. சசானிய ஈரானின் மொழியான பஹ்லவியும், குர்துக்களின் வட்டார மொழிகளும் ஒரே மொழிக்குடும்பத்தை சார்ந்தவை. குர்துக்களின் பல வகையான உடலியல் கூறுகள் அவர்களை முற்காலத்தில் ஆக்கிரமித்திருந்த ஆக்கிரமிப்பாளர்களுடனான இனத்தொடர்பை வெளிப்படுத்துவதாக உள்ளன. அதற்கு முன்பே அவர்கள் பிற இனக்குழுக்களுடன் தொடர்பை ஏற்படுத்தி இருந்தனர். இந்த இனக்கலப்பு அவர்களை நில வாழ்வியல் ரீதியாக இன்னொரு

கட்டத்தை நோக்கி நகர்த்தியது. நிலத்தின், மொழியின் இந்த பரிமாணமானது குர்துகள் பிரதேச ரீதியாக வேர்கொள்ள காரணமாக அமைந்தது.

பண்டைய காலகட்டத்தில் குர்துகளின் நிலப்பகுதியானது செல்யூக்கள் (கி.மு 330-129) அரபு கலிபாக்கள் (கி.பி 636-1258) மங்கோலியர்கள் (கி.பி 1258) துருக்கிய உதுமானியர்கள் (கி.பி 1258-1509) ஆகியோர்களின் பல கட்டங்களான ஆளுகைக்கு உட்பட்டிருந்தது. இந்நிலையில் குர்துக்களின் நிலப்பகுதியானது பல ஆண்டுகளாக துருக்கிய உதுமானியர்கள் மற்றும் பாரசீக சபாவித்களின் போர்ப்பகுதியாக விளங்கியது. அவர்கள் தங்களுக்குள் இருந்த ஆக்கிரமிப்பு குணம் காரணமாக தங்களுக்குள் சண்டையிட்டு கொள்ள இவர்களின் பூமியை பயன்படுத்தினர். எதிராளியின் படைகள் குர்துக்களின் நீண்ட, பசுமை போர்த்தப்பட்ட மலைப்பகுதிகள் வழியாக அணிவகுத்துச் சென்றன. ஆனாலும் குர்துக்கள் இவர்களின் மத்தியில் இருந்து தங்களை காத்துக்கொள்ள பல தற்காப்பு நடவடிக்கைகளை மேற்கொண்டனர். மேலும் அவர்களின் நிலங்கள் பேரரசுகளால் வெற்றிக்கொள்ளப்பட்ட போதும் தங்களின் சுதந்திரத்தை பாதுகாக்கும் நடவடிக்கையிலும் ஈடுபட்டனர்.

குர்துக்களை பொறுத்தவரை மத்தியகிழக்கு பிராந்தியத்தின் பல பகுதிகளிலும் சிதறி இருக்கின்றனர். ஈராக்கின் வடகிழக்கிலும், ஈரானிலும் மேற்கு மற்றும் வடமேற்கிலும், துருக்கியின் கிழக்கு பகுதியிலும் பரவி இருக்கின்றனர். இந்த எல்லா நாடுகளுமே அந்நாடுகளின் மற்ற மக்களுடன் குர்து இனத்தவரை தேசிய அடையாளமற்று இணைக்க முற்பட்டன. குர்துக்களை பொறுத்தவரை அவர்கள் இந்தோ ஐரோப்பிய இன மரபை சேர்ந்தவர்கள் என்ற ஒரு குறிப்பு காணப்படுகிறது. மேலும் குர்திஷ் மொழியானது இந்தோ ஐரோப்பிய மொழிக்குடும்பத்தை சார்ந்தது என்ற வரலாற்று வெளிப்பாடு இதற்கு மேலும் வலுசேர்க்கிறது. குர்திஷ் மொழியின் பல வேர்கூறுகள் பாரசீக மொழியோடு தொடர்பு கொண்டிருக்கின்றன. அந்த மொழியின் சலனங்கள் மற்ற மொழிகளை விட வித்தியாசமானவை. அதன் மிகுதியான வழக்காறுகள் மலையின் ஸ்பரிசத்தை உட்கொண்டிருக்கின்றன.

முதல் உலகப்போரின் பிந்தைய காலகட்டத்தில் சாத்தியமாக இருந்த குர்து தனிநிலப்பகுதிகள் அவர்களின் கைகளை விட்டு நழுவியது. அந்த போரில் மிகப்பெரும் பகீரத, துயர்மிகுந்தபோராட்டத்தை குர்துக்கள் எதிர்கொண்டனர். அவர்களின் நிலப்பகுதிகள் பல துண்டாடப்பட்டன. ஈரான், ஈராக்,சிரியா, துருக்கி, சோவியத் யூனியனின் சில பகுதிகள் போன்றவை தனியாக பிரிந்தன. சிரியா, ஈராக், லெபனான் மற்றும் ஜோர்டான் போன்ற பிரிட்டன், பிரான்சின் காலனிகள் தனியான சுதந்திர அரசுகளாயின. இவற்றின் ஆட்சியாளர்கள் குர்துக்களை அடக்கி அவர்களை தங்கள் அதிகாரத்தின் கீழ் கொண்டு வந்தனர். இவற்றின் மைய அரசுகள் இந்த தருணத்தில் குர்துகளின் பெரும்பாலான நிலப்பகுதிகளை கைப்பற்றி அவர்களை ஒடுக்கினர். இதன் தொடர்ச்சியில் 1920ல் துருக்கிய அரசு மற்றும் குர்து தலைவர்களுக்கு இடையே ஏற்பட்ட ஒப்பந்தப்படி துருக்கியின் கிழக்கு மற்றும் மொசுல் பகுதிகள் குர்துக்களின் சுயாட்சி பகுதிகளாக அறிவிக்கப்பட்டன. ஆனால் 1923ல் அந்த ஒப்பந்தம் வலிந்து திரும்பப்பெறப்பட்டது. இதன் காரணமாக குர்துக்கள் மீண்டும் இனப்போராட்டத்திற்கு தள்ளப்பட்டனர். அவர்கள் தங்களின் நிர்மாண உரிமைகள் பறிக்கப்படுவதாக கருதினர். விடுதலைக்கான போராட்டம் தீவிரமடைந்தது. அதன் அடுத்த கட்டம் பிரிட்டனுக்கு எதிராக இருந்தது. முதல் உலகப்போருக்கு பின் பிரிட்டன் எண்ணெய் வளம் மிகுந்த குர்திஷ் பகுதியான மொசலை ஈராக்கோடு இணைத்தது. அதே நேரத்தில் அங்கு குர்துக்களுக்கு சிறிது சுயாட்சி அதிகாரத்தையும், கலாசார உரிமையையும் அளித்தது. தங்களின் நிலம் பறிபோனதை எதிர்த்து குர்துகள் கடுமையாக போராடினர். இந்நிலையில் 1919ல் குர்து தலைவரான சுலைமான், ஷேக் மஹ்மூத் ஆகியோர் தங்களை குர்து பிராந்தியத்தின் அதிகாரபூர்வ மன்னர்களாக அறிவித்துக்கொண்டனர். பின்னர் பிரிட்டனுக்கு எதிரான போராட்டம் தீவிரமடைந்தது. இதில் சமானிய குர்து இன மனிதன் முதல் உயர்தர வர்க்க மனிதர்கள் வரை பங்கெடுத்து பிரிட்டனுக்கு எதிராக தீவிரமாக போரிட்டார்கள். இறுதியில் பிரிட்டனின் மிகப்பெரும் ஆயுதபலத்தால் அப்போராட்டம் நசுக்கப்பட்டது. மன்னரான ஷேக் மஹ்மூத் நாடுகடத்தப்பட்டார்.

பல நூற்றாண்டுகளாகவே குர்துகள் மத்திய கிழக்கின் பல்வேறு அரசுகளால் ஒடுக்குமுறைக்கு உள்ளாகி வருகின்றனர்.

அந்த ஒடுக்குமுறை அவர்களை உள அரசியலை நோக்கி திருப்பியது. இதனால் தேசிய பிரக்ஞையற்ற குர்துக்கள் கூட போராட்ட களத்திற்கும் அதை பின்தொடர்ந்த பல்வேறு செயல்பாடுகளுக்கும் திரும்பினர். அவர்களின் இந்த போராட்ட செயல்பாடு பல ஆண்டுகளாக நீடிக்கிறது. இதன் முடிவு குர்துக்களின் வெகுமக்கள் போராட்டமாக உருமாறியது. இந்நிலையில் 1945ல் முஸ்தபா பர்சானி தலைமையில் குர்துகள் போராட்ட களத்தில் வெகுண்டனர். பின்னர் ஈரானின் மொகாபத் என்ற குர்து பகுதியானது சுதந்திர குடியரசாக பர்சானியால் அறிவிக்கப்பட்டது. இதற்கு சோவியத் ரஷ்யாவும் ஆதரவளித்தது. இந்த ஆதரவு காரணமாக ஈரானின் கடும் நெருக்கடிக்குள்ளும் பர்சானி சில ஆண்டுகள் மொஹாபத் பகுதியை ஆட்சி புரிந்தார். பின்னர் சோவியத் யூனியன் சில காரணங்களால் இந்த ஆதரவை விலக்கிக்கொண்டது. இதனால் பர்சானி தனக்கு ஆதரவளித்த அதே சோவியத் ரஷ்யாவில் தஞ்சம் புகுந்தார். இங்கு 11 ஆண்டுகளாக அரசியல் புகலியாக பர்சானி இருந்தார். பின்னர் 1958ல் ஈராக்கில் நடந்த ஆட்சியாளர்களுக்கு எதிரான புரட்சி காரணமாக ஈராக்கிற்கு திரும்பினார். இங்கு சுதந்திர குர்து குடியரசு ஒன்றை அமைக்க பாடுபட்டார். இந்நிலையில் குர்துகளுக்கும் இவருக்கும் இடையேயான உறவு முறை சீராக இருக்கவில்லை. அதன் காரணமாக 1961-1968 காலகட்டத்தில் ஈராக்கிய அரசிற்கு எதிராக குர்துகள் மீண்டும் கிளர்ந்தனர். இதனிடையில் ஈராக்கிய இராணுவ அதிகாரிகள் அதிபர் அப்துர் ரஹ்மான் அல் ஆரிபிற்கு எதிராக கலகம் செய்தனர். இந்த கலகத்தை அப்போது அரபுலகில் முளைவிட்டிருந்த அரபு சோசலிச பாத் கட்சியானது தனக்கு சாதகமாக பயன்படுத்திக்கொண்டது. அவர்களும் இராணுவ அதிகாரிகளுடன் இணைந்து கொண்டு அதிபரை பதவியில் இருந்து இறக்கினர். பின்னர் அஹ்மத் அல் பக்ர் தலைமையில் பாத் கட்சி ஆட்சி அமைந்தது. இந்நிலையில் 1968 மற்றும் 1970 காலகட்டத்தில் பாத் கட்சிக்கும் அதிபர் அஹ்மத் அல் பக்ருக்கும் பல்வேறு விஷயங்களில் இடையே முரண்பாடுகள் ஏற்பட்டன. இதில் குர்துக்கள் பிரச்சினை முக்கியமானது. இந்நிலையில் 1970ல் ஈராக்கிய அரசிற்கும் குர்து தலைவர்களுக்கும் இடையே மாகாண சுயாட்சி சம்பந்தமாக உடன்பாடு ஏற்பட்டு அதன் அடிப்படையிலான சுதந்திர அரசு பற்றிய அறிக்கை ஒன்று வெளியானது. ஆனால் உள்நெருக்கடி காரணமாக அந்த

சுயாட்சி உடன்பாடு நிறைவேற்றப்படவில்லை. பின்னர் 1974ல் இந்த உடன்பாடு முற்றிலுமாக நிர்குலைந்து போனது. இதன் காரணமாக இரு அமைப்புகளிடையேயான மோதல் அதிகரிக்கத் தொடங்கியது. ஈராக்கிய அரசானது அந்த தருணத்தில் ஒருதலை பட்சமாக இந்த உடன்பாட்டை நிராகரித்து வடகிழக்கு குர்து பகுதி முழுவதையும் தன் கட்டுப்பாட்டில் கொண்டு வந்தது. 1974 மார்ச் 24ல் ஈராக்கிய அரசானது குர்து பிரதேசங்கள் மீது அறிவிக்கப்படாத யுத்தத்தை அறிவித்தது. அதன் முக்கிய நகரான காலதிசா மீது ஈராக்கிய இராணுவ விமானங்கள் குண்டுகளை வீசின. மேலும் Napalm என்ற உயிர்கொல்லி மருந்தை உள்ளடக்கிய குண்டுகள் அங்கு வீசப்பட்டதன் காரணமாக நூற்றுக்கும் மேற்பட்ட சிவிலியன்கள் கொல்லப்பட்டனர். ஏராளமானோர் படுகாயமடைந்தனர். தொடர்ச்சியாக அதற்கு அடுத்த நாள் ஹலப்ஜா மற்றும் ஷாக்கோ ஆகிய நகரங்களில் குண்டுகள் வீசப்பட்டன. தொடர்ந்து குர்துகளின் பல நகரங்கள் தாக்கப்பட்டன. இதனால் நகர்புறங்களில் இருந்த குர்துகள் பலர் புலம்பெயர்ந்தனர். இந்த போரின் விளைவாக குர்து பிரதேசங்கள் முழுமையாக ஈராக்கின் கட்டுப்பாட்டில் வந்தன. அந்த குண்டுகளின் வெடிப்பு நெடியும், அதிபயங்கர சப்தமும் பல ஆண்டுகளாக அங்குள்ளவர்களின் காதுகளில் அசரீரியாக தொடர்ந்திருந்ததாக குர்து வரலாற்றாசிரியர்கள் குறிப்பிடுகிறார்கள்.

குர்து பிரதேசங்கள் மீதான ஈராக் போரின் தொடர்ச்சியில் 1975ல் ஈராக்கின் அதிபர் சதாம் உசேன் மற்றும் ஈரானின் ஷா ஆகியோரிடையேயான உடன்பாடு அல்ஜீரியாவில் ஏற்பட்டது. இதனால் எல்லை பிரதேசங்கள் சம்பந்தமாக ஈரானின் கோரிக்கைகளை ஈராக் பெயரளவில் ஒப்புக்கொண்டது. (குர்துகளுக்கு எதிரான நிலைபாடு என்ற பதிலீடால்) இந்நிலையில் குர்துகள் பெருமளவில் அவர்களின் கிராமங்களில் இருந்து புலம்பெயர நிர்பந்திக்கப்பட்டனர். பல கிராமங்கள் தாவரங்கள் ஏதுமற்ற, புல் கூட முளைக்க முடியாத வெற்று பாலை நிலமாக்கப்பட்டன. மேலும் ஈரான் மற்றும் துருக்கி எல்லையோர ஈராக்கின் குர்துபகுதிகள் முழுமையாக ஈராக்கின் இறையாண்மை மிக்க பகுதிகளாக அறிவிக்கப்பட்டன.

சதாம் உசேனின் எல்லைவிரிவாக்க மற்றும் பிராந்திய சுதந்திர ஆளுமை குறித்த ஆர்வமானது 1980 செப்டம்பர் 22ல் ஈரான் மீதான போராக மாறியது. அந்த தருணத்தில் ஈரானுக்கு எதிராக தன் முழு ராணுவ பலத்தை சதாம் உபயோகித்தார். எதிரி நாட்டின் மீதான சதாமின் இந்த போரானது ஈராக்கின் வடகிழக்கில் ஏற்கனவே போரிட்டுக்கொண்டிருந்த குர்து கொரில்லாக்களை சதாமுக்கு எதிராக கிளர்ந்தெழ செய்தது. இந்த கிளர்ச்சியின் வேகம் சதாம் ராணுவத்திற்கு மிகப்பெரும் சவாலாக இருந்தது. இதனால் சதாம் தன் பிரதிநிதியை அங்கு அனுப்பி குர்துகளிடம் பேச வைத்தார். இதன் விளைவாக கிளர்ச்சி சற்று அடங்கியது. முடிவில் ஈராக்கின் இராணுவம் குர்து பகுதிகளில் நுழைந்து அங்குள்ள கொரில்லாக்களுடன் போரிட்டது. விளைவாக 8000 குர்து இனத்தவர்கள் இராணுவத்தினரால் பிடிக்கப்பட்டு மறைக்கப்பட்ட சித்திரவதைக்குள்ளானார்கள். இவ்வாறாக குர்துகளின் மொத்த நகர, கிராமங்களும் ஈராக் இராணுவத்தால் நிர்மூலமாக்கப்பட்டன. இந்நிலையில் 1988 மார்ச் 16ல் குர்து வரலாற்றில் மிக மோசமான படுகொலையும், சிவிலியன் தாக்குதலும் ஈராக் இராணுவத்தால் குர்து பிரதேசமான ஹலப்ஜாவில் நடைபெற்றது. மிகக்கொடூரமான விஷவாயு அடங்கிய குண்டுகள் வீசப்பட்டன. இதனால் 5000க்கும் மேற்பட்ட அப்பாவி குர்து மக்கள் இறந்தனர். 25000க்கும் மேற்பட்ட மக்கள் காயமடைந்தனர். ஈராக் வரலாற்றில் மிகமோசமான இந்த படுகொலை நடந்த போது ஐ.நா சபையும் மற்ற உலக நாடுகளும் மௌனம் காத்தன. ஆனால் இந்த சம்பவம் நடந்த தருணத்தில் மௌனம் காத்த அமெரிக்காவும் மற்ற ஆதிக்க வாத நாடுகளும் 2003ல் அமெரிக்கா ஈராக் மீது போர் தொடுத்த போது தங்கள் ஆதிக்க, அதிகார வர்க்க கருத்தியலை புத்துயிர்க்க குர்துகள் மீதான சதாம் உசேனின் விஷவாயு தாக்குதலை சாதகமாக பயன்படுத்தின. இதன் மூலம் தாங்கள் உலக சமாதானத்தின், அதன் புவியார்ந்த அரசியலின் எஜமானர்கள், ஒட்டு மொத்த குத்தகைதாரர்கள் என்பதை நிறுவ முயற்சித்தன. இந்நிலையில் 1988ல் ஈரானுக்கும் ஈராக்கிற்கும் இடையே போர்நிறுத்த உடன்பாடு ஏற்பட்டது. இதன் பின்னர் குர்து கிராமங்களுக்கு எதிராக ஈராக் இராணுவத்தால் அன்பல் என்று பெயரிடப்பட்ட மற்றொரு நடவடிக்கை தொடங்கியது. இதில் 5000க்கும் மேற்பட்ட குர்து மக்கள் கொல்லப்பட்டனர்.

இந்த நடவடிக்கையின் பெயரால் 1,82,000 குர்து மக்கள் ஈராக் இராணுவத்தினரால் பிடிக்கப்பட்டார்கள். ஒட்டுமொத்த கிராமங்கள் சூறையாடப்பட்டன. எல்லோரும் அவர்களின் பூர்வீக நிலத்தில் இருந்து குடிபெயர நிர்பந்திக்கப்பட்டனர். மேலும் எண்ணெய் வளம் மிகுந்த குர்துவின் மற்றைய பகுதிகளான கிர்கிக், சங்கர், கனாகீன் போன்றவற்றில் ஏற்கனவே குடியிருந்த குர்துகள் கட்டாயத்தில் பேரில் வெளியேற்றப்பட்டனர். மேலும் குர்து மாணவர்கள் பெட்ரோலியம் மற்றும் இராணுவ அறிவியல் போன்ற படிப்புகளை படிக்க அரசாங்கம் தடை செய்திருந்தது. இது குர்து இனத்தவரின் வாழ்வியல் பரிணாமத்தை தடை செய்த முயற்சியாகும்.

குர்திஸ்தான் என்பது குர்து நிலப்பகுதியின் பெருந்திரட்சியையும், இயற்கைவளங்களை உள்ளடக்கிய நிலத்தொகுதியையும் குறிப்பதாகும். உன்னதமான வனப்பை உள்ளடக்கிய மலைத்தொடர்களையும், வளமான விவசாய நிலங்களையும், அபரிதமான நீறுக்களையும், மத்திய கிழக்கின் புகழ்பெற்ற வற்றாத ஜீவ நதிகளான யூப்ரடீஸ் மற்றும் டைக்ரிஸ் நதிகளையும் உள்ளடக்கி இருக்கிறது. இந்த நதிகளின் பிறப்பிடமே குர்திஸ்தானின் மலைப்பகுதிகள் தான். இந்த நதிகளோடு இணைந்த வான், உர்மியா போன்ற பிரமாண்டமான ஏரிகளையும் உட்பொதிந்திருக்கிறது. பழங்கள், காய்கறிகள், பல்வேறு வகையான விதைகள், பருத்தி மற்றும் புகையிலை ஆகியவை இங்குள்ள பிரதான விவசாய விளைபொருட்கள். காடுகள் வடக்குபகுதியில் 6 சதவீதம், தெற்கில் 8 சதவீதமும், கிழக்கில் 32 சதவீதமும், மேற்கில் 5 சதவீதமும் உள்ளடங்கி இருக்கின்றன. குர்திஸ் பகுதியின் இந்த வளங்கள் காலனியாதிக்கவாதிகளால் குறிவைக்கப்பட்டு கொஞ்சம் கொஞ் சமாக அழிக்கப்பட்டன. ஆனால் இவற்றை தக்கவைப்பதற்காக குர்துகள் பெரும்போராட்டத்தை நடத்தினார்கள். மேலும் குர்து பிரதேசங்களின் முக்கிய கனிமவளங்களாக இரும்புதாது, தாமிரம், வெள்ளி, செம்பு, பாதரசம், தங்கம் போன்றவை இருக்கின்றன. இவை பெரும்பாலும் சிரியாவில் குர்துகள் வாழும் நிலப்பகுதிகளில் மையம் கொண்டிருக்கின்றன. மேலும் பெட்ரோலியத்தை பொறுத்தவரை சிரியா, ஈராக், துருக்கி ஆகிய நாடுகளின் குர்து உட்பிராந்தியங்களில் தான் அடியமைந்திருக்கிறது. இவற்றை கைப்பற்றுவதற்கான, அந்த

உயிர் மிகுந்த எண்ணெய் வளத்தை தனதாக்குவதன் மூலம் தங்களின் பொருளாதார நலன்களை தக்கவைத்து கொள்ள முடியும் என உட்காலனிய அரசுகள் நம்பின. இதன் தர்க்க ரீதியான தொடர்ச்சி தான் சிரியா, துருக்கி, ஈராக் மற்றும் ஈரானிய அரசுகளின் இன உரிமை மறுப்பு கொள்கை. துருக்கியானது குர்துக்களை வெறும் மலைவாழ் மக்கள் என மட்டுப்படுத்துகிறது. ஈரானானது அவர்கள் பாரசீகத்தின் ஒரு பகுதி என்கிறது. மேலும் குர்திஷ் மொழி பாரசீகமொழியின் வேர்களை உட் கொண்டிருக்கிறது என்பதாகவும் குறிப்பிடுகிறது. ஈராக்கை பொறுத்தவரை அவர்கள் வந்தேறிகள். இவ்வாறான உட்காலனிய அரசுகளின் இன உரிமை மறுப்பு கொள்கை மத்திய கிழக்கு பிராந்தியத்தில் தீராத, ஓயாத இனப்போராட்டமாக இன்னும் தொடர்ந்து கொண்டிருக்கிறது.

குர்துக்களின் வரலாற்று மரபு

குர்திஸ்தானை பொறுத்தவரை காகசிலிருந்து மத்தியதரைக்கடல் வரையிலும், அதன் பிறகு வளைகுடா நோக்கியும் பரந்து வளைந்திருக்கிறது. மேலும் இதன் மையம் என்பது மெசபடோமியா (தற்போதைய ஈராக்) மெசபடோமிய பிரதேசத்தை வரலாற்றாசிரியர்கள் மனித இனத்தின் தொட்டில் என்கிறார்கள். இந்த பகுதியில் வரலாற்றின் முன்காலமாகவே சூரிய வழிபாடு தொடர்ந்து நிலவியிருக்கிறது. மேலும் பௌத்தம், மஸ்தாயிசம், மற்றும் ஷராதுஷ்டம் போன்றவை நன்மை தீமை என்ற இரட்டை வாழ்வியல் முரண் கோட்பாட்டோடு பயணித்த படி நகர்ந்து வந்திருக்கிறது. மேலும் இயற்கையின் இரட்டை இயல்புகளான ஒளி மற்றும் இருளை பிரதிநிதித்துவப்படுத்தும் மணிச்சயம் என்ற குறுமத பிரிவும் இங்கு வழக்கில் இருந்திருக்கிறது. மேலும் யூதம், கிறிஸ்தவம், இஸ்லாம் போன்ற செமிடிக் மதங்களும் வழக்கில் இருந்தன. 19 ஆம் நூற்றாண்டில் குர்துகள் மத்தியில் பாகாய் மதம் வழக்கில் இருந்தது. இதில் பெருவாரியான குர்துகள் இணைந்தார்கள். இந்த மதம் ஈரானிய அறிஞரான முஹம்மது சிராசி (1819-1850) என்பவரால் தோற்றவிக்கப்பட்டது. இவர் மற்றவர்களால் பாபா என்றழைக்கப்பட்டார். மேலும் இவருடைய சீடரான பகோல்லா என்பவரால் இது பகாய் என்பதாக அறியப்பட்டது. இது உலக சமாதானத்தையும், மனிதர்கள் மலினமான அரசியல்

செயல்பாட்டிலிருந்து விலகி இருக்க வேண்டும் என்றும் வலியுறுத்தியது. இது குர்துகள் மத்தியில் சில காலம் தொடர்ந்தது.

குர்துகளின் இனமரபை பொறுத்தவரை எலமைட்கள், கித்திகள், ஹுரிடஸ், மெடஸ், மிதனிஸ், கர்டுசின், கார்டூனிஸ் போன்ற உலகளாவிய வேர்களாக பரந்திருந்த இனத்தொகுதிகளின் கலப்பாகும். குர்து மரபியல் இதில் வேர்கொண்டிருக்கிறது. மேலும் இந்த இனங்களின் அடிப்படையில் குர்து கலாசாரம் தன் வரலாற்று ரீதியான பங்களிப்பை சொந்த பிராந்தியங்களில் செய்தது. குர்திஸ்தானை நாம் வரலாற்று அடிப்படையில் இருவிதமாக பிரிக்கலாம். ஒன்று இஸ்லாமின் வருகைக்கு முன் இரண்டு இஸ்லாமின் வருகைக்கு பின் . இஸ்லாமின் வருகைக்கு முன் குர்திஸ்தானில் மித்ராயிசம், மஸ்தாயிசம், பௌத்தம், மணிச்சியம், சொராஷ்டம், யூதம் மற்றும் கிறிஸ்தவம் ஆகியவை வழக்கில் இருந்தன. இவற்றில் மஸ்தாயிசமும், மணிச்சியமும் இஸ்லாமின் தோற்றகாலம் வரை மிகுந்த செல்வாக்கோடு இருந்தன. இவற்றில் சூரியனை அடிப்படையாகக் கொண்ட மித்ரயிசம் அன்றைய காலகட்டத்தில் உலகம் முழுவதும் தன் ஊடுபாவலை நிகழ்த்தியிருந்தது. இவற்றை பின்தொடர்பவர்கள் தங்களின் வேண்டுதலுக்காக சூரியனை நோக்கி தலையை சாய்த்து அரைமயக்க நிலையில் இருப்பார்கள். அவ்வாறான பிரார்த்தனையின் மூலம் தங்களின் விருப்பங்கள் நிறைவேறுவதாக நம்பினார்கள். மித்ரயிசத்தை பின்பற்றிய குர்துகளும் சூரியனை நோக்கிய தங்களின் நம்பிக்கையை வலுவாக பின்தொடர்ந்தனர். இதன் நீட்சியில் 1946ல் வடிவமைக்கப்பட்ட குர்திஸ்தான் கொடியின் மையப்பகுதியில் சூரிய சித்திரம் இடம்பெற்றது இந்த மரபின் எச்சமே. இது அவர்கள் வரலாற்று தொடர்ச்சியாக சூரியனுக்கு முக்கியத்துவம் கொடுத்த வழக்கத்தின் பிரதிபலிப்பே அன்றி வேறில்லை.

மேலும் குர்திஸ் தொன்மவியலில் சூரியன், சந்திரன், நட்சத்திரம் ஆகிய மூன்று பிரபஞ்ச கூறுகள் முக்கியத்துவம் பெற்றன. அவர்கள் காலங்காலமாக அறிவியலோடு தங்களை இணைத்துக்கொண்டிருந்தார்கள். இந்த அறிவியல் தொடர்புறுதல் அவர்களின் தொன்மவியலை வடிவமைப்பதில் முக்கிய பங்காற்றியது. மேலும் ஆரம்பகாலத்திலேயே வானவியல் மற்றும் கணிதவியலில் குர்துகள் சிறந்த நிபுணத்துவம் பெற்றிருந்தார்கள்.

இது அவர்களின் விஞ்ஞான செவ்வியலுக்கு சிறந்த உதாரணம். இதன் நீட்சியாக இன்றைய குர்து பிரதேசங்களில் சந்திரன் மற்றும் நட்சத்திர சிற்பங்கள் காணப்படுகின்றன. இவை கிலாசர்தா மற்றும் சுலைமானி ஆகிய மலைப்பகுதிகளில் காணக்கிடைக்கின்றன. மேலும் மஸ்தாயிசமும், பௌத்தமும் கி.மு ஆறாம் நூற்றாண்டில் குர்துகள் மத்தியில் செல்வாக்கு செலுத்த தொடங்கின. இவற்றில் மஸ்தாயிசம் அன்றைய கட்டத்தில் குர்துகள் மத்தியில் மிக இலகுவாக ஊடுபாவியது.

பௌத்தத்தை பொறுத்தவரை கி.மு ஆறாம் நூற்றாண்டு காலத்தில் இந்திய துணைக்கண்டத்தில் பரவிய தத்துவமாகும். புத்தரின் போதி மர ஞானத்தின் வெளிப்பாடாக அநித்தமும், அநாந்திரமும் என்ற கோட்பாட்டு அவரால் உருவாக்கப்பட்டது. மேலும் மனித வாழ்வின் எல்லா துயரங்களுக்கும் காரணமான பற்றான மனத்தை துறந்து விட்டு பற்றற்ற நிலைக்கு மாறும்போது நிர்வாண நிலையான விடுதலையை அடையலாம் என்றார். மேலும் லௌகீக உலகின் எல்லா உயிர்களின் அவற்றின் தர மற்றும் இயங்கு திறன் அடிப்படையில் மிகுந்த மதிப்பானவை. இயற்கையோடு ஓயாத தொடர்பை கொண்டவை. ஆகவே அவற்றை கொல்லக்கூடாது. மாறாக நேசிக்க வேண்டும் என்றார். புத்தரின் இந்த லௌகீக கோட்பாடுகள் சற்று பிந்தைய கட்டத்தில் குர்து பிரதேசங்களில் பரவத்தொடங்கியது. அவை மனோரீதியான செல்வாக்கையும் செலுத்த தொடங்கின. முக்கியமாக உயிர்களை கொல்ல கூடாது என்ற கோட்பாட்டின் படி அவர்கள் விலங்குகள் மற்றும் பறவைகளை நேசித்தனர். அதிலும் குறிப்பாக பறவைகள் அவர்களிடமிருந்து அதிக நேசத்தைப் பெற்றன. அவர்கள் பறவைகளை இயற்கையை மீறிய அற்புத சக்தியாக பார்த்தனர். அவைகளை உயிரின தோற்றத்தின் முதல் கூறாகவும் கண்டனர். இதன் தொடர்ச்சியில் இன்றைய காலகட்டத்திலும் கூட பறவைகள் குர்துகளின் வாழ்வில் முக்கிய உணர்வு குறியீடாக பார்க்கப்படுகின்றன. அவர்கள் பறவைகளை உண்ணுவதில்லை. மாறாக விலங்குகளை தான் உண்ணுகிறார்கள். இவை எல்லாம் குர்துகள் மத்தியில் ஆரம்ப காலத்தில் தாக்கம் செலுத்திய பௌத்தத்தின் விளைவெச்சமாகும்.

குர்துகள் மத்தியில் தாக்கம் செலுத்திய சொராஷ்டத்தை (பார்சி) பொறுத்தவரை வரலாற்று ரீதியாக ஈரானை மையம்

கொண்ட மதமாகும். செமிடிக் மதங்களிலிருந்து சற்று வேறுபட்டு தன்னை காலத்தால் முன்தள்ளி கொள்ள முடியாத மதத்தில் சொராஷ்டம் ஒன்று. மற்ற குறுமதங்களை போலல்லாமல் சொராஷ்டம் அல்லது பார்சி மதம் குர்துகளின் வாழ்வில் வரலாற்று ரீதியான கலாசார மாற்றத்தையும், செயல்பாட்டு இயக்கத்தையும் அளித்தது.

வரலாறு தன் போக்கில் காலம் என்ற வலைக்குள் சிக்கிக்கொள்கிறது. தொடர்ந்த போக்கில் நிகழ்காலத்தை பின்னுக்கு தள்ளி விடுகிறது. வரலாற்று அனுபவம் என்பதும் இதிலிருந்து தான் உருவாகிறது. மறைக்கப்படும் ஒன்றிலிருந்து உருவாகும் வரலாறு நெகிழ்வுதன்மையுடையதும், பிரதிபலிப்பதுமாகும். மத்திய கிழக்கின் துவக்கமான பாரசீகம் அல்லது ஈரான் வரலாற்றின் போக்கில் நெடிய பின்னணி கொண்டது. அதன் கணிசமான பகுதிகள் மலைக்குன்றுகளால் ஆனவை. பல மதகோட்பாடுகள், கருத்தியல்கள் தோன்றிய பாரம்பரியம் ஈரானுக்குரியது. இதன் பின் தொடரலில் உலகில் தற்போதுவழக்கொழிந்ததாக கருதப்படும் பார்சி அல்லது சராதுஷ்ட மதத்தைபற்றியகுறிப்புகளை நாம் முன்னோக்க வேண்டியதிருக்கிறது. பார்சி அல்லது சராதுஷ்டம் தான் உலக வரலாற்றில் முதன் முதலாக ஓரிறை கோட்பாட்டை போதித்தது. இதனை தொடங்கி வைத்தவர் ஷராதுஷ்டர். இவரின் காலம் கி.மு பதினெட்டாம் நூற்றாண்டாக அறியப்படுகிறது. வடமேற்கு ஈரானின் ஏதாவது ஒரு பகுதியில் இவர் பிறந்திருக்கலாம் என அனுமானிக்கப்படுகிறது. இவரின் கோட்பாடுகள் மூன்றாக சுருக்கப்படுகின்றன. 1. நற்சிந்தனை 2. நற்சொல் 3. நற்செயல். ஈரானில் அன்றைக்கு வழக்கிலிருந்த பல தெய்வ வழிபாட்டுக்கு மாறாக ஓரிறை கோட்பாட்டை பார்சி மதம் முன்வைத்தது. இது கி.மு ஆறாம் நூற்றாண்டில் ஈரான் முழுவதும் பரவியது. அதே நூற்றாண்டில் தான் அகெமெனிய அரசரான சைரஸ் பார்சி கோட்பாட்டை ஏற்றுக்கொண்டார்.அதே காலத்தில் பாபிலோனை கைப்பற்றிய அவர் அங்கு பிணைக்கைதிகளாக, அடிமைகளாக இருந்தவர்களை விடுதலை செய்தார். பாபிலோனியர்களால் அழிக்கப்பட்ட கோயில்களை மறு நிர்மாணம் செய்தார். இவர் தான் தற்போதைய உலகில் பரவலாக பயன்படுத்தப்படும் சொல்லாடலான “மனித உரிமை” பிரகடனத்தை முன்வைத்தவர். இவருக்கு பின் வந்த தெரியஸ் மற்றும் ஆர்த்தசெரஸ் ஆகியோர்

பார்சி மதக்கோட்பாட்டை வளர்த்தெடுத்தனர். கி.மு மூன்றாம் நூற்றாண்டில் பார்த்தீனியர்கள் ஈரானை கைப்பற்றினார்கள். அதன் பிறகு சசானியர்கள் தொடர்ந்தார்கள். இரு வம்சமுமே பார்சி மதக்கோட்பாட்டை ஏற்றுக்கொண்டு அதை மக்கள் மதமாக பரவலாக்கம் செய்தனர். இவர்கள் தங்கள் புனித நூலாக சென் அவெஸ்தாவை பின்பற்றுகின்றனர். சென் அவெஸ்தா மனித வாழ்வின் கூறுகளாக ஆறு விஷயங்களை குவியப்படுத்துகிறது. 1. வன்செயல்கள் மனித விரோதமானது. சராதுஸ்டரின் போதனைகளுக்கு எதிரானது. 2. சராதுஷ்டரின் போதனைகள் பின்தொடர எளிமையானவை. 3. கடவுளான அஹிரமெஸ்தா தன் தூதருக்கு செய்திகளை தெரிவித்தார். அது மனித வாழ்வுக்கு உகந்தவை. 4. சராதுஸ்டிரர் வன்செயல்கள் மற்றும் நற்செயல்கள் இவை இரண்டையும் பிரித்தறிந்து மற்றவர்கள் அதை தொடர்வதற்கான வழியை உருவாக்கினார். 5. தீ என்பது பார்சியின் வழிபாட்டு உபயமாகும். இது பிரகாசமான மனத்தை குறியீடாக்குகிறது. 6. புனித வார்த்தைகளால் சராதுஷ்டிரர் உலகுக்கு வழிகாட்ட வந்தார். பார்சி மதத்தின் லௌகீக கோட்பாடுகள் இந்த ஆறு விஷயத்திற்குள் வருகின்றன. பார்சி மதம் உடல் மற்றும் மன செயல்பாட்டின் முழுமைக்கு முன்னுரிமை கொடுத்தது. அதை ஒரு மனித தூண்டலாக பார்த்தது. அன்றைய பாரசீகத்தில் ஈரானிய மற்றும் துரானிய ஆகிய இரு இனங்கள் இருந்தன. இவை ஒரே இனத்தின் வெவ்வேறு கிளைகள் என்ற கருத்தும் நிலவுகிறது. பார்சியர்களின் புனித நூலான சென் அவெஸ்தாவில் இதைப்பற்றிய குறிப்புகள் காணப்படுகின்றன. சென் அவெஸ்தா கீழ்கண்டவாறு குறிப்பிடுகிறது. 1. பாரசீக வம்சம் ஈரானிய மற்றும் துரானிய பிரிவுகளால் ஆனது. 2. அவர்கள் இருவரும் நெருக்கமாக வாழ்ந்தனர். 3. இவர்கள் ஒரே தெய்வத்தை வழிபட்டனர். 4. இவர்களிடையே அடிக்கடி குடும்ப சண்டைகள் நடந்தன. 5. இவை பார்சி மதத்தின் தோற்றத்திற்கு முன்பும் வழக்கில் இருந்தன. உலக தோற்றம் பற்றி பார்சி மதம் விவரணப்படுத்துகிறது. ஸ்பெண்டா மென்யூ மற்றும் அங்கிரமென்யூ ஆகிய இரண்டுமே உலக படைப்பாக்கத்திற்கு காரணம். ஸ்பெண்டா மென்யூ நன்மைகளின் படைப்பாளர். அங்கிரமென்யூ மோசமானவற்றின் படைப்பாளர். செமிட்டிக் மதங்களின் சாத்தான் பற்றிய கருத்தாக்கம் இதனோடு ஒப்பிடதகுந்தது. இது பார்சி மொழியில்

வெண்டிடாவாக அறியப்படுகிறது. பார்சி மதமானது ஓரிறை கொள்கையை வலியுறுத்துவதன் மூலம் செமிட்டிக் மதங்களுக்கு முன்தூண்டலானது. மேலும் அற அடிப்படையில் நன்மை, தீமை ஆகிய இரண்டையும் முன்மொழிகிறது. தீமை என்பதை நாம் முழுமுதல் அடிப்படையில் பார்க்க முடியாது என்கிறது. உலகில் அதிகம் தீமையே நிகழும் தருணத்தில் பார்சியின் இக்கோட்பாடு முக்கியத்துவம் பெறுகிறது. ஹெகல் சொன்னார் "மனிதர்கள் இயல்பாகவே இவன் நல்லவன் என்று கூறி தப்பித்துவிடுகின்றனர். இயல்பாகவே இவன் மோசமானவன் என்பது அதை விட எவ்வளவு ஆழமான விஷயம் என்பதை யோசிக்க தவறி விடுகிறார்கள்". மனித செயல்பாட்டில் அறவியல் இருமையை பார்சி போதித்தது. நோன்பு என்பதை உடல் உறுதிபாடாகவும், ஆன்மாவின் பிரதிபலிப்பாகவும் பார்த்தது. மேலும் இது ஜைனத்தின் சுய-வருத்தல் கோட்பாட்டோடு தொடர்பு கொண்டது.மரணத்திற்கு பிந்தைய உலகத்தை பற்றி முதன்முதல் போதித்தது பார்சி மட்டுமே. இவ்வுலகில் சக மனிதன் அறவியல் செயல்பாடுகளின் விளைவு மறு உலகில் பிரதிபலிக்கும். மனித உடல் மனம் மற்றும் ஆன்மாவின் வாகனமாக விளங்குகிறது. இதன் பிரதிபலிப்பே மரணம். அங்கு அற இருமை அடிப்படையில் இருவிதமான தேவதைகள் வருவார்கள். அவர்கள் வகைப்பாட்டுக்கு ஏற்ப ஒவ்வொரு மனிதர்களையும் எடுத்துக்கொள்வார்கள். இஸ்லாமின் ஹுர்லீன் பற்றிய கருத்துரு இதன் நீட்சியே. மரண பலன் நான்காவது நாள் வெளிப்படும் என்கிறது. செமிட்டிக் மதங்களான யூத, கிறிஸ்தவ, இஸ்லாம் போன்றவற்றின் ஓரிறைக்கோட்பாடிற்கான துவக்கப்புள்ளி பார்சி மதமே. இன்றைய உலகில் பார்சியர்களின் எண்ணிக்கை குறைவு. பல்வேறுவித தாக்குதல்கள், மாற்றங்கள் இவைகளுக்கு காரணமாக அமைந்தன. மணிச்சியம், மித்ராசியம் போன்றவை இதற்கு பிந்தைய காலத்தில் ஈரானில் தோன்றிய மதங்கள். ஈரானிய திரைப்பட இயக்குநரின் வார்த்தை ஒன்று இதற்கு பொருத்தமாக இருக்கும். "சைரஸ் நீ தூங்கு. நாங்கள் விழித்துக்கொண்டிருக்கிறோம்".

மனிச்சிய மதத்தை பொறுத்தவரை மனி என்ற ஆரம்பகால கிறிஸ்தவ அறிஞரால் தொடங்கப்பட்ட ஒன்று. மனி கிறிஸ்தவத்தோடு ஏற்பட்ட கருத்து முரண்பாடு மற்றும் மன முறிவு காரணமாக கி.பி 242ல் தன்னை தீர்க்கதரிசியாக

அறிவித்துக்கொண்டார். மற்ற மதங்களை போலல்லாமல் மனி நன்மை தீமை இவற்றிற்கு பதிலாக இருள் மற்றும் ஒளி ஆகியவற்றை முன்னிறுத்தினார். இதில் ஒளி என்பது ஆன்மா மற்றும் தூய்மையின் குறியீடு. இருள் என்பது பருப்பொருள் மற்றும் அழுக்கை குறிப்பிடுவது. இதனால் ஒரு மனிதன் இறக்கும் போது அவன் ஆன்மா வானத்திற்கு உயர்த்தப்படுகிறது. அதே நேரத்தில் அவனின் பருப்பொருள் உலகத்திலே தங்கி விடுகிறது. இவ்வகையில் மனிதன் இறந்து விட்டால் அவன் ஆன்மா தூய்மைப்படுகிறது. இறக்காதவரை அது தூய்மையடைவதில்லை. இதன் காரணமாக மனி, மனித இறப்பையே அதிகம் முன்வைத்தார். திருமணம் மற்றும் குழந்தை பிறப்பிற்கு எதிரான மனோபாவத்தோடு இருந்தார். அதன் மூலம் மனித இனம் முடிவுக்கு வரும். உலகம் தூய்மைப்படும் என்று நம்பினார். மேலும் மனி குர்துபகுதிகளில் தன் போதனைகளை பரப்ப தொடங்கியபோது அப்பகுதி குர்துகளிடம் கிறிஸ்தவம் செல்வாக்கு செலுத்தியது. அங்கிருந்த பெரும்பான்மையான குர்துகள் கிறிஸ்தவர்களாக இருந்தனர். மனியின் மதம் அங்கு பரவிய தருணம் கிறிஸ்து பிறப்பின் மூன்றாம் நூற்றாண்டாக இருந்தது. மேலும் அக்காலகட்டத்தின் நெருக்கடி நிலைமை காரணமாக யூதர்கள் பலர் குர்து பகுதிகளுக்கு இடம்பெயர்ந்தனர். அப்போதைய மெதே (Mede) அரசன் இவர்களை வரவேற்று அப்பகுதியில் குடியேற அனுமதியளித்தார். இந்த தகவல் பைபிளின் பழைய ஏற்பாட்டில் காணப்படுகிறது. மேலும் வரலாற்று ஆதாரங்களின் படி மெதே குர்து பரம்பரையில் வந்தவன். மேலும் குர்துகளை பற்றிய தகவலானது அவர்கள் வரலாற்று தொன்மங்களோடு அதிக உறவுடையவர்கள் என்பதாக இருக்கிறது. தொன்ம நம்பிக்கை (Mythical belief) குர்துகளோடு அதிகம் தொடர்புடைய சொல்லாடல். அவர்கள் சாலமன் அரசனின் பணியாளர்கள் மற்றும் புனித ஆத்மாக்களோடு தொடர்புடையவர்கள் என்றொரு தகவலும் இங்கு நிலவுகிறது. மனிச்சியத்தை பொறுத்தவரை அன்றைய கட்டத்தில் யூதர்கள் மத்தியிலும் மிகுந்த செல்வாக்கு செலுத்தியது. மேலும் ஓர் இனத்தின் தோற்றம் குறித்து அறிய அந்த இனத்தின் மொழி, வரலாறு, தொல்லியல் கூறுகளைப் பற்றி அறிந்திருப்பது அவசியம். அவ்வகையில் தொல்லியல் படி குர்துகளின் தோற்றம் என்பது மெதேவுடன் தொடர்பு கொண்டது. இதை இருபதாம்

நூற்றாண்டு ரஷ்ய கீழைச்சிந்தனையாளரான விளாடிமிர் மினோரஸ்கி (1877-1966) மிக விரிவாக வெளிப்படுத்தினார். மேலும் இவர்கள் மெதேவின் பின் தொடரல் என்பதற்கான ஆதாரமாக தற்போதைய குர்து நகர பெயர்களின் வேர்சொற்களை நாம் குறிப்பிட முடியும். (அமெத், அமெதி, அமோத் போன்றவை) யூதர்கள் தங்களின் பாதுகாப்பு கருதி இவர்களோடு அக்காலத்தில் சேர்ந்து வாழ்ந்தனர் என்பதற்கான தவிர்க்க முடியாத ஆதாரமாக இவை இருக்கின்றன. மேலும் ஏராளமான யூதர்கள் இருபதாம் நூற்றாண்டின் இடைக்காலம் வரை அதாவது இஸ்ரேல் உருவாக்கத்திற்கு முன்பு வரை இவர்களுடன் சேர்ந்து வாழ்ந்தனர். மற்றொரு அர்த்தத்தில் இவர்கள் குர்து யூதர்கள் என்பதாக அறியப்பட்டனர். இன்றும் கூட யூத நம்பிக்கைக்கொண்ட மற்றும் கலாசார ரீதியாக குர்துகளுடன் ஒன்றியிருக்கும் இஸ்ரேலிய யூதர்கள் கூட தங்களை குர்து என்றழைப்பதில் தான் பெருமைப்பட்டுக்கொள்கின்றனர். இவ்வாறாக இஸ்லாமுக்கு முந்தைய குர்துகளின் உலகம் இருந்தது.

குர்து பிராந்தியங்களில் இஸ்லாத்தின் வருகையானது வரலாற்றுரீதியான மானுடவியல் மற்றும் உளவியல் தாக்கத்தை குர்துகள் மத்தியில் ஏற்படுத்தியது. கி.பி ஏழாம் நூற்றாண்டில் இப்பிரதேசங்களில் இஸ்லாம் பரவியது. இஸ்லாமிய கலீபாக்கள் குர்துகளிடத்தில் இஸ்லாத்தை அறிமுகம் செய்தனர். கி.பி ஏழாம் நூற்றாண்டு காலத்தில் குர்து பிராந்தியத்தை ஆட்சிபுரிந்த சசானிய பேரரசை கலீபாக்கள் மிக எளிதாக வெற்றிக்கொண்டனர். குர்து இனத்தை பொறுத்தவரை அப்பிரதேசத்தில் இஸ்லாத்தின் வருகைக்கு முன் அது பல மதங்களின் கூட்டிணைவாக இருந்தது (Syncretistic Religion). அதன் செயல்பாடுகள், நம்பிக்கைகள், கலாசாரம், சடங்குகள், விருப்ப தாபங்கள் போன்றவை எல்லாம் மற்றொன்றிலிருந்து தனித்தே இருந்தன. ஆனால் இவர்களிடையே சில விஷயங்களில் பொதுவான அம்சங்கள் இருந்தன. பழைய நம்பிக்கைகளின் தர்க்க இணைவின் தொடர்ச்சியாக அவை இருந்தன. ஆனால் சில தருணங்களில் இந்த தர்க்க பொதுக்கூறுகள் இனரீதியாக அவை ஒன்றிணைய முடியாமலும் தடுத்தன. இருந்தும் அமைப்பு ரீதியாக பழைய மதங்களின் கூட்டிணைவு தொடரத்தான் செய்தது. இவற்றை பல நிறங்கள் அடங்கிய பூச்செண்டோடு நாம் ஒப்பிட முடியும். ஒரு பூச்செண்டானது மஞ்சள், வெள்ளை, சிவப்பு மற்றும்

பச்சை ஆகிய மலர்களின் இணைவாக இருக்கிறது. அவை நான்கும் ஒன்றிணைந்து அவற்றிற்கு பூச்செண்டு என்ற தனித்த வடிவத்தை அளிக்கின்றன. ஆனால் அதிலிருக்கும் பூக்களை நிற அடிப்படையில் ஒவ்வொன்றாக நாம் தனித்து பிரித்தெடுக்கும் போது அவை தம் பிந்தைய வடிவத்தை இழந்து விடுகின்றன. இந்நிலையில் குர்துகளின் கூட்டிணைந்த மத கோட்பாடு அடிப்படையானதும், விரிவானதுமாகும். அந்த வகையில் குர்து கலாசாரமானது மிக வளமானது. இன்னும் அதன் விரிவார்ந்த நிலையில் பன்மையானதும் கூட. இந்த இரு அம்சங்களின் தொடர்ச்சியோடு தான் தற்போதைய தேசிய இன சுயநிர்ணய போராட்ட குர்துகளும் தங்கள் வாழ்வியல் போக்கை அமைத்துக் கொண்டுள்ளனர்.

இஸ்லாம் குர்து பிரதேசங்களில் அறிமுகமான போது அங்கு மனிச்சியம், மித்ரயிசம், பார்சி போன்ற மதங்கள் வழக்கில் இருந்தன. அது அங்கு ஏற்கனவே நிலவில் இருந்த மேற்கண்ட கூட்டு மதங்களின் தர்க்கவியலை, அதன் இயக்க போக்கை அதிர்வுக்குள்ளாக்கியது. அந்த அதிர்வானது குறைந்த ரிக்டர் அளவு கோலில் பதிவாகும் பூகம்பம் போல் இருந்தது. இருந்தும் குர்துகளிடத்தில் கூட்டுமதங்களான மனிச்சியம், மித்ரயிசம் போன்றவற்றின் தாக்கம் இருந்து கொண்டிருந்தது. குறிப்பாக மித்ரயிஸ்டுகள் தங்களின் பாரம்பரிய பிரத்யேக நடனத்தை தொடர்ந்து தக்கவைத்துக்கொண்டனர். இது குர்துகள் இஸ்லாத்தை ஏற்றுக்கொண்ட ஆரம்ப காலத்திலும் தொடர்ந்தது. இருந்தும் குர்து கலாசாரத்தின் வரலாற்று மேன்மை என்பது அவர்கள் இஸ்லாத்தை ஏற்றுக்கொண்ட பிறகும் பழைய கூட்டுமதங்களின் அதிமுக்கிய கூறுகளை, கோட்பாடுகளை இஸ்லாத்தின் புனித கோட்பாடுகளோடு பொருத்தி, அதனை புதிய விளக்கீடாக அர்த்தப்படுத்தினர். இந்த அர்த்தப்பாடு குர்துகளை மற்ற அரபு இனத்தினரிடமிருந்து வித்தியாசப்படுத்தியது. மேலும் அவர்கள் தங்கள் புதிய கருத்தியல் மூலம் இஸ்லாத்தின் தத்துவ ஞானிகளான சூபிகளோடு ஒன்றினர். ஒரு குறிப்பிட்ட காலம் வரை சூபிசம் இஸ்லாமிய வரலாற்றில் குர்துகள் மீது அதிக தாக்கத்தை செலுத்தியது. குறிப்பாக குர்துகள் காதிரிய்யா, நுர்ஸி, நெமத்துல்லா, நக்சபந்தி, போன்ற சூபி மரபுகளோடு அதிகம் தாக்கமுற்றனர். இதில் காதிரிய்யா தரீகாவின் ஸ்தாபகரான அப்துல் காதர் ஜீலானியுடன் குர்துகள் அதிகம் இணக்கமுற்றனர்.

அவரின் தத்துவ தரிசனம் குர்துகளின் சிந்தனைபோக்குகளிலும், நடவடிக்கைகளிலும் பெருந்தாக்கம் செலுத்தியது. சூபிகளின் இறையியல் கோட்பாடு, அதன் தத்துவ சாரம் குர்துகளிடத்தில் பெரும் மாறுதலை ஏற்படுத்தியது. அதன் இழைகளுடன் குர்துகள் பெரிதும் இயைந்தார்கள். இன்னொரு வகையில் இவர்கள் சூபி குர்துகள் எனவும் அழைக்கப்பட்டனர்.

கி.பி ஏழாம் நூற்றாண்டு குர்துகளின் கலாசார நடவடிக்கைகளில் நபிக்கு பிந்தைய மதத்தலைவர்களான கலிபாக்கள் மீதான பேரன்பு வெளிப்பட்டது. இவற்றின் உச்ச கட்டம் நான்காம் கலீபாவும் நபியின் மருமகனுமான அலியின் மீதான நேசத்திற்கு வழிவகுத்தது. இத்தகைய குர்துகள் அலீவிஸ் (ஷியாக்கள் அல்ல) என்றழைக்கப்பட்டனர். மேலும் தொடர்ந்து வழக்கில் இருந்து வந்த பல்வகையான கூட்டு மதங்கள் ஒன்றையொன்று சார்ந்து இருந்தன. கி.பி ஏழாம் நூற்றாண்டில் அரபு கலிபாக்கள் அன்றைய காலகட்டத்தில் அப்பிரதேசத்தில் ரோமாபுரி மன்னனுக்கு பெரும் சவாலாக இருந்து வந்த சசானிய பேரரசை எளிதாக வீழ்த்தினர். இதன் காரணமாக அப்பேரரசின் பகுதி முழுவதும் அரேபிய கலிபாக்களின் கட்டுப்பாட்டில் வந்தது. சசானிய தலைநகரான திசபெளனை தான் கலிபாக்களும் தங்கள் தலைநகராக்கிக்கொண்டனர். இது ஈராக்கின் தற்போதைய தலைநகரான பாக்தாதுக்கு மிக பக்கத்தில் இருந்தது. பின்னர் குர்து பகுதிகளுக்குள் அவர்கள் நுழைந்தனர். இன்றைய காலகட்டத்திலும் கூட குர்து பிரதேச எல்லையானது பாக்தாதுக்கு மிக அருகில் இருக்கிறது. எதார்த்தத்தில் பாக்தாத் என்பது அரபிச்சொல் அல்ல. மாறாக அது குர்து-ஈரானிய சொல்லாகும். அதாவது பகாதா என்ற வேர்ச்சொல்லில் இருந்து இந்த சொல் நீட்சியடைந்தது. கடவுளால் கொடுக்கப்பட்டது என்பது இதன் அர்த்தம்.

கி.பி ஏழாம் நூற்றாண்டின் இறுதி பகுதியில் இஸ்லாம் குர்து பிராந்தியங்களில் பரவிய போது குர்துகள் அதை கடுமையாக எதிர்த்தனர். தாங்கள் ஏற்கனவே பின்பற்றி வந்த மிதரயிசம், பார்சி போன்றவற்றின் கோட்பாடுகளுக்கு எதிராக இருக்கிறது என்பதன் காரணமாக அவை தங்கள் மீது பாதிக்காமல் பார்த்துக்கொண்டனர். இதை தக்க வைப்பதற்காக பபக் கொரானி தலைமையில் குர்துகள் போராடினர். இந்த போராட்டம் கி.பி

ஒன்பதாம் நூற்றாண்டின் தொடக்கத்தில் ஆரம்பித்து சுமார் இருபது ஆண்டுகள் நடைபெற்றது. மேலும் அவர்களின் இந்த புரட்சிகர போராட்டத்தின் நோக்கம் வர்க்கமற்ற சமூகத்தையும், பெண்களுக்கு சம உரிமை அளிக்கப்பட வேண்டும் என்பதாக இருந்தது. தொடர்ந்து மற்ற ஒடுக்கப்பட்ட சமூக குழுக்களுக்காகவும் அவர்கள் போராடினர். குறிப்பாக கருப்பின அடிமைகளுக்காகவும் அவர்களின் போராட்டம் இருந்தது. இந்த போராட்டங்கள் பல நூற்றாண்டுகள் நீடித்தன. இறுதியில் போராட்ட அமைப்பு சீர்குலைந்து மொத்த போராட்டமும் முடிவுக்கு வந்தது.

அன்றைய கட்டத்தில் குர்துகளின் பெரும்பான்மையினர் தங்களின் பண்டைய மதத்தை தக்க வைக்க இஸ்லாத்தை ஏற்றுக்கொள்ள மறுத்தனர். அவை பெரும்பாலும் பார்சி மற்றும் மனிச்சியம் ஆகியவற்றின் கூட்டிணைவாக இருந்தது. மேலும் பார்சி மதம் குர்துகளை நாடோடி வாழ்க்கை முறையில் இருந்து விவசாய வாழ்க்கை முறைக்கு மாற்றியது. இதன் மூலம் அவர்களின் சமூக பொருளாதார கட்டமைப்பில் பெரும் மாறுதல் ஏற்பட்டது. இதற்கு பார்சியின் கவர்ச்சிகர கோட்பாடுகளும் ஒரு காரணம். மேலும் பார்சியின் ஸ்தாபகரான சராதுஷ்டரை பின்பற்றியவர்கள் கோரன்கள் என அழைக்கப்பட்டனர். மேய்ச்சல் தொழிலை கொண்டவர்கள் பார்சிகள் மூலமாக விவசாய வாழ்க்கை முறைக்கு மாறி, பல பயிர்களை பயிரிட கற்றுக்கொண்டனர். மேலும் இவர்களின் ஆர்வம் இலக்கியம், வரலாறு மற்றும் தத்துவம் ஆகியவற்றின் மீதும் திரும்பியது. மேலும் இஸ்லாமின் தொழுகை, நோன்பு என்பதற்கு பதிலாக சக மனிதனை நேசித்தல், உதவுதல், அவனின் துயரத்தில் பங்குகொள்ளல் போன்றவற்றில் நடைமுறைரீதியாக அதிக ஆர்வம் காட்டினர்.

குர்து கலாசாரத்தை பொறுத்தவரை பிரதேசங்களை தாண்டி தன் வீச்சை அடைந்திருக்கிறது. அவர்களில் அஹ்லே ஹக் என்ற கூட்டு மதங்களை சார்ந்தவர்கள் மத்தியில் இதன் தாக்கம் இன்னும் இருக்கிறது. அவர்கள் உலக கலாசாரத்திற்கும், இஸ்லாமிற்கும் அதிக அளவு பங்களிப்பை செய்திருக்கிறார்கள். குறிப்பாக பன்னிரண்டாம் நூற்றாண்டு குர்து இனத்தின் வரலாற்று மேன்மையை, தத்துவத்தை, இலக்கியத்தை

மிகுதியாக வளப்படுத்தியவர்கள் இந்த அஹ்லே ஹக் பிரிவினர் தான். இதை பன்னிரண்டாம் நூற்றாண்டின் புகழ்பெற்ற இஸ்லாமிய அறிஞரான கஸ்ஸாலி தன் நூல் ஒன்றில் குறிப்பிட்டார். "இஸ்லாமிய கலாசாரமானது நான்கு தூண்கள் மீது அமைந்துள்ளது. அதாவது நான்கு முக்கிய ஆளுமைகள் அதை பிரதிநிதித்துவப்படுத்துகிறார்கள். அதில் மூவர் குர்துகளான சராசுரி, அமெதி, தினாவரி ஆகியோராவர்." இதை குறிப்பிடும் போது கஸ்ஸாலியின் மதிப்பீடானது மிக உயர்ந்த அளவீட்டில் இருந்தது. மேற்குறிப்பிட்ட மூவரும் குர்து இன மேம்பாட்டிற்கு மட்டுமல்லாமல் இஸ்லாமிய கலாசாரத்திற்கும் பெரும் பங்களிப்பை செய்திருக்கிறார்கள் என்றார் கஸ்ஸாலி. இதன் அடிப்படையில் குர்துகள் தாங்கள் காலங்காலமாக பின்பற்றி வந்த மதங்களின் கலாசார கூறுகளை பின் தொடர்ந்ததோடு மட்டுமல்லாமல் அதை இன்னொரு நிலைக்கு உயரப்படுத்தவும் செய்தனர். இதனடிப்படையில் அவர்களின் கலாசாரம் ஒற்றை நிலையிலிருந்து பன்முக நிலைக்கு மாறியது. இறுதி கட்டத்தில் அவை அரசியல் மொழியாகவும் மாற்றமடைந்தன.

குர்துகளின் வாழ்வியல் போக்கை பொறுத்தவரை அவர்கள் கூட்டு மத கலாசாரத்திலும், சகிப்பு மனத்திலும் தங்களை ஆட்படுத்தி தொடர்ந்து இயங்கி வந்திருக்கிறார்கள். இம்மாதிரியான நடவடிக்கைகள் அவர்களின் செயல் முறைகளை அண்டை இனத்தாருடன் வித்தியாசப்படுத்த வைத்தன. குறிப்பாக துருக்கி, ஈரான், ஈராக் ஆகிய நாட்டு பெரும்பான்மை இனத்தவருடன் இவர்களின் கலாசார நடவடிக்கைகள் மாறுபட்டன. மத்திய கிழக்கின் இந்த குறிப்பிட்ட பிராந்தியங்களில் பிற இனங்களுடனான குர்துகளின் மோதல்களுக்கு இதுவும் ஒரு காரணம். மற்ற இனத்தவரை போலல்லாமல் குர்துகள் ஆண் பெண் சமத்துவத்தை வலியுறுத்தினர். அதோடு மட்டுமல்லாமல் அதை நடைமுறைப்படுத்தவும் செய்தனர். இது அவர்களின் பாரம்பரிய நடவடிக்கைகளின் எச்சமாகும். மேலும் இரு பாலாரும் இணைந்து நடனமாடும் பாரம்பரிய நடனமுறையான ரஸ்பலாகை தக்கவைக்கவும் செய்தனர். இதனால் மற்றவர்கள் அவர்களை ஒழுக்கம் தவறிய மக்கள் என குறிப்பிட்டனர். குர்துகள் மத, கலாசார ரீதியாக பன்முக நிலையில் இருந்த போதும் சமத்துவம், இன மேன்மை என்பதில் ஒத்த நிலைபாட்டில்

இருந்தனர். இது அவர்களை அரசியல் ரீதியாக முன் நகர்வதற்கு உதவியாக இருந்தது. விதிவிலக்கான தருணங்களை தவிர.

குர்திஸ்தானின் மையப்பகுதியான கங்காவரில் அனாகிதா (தூய்மை, மழை மற்றும் தண்ணீருக்கான தெய்வம்) கோயில் இருக்கிறது. மேலும் கிறிஸ்தவ, யூத ஆலயங்கள், ககாயிஸ், சபக், சராயிஸ் ஆகிய மதக்குழுக்களின் வழிபாட்டுத்தலங்களும் இருக்கின்றன. இவை அவர்களின் சமூக இணக்க நிலைக்கு உதாரணங்கள். இதனால் ஈராக்-ஈரான் பத்தாண்டுகால போரின் போது ஏராளமான அகதிகள் குர்து பிரதேசங்களுக்குள் அடைக்கலம் புகுந்தனர். அவர்களை குர்துகள் ஏற்றுக்கொண்டனர்.

அவர்களுக்கு எவ்வித கெடுதல்களையும் செய்யவில்லை. இது குர்துகளின் பாரம்பரிய குணாதிசயமும், தொடர்ச்சியான அரசியல் நடவடிக்கையின் பகுதியுமாகும். மேலும் குர்து இன பெண்களை பொறுத்தவரை அவர்களில் பெரும்பான்மையினர் மற்ற அரபு இனத்தவரை போன்று பர்தா அணிவதில்லை. ஆனால் இது அவர்களிடத்தில் சாத்தியமான தொடர்ச்சியை தான் ஏற்படுத்தியிருக்கிறது. மேலும் குர்து பெண்கள் தங்கள் இனப்போராட்டத்தில் ஆண்களுக்கு இணையாக ஆயுதங்களுடன் களத்தில் இறங்க முடிகிறது. அதற்கான உதாரணமாக பலர் இருக்கிச்ன்றனர். பத்தொன்பதாம் நூற்றாண்டு குர்து இன பெண் போராளியான கரா பத்மா அவர்களில் முக்கியமானவர். துருக்கியை எதிர்த்து மிக தீரத்தோடு போரிட்டார். இவரை பிந்தைய கட்டத்தில் ஜெர்மன் மற்றும் பிரான்சு பத்திரிகைகள் சிறந்த குர்து இன போராளியாக வர்ணித்தன. மேலும் 1980ல் குர்து இன பெண்ணான கஜே யசர், பெஸ்மர்கா என்ற குர்து போராளி குழுவிற்கு தலைமை வகித்ததோடு மட்டுமல்லாமல் அவர்களோடு இணைந்து குர்திஸ்தான் மலைகளில் போராட்ட குழுவை இயக்கவும் செய்தார். பின்னர் பாரிஸுக்கு சென்று அங்குள்ள சோபோர்ன் பல்கலைகழகத்தில் தேசிய இனப்போராட்டம் குறித்த தலைப்பில் ஆய்வுப்பணியில் ஈடுபட்டார். மேலும் இருபதாம் நூற்றாண்டின் தொடக்க காலத்தில் காசிம் அமின் என்ற எகிப்திய குர்து தலைவர் அங்கு பெண் விடுதலைக்கோட்பாட்டை முன்னெடுத்து அவர்களின் விடுதலைக்காக பாடுபட்டார். மேலும் பெண்விடுதலைக்கான பல நூல்கள் வெளிவந்தன. The Liberation of women, The new women ஆகியவை அவற்றில் குறிப்பிடத்தக்கவை. மேலும் தன் சமகாலத்திய அரபு முஸ்லிம் அறிஞரான மஹ்மூத் அல் சுக்ரி என்பவரின் ஆணாதிக்க சிந்தனைகளைக்கு கடும் சவாலானவராக விளங்கினார் காசிம். சுக்ரி பெண்களுக்கு எப்படி பள்ளிக்கூடங்களுக்கு வெளியே கல்வி கற்பிக்க வேண்டும் என்று எழுதிய போது பெண்களுக்கு எப்படி பள்ளிக்கூடத்தின் உள்ளே கல்வியளிக்க வேண்டும்? என்று காசிம் அதற்கு எதிர்வினையாற்றினார்.

பண்டைய குர்துகளின் சமூக, அரசியல், அதிகார வரம்பிற்குள் பெண்களே ஆதிக்கம் செலுத்தியிருந்தாக தெளிவான வரலாற்று பதிவு அதன் பக்கங்களை நமக்கு திறந்து காட்டுகிறது. குர்துகளின் நாட்டார் மரபுகள், தொன்மவியல் இவற்றை அதிகமும் ஆராயும் போது அதில் அநேக இடங்களில் பெண் முன்னிலைப்படுத்தப்படுகிறாள். அரபு சிந்தனையாளரான ஹிசாம் சரபி தன் தந்தைவழி சமூகம் பற்றிய நூலில் இவற்றை குறிப்பிடுகிறார். மேலும் இன்றைய காலகட்டதிலும் கூட குர்து இன குடும்ப பெயர்கள் எல்லாம் பெண்களை மையப்படுத்தியே இருக்கின்றன. மேலும் அவர்களின்அதிகாரபூர்வ, சட்ட ரீதியான சில செயல்பாடுகளும் குர்து இன பெண்களை மையப்படுத்தியே இருக்கின்றன. மேலும் அவர்கள் இஸ்லாமுக்கு முந்தைய கால சமூகங்களில் பெண்களுக்கு இருந்த நிலைமைக்கு மாறாக அதே காலகட்டத்திலேயே அதிக எடையை, சமூக மதிப்பை அவர்களுக்கு அளித்திருந்தனர். இது மரபான இஸ்லாமிய வரலாறிலிருந்து வேறுபட்டு நிற்கிறது. காரணம் இஸ்லாமுக்கு முந்தைய கால அரேபிய சமூகம் பெண்களுக்கு எவ்வித உரிமையையும் அளிக்கவில்லை என்பதே தற்போது வரை மத அடிப்படைவாதிகளால் திரும்ப திரும்ப முன்மொழியப்பட்டுக்கொண்டிருக்கிறது. ஆனால் அதே காலகட்டத்திலேயே அரபு உலகத்தின் இன்னொரு மூலையில் ஒரு சிறிய மலைப்பரப்பில் இருந்த குர்து இனம் இதற்கு நேர்மாறாக இருந்திருக்கிறது என்பது இங்கு கவனிக்கத்தக்கது. ஒரு வரலாறு எப்படி தொன்மமாகிறது என்பதும், தொன்மம் எப்படி வரலாறு ஆகிறது என்பதும் பின்னலாக பிணைக்கப்பட்ட ஒன்று. எல்லா வரலாறுகளும் பதிவு செய்யப்படும் போது விரலிடை நழுவிச்செல்லும் தன்மையுடையதாகவும் இருக்கும் என்பது

குர்துகள் பற்றிய இந்த வரலாற்று காரணிக்கு பொருந்தக்கூடிய மற்றொரு விஷயம்.

அரபுலக அல்லது மத்தியகிழக்கு வரலாற்றில் 1979ல் ஈரானில் ஷா அரசிற்கு எதிராக நடந்த புரட்சி மிக முக்கியமானது. அதன் பின்னர் கொமைனி பொறுப்பேற்றார். புரட்சியின் காலகட்டத்தில் ஈரான் உச்சநிலையில் இருந்தபோது, ஈரானிய குர்துகள் இஸ்ஸத்தீன் -இ- ஹொாசைனி தலைமையில் கொமைனிக்கு எதிராக மாபெரும் பேரணி ஒன்றை நடத்தினர். இது கொமைனியின் இஸ்லாமிய குடியரசு என்பதற்கு எதிராக நடைபெற்ற பேரணியாகும். அந்த தருணத்தில் அவர்கள் இஸ்லாமிய குடியரசு என்பதற்கு மாறாக ஜனநாயக ஈரானிய குடியரசு என்பதை முன்மொழிந்தனர். இந்த முன்மொழிதல் ஈரானிய குர்துகளுக்கு மிகப்பெரும் சவாலாக இருந்தது. இதன் காரணமாக இவர்கள் எதிர்புரட்சியாளர்களாக ஓரங்கட்டப்பட்டனர். குர்துகளின் வாழ்வு பல மேலாதிக்க இனங்களால் காவு கொள்ளப்பட்ட போதும் குர்து தலைவர்களும், மக்களும் மிகுந்த சகிப்பு மனத்தோடு இருந்தனர். முதல் உலகப்போருக்கு பிந்தைய கட்டத்தில் பிரிட்டனால் குர்து பகுதியில் நிறுவப்பட்ட தற்காலிக அரசிற்கு ஷேக் மஹ்மூத் தலைமை வகித்தார். இது 1919-1924 வரை ஐந்து ஆண்டுகாலம் நடைபெற்றது. இந்த காலகட்டத்தில் எவருமே கொல்லப்படவில்லை. எவருமே கல்லெறியப்படவில்லை. எவருக்குமே கசையடி கொடுக்கப்படவில்லை. இதே போன்றதொரு நிலைமை தான் 1946ல் அமைக்கப்பட்ட பிரபல குர்து நீதிபதியான காசி முஹம்மது அரசிலும் நிலவியது. குர்துகளின் இந்த மரபார்ந்த இரு தலைவர்களும் குர்துகளை மேம்படுத்துவதிலும் அவர்களின் கலாசாரத்தை வளர்த்தெடுப்பதிலும் முக்கிய பங்காற்றினர். மேலும் ஏழாம் நூற்றாண்டில் குர்து பகுதியில் இஸ்லாம் பரவியபோது குர்து மக்கள் அதை நிதானமாக உட்கிரகித்ததோடு மட்டுமல்லாமல் அதை வளர்த்தெடுக்கவும் செய்தனர். மேலும் அரபு - இஸ்லாம், பெர்சிய - இஸ்லாம் ஆகிய கலாசாரங்களோடு தங்கள் கலாசார உறவை தகவமைத்தனர். மேலும் ஏராளமான குர்து ஆளுமைகள் அரபு, பெர்சிய, துருக்கிய மொழி மேம்பாட்டிற்காக உழைத்தனர். அதோடு மட்டுமல்லாமல் அம்மொழியில் நிறைய நூல்களையும் எழுதினர். இதன் காரணமாக அவர்களின் சொந்தமொழி புறக்கணிப்புக்கு உள்ளானது. 19 ஆம் நூற்றாண்டில் உதுமானிய

பேரரசில் துருக்கிய மொழியில் எழுதப்பட்ட சொல்லகராதி செம்செட்டின் சாம் என்ற குர்து இனத்தவரால் எழுதப்பட்டதாகும்.

குர்து இனத்தை பொறுத்தவரை பல நாகரீகங்களின் குறுக்கீட்டிற்கு ஆளாக்கப்பட்ட ஒன்று. குறிப்பாக கிரேக்கர்கள் அகமேனிட் மற்றும் சசானிட் பேரரசு ஆகியவற்றின் மீது படையெடுத்தனர். இதனால் கிரேக்க கலாசாரம் குர்து பகுதியில் பரவியது. அதன் காரணமாக கிரேக்கர்கள் பலகாலம் அப்பிராந்தியத்தில் தங்கி குர்துகளுடனான கலாசார கலப்பை மேற்கொண்டனர். பல கிரேக்க சொற்கள் குர்து மொழியில் கலந்தன. குறிப்பாக தொப்பி என பொருள்படும் மித்ர என்ற சொல்லானது மெசர் என்ற சொல்லாக குர்து மொழியில் காலமாற்றத்தில் உருக்கொண்டது. இன்றைய காலகட்டத்திலும் கூட குர்திஸ்தானின் பல கிராமங்கள், மலைப்பிரதேசங்கள் ஆகியவை கிரேக்க சொற்களையே தங்களின் பெயராகக் கொண்டிருக்கின்றன. மேலும் குறிப்பிடத்தக்க ஒன்றாக குர்துகளால் ஆரம்பகாலத்தில் குர்து பிரதேசமான உர்பாவில் தொடங்கப்பட்ட ஹரான் பல்கலைகழகமானது இஸ்லாமிய மற்றும் கீழைநாடுகளின் மிகப்பெரும் அறிவியல் மையமாக திகழ்ந்தது. அரபுலக வரலாற்றில் புகழ்பெற்ற தத்துவவாதிகள், விஞ்ஞானிகள், இலக்கிய ஆளுமைகள் போன்றவர்களை உருவாக்கிய மேன்மை வாய்ந்த இடமாக ஹரான் இருந்தது. குறிப்பாக கி.பி பத்தாம் நூற்றாண்டுகால புகழ்பெற்ற இஸ்லாமிய தத்துவவியலாளரான அல்-பராபி இந்த பல்கலைகழக மாணவரே. மேலும் வஹ்ஹாபிய கொள்கையின் ஆதித்தந்தையான இப்னு தைமிய்யாவும் இந்த பல்கலைகழக மாணவரே. அவரும் குர்து இனத்தை சார்ந்தவர் என்றொரு வரலாற்றுக்குறிப்பு காணப்படுகிறது. மேலும் பின்னாளில் புகழ்பெற்ற மத்தியகிழக்கு சிந்தனையாளர்கள், கல்வியாளர்கள் பெரும்பாலானோர் இந்த பல்கலைகழகத்தில் படித்தவர்களே. மேலும் அந்நாளில் கிரேக்க மொழியில் புகழ்பெற்ற பல படைப்புகள் இப்பல்கலைகழகத்தின் மூலம் அரபி மற்றும் பெர்சிய மொழிக்கு மொழிமாற்றம் செய்யப்பட்டன. மேலும் அரபு, பெர்சிய படைப்புகள் கிரேக்கத்திற்கும் மொழிமாற்றம் செய்யப்பட்டன. இங்கு குறிப்பிடத்தக்க விஷயமாக உர்பா நகரம் கிறிஸ்தவ கலாசாரத்தின் தொட்டிலாகவும் இருக்கிறது. இதன் தொடர்ச்சியில் காலத்தின் போக்கில் இப்பல்கலைகழகம் பிந்தைய அரசுகளால் நசுக்கப்பட்டு

முற்றிலுமாக அழிக்கப்பட்டு விட்டது. மேலும் குர்து கலாசாரம் அரபி மொழியின் வளர்ச்சிக்கும் குறிப்பிடத்தக்க பங்களிப்பை செலுத்தியிருக்கிறது. அரபு பகுதியில் இஸ்லாம் அரச மதமாக மாறிய பிறகு, அதன் பின்னர் குர்து பகுதிகளுக்கும் அது விரிவாக்கம் செய்யப்பட்ட பிறகு பல குர்து சொற்கள் அரபு மொழியுடன் கலக்க ஆரம்பித்தன. குறிப்பாக கலம் (பேனா), பாரித் (தபால் சேவை) பான் (கலை) ஹன்தசா (வடிவ இயல்) போன்ற அரபு சொற்களின் வேராக குர்து மொழி இருக்கிறது. அரபு மொழி வரலாற்றின் தொடர்ச்சியில் இதுமாதியான பல அரபு சொற்கள் குர்து மொழியின் வேர்சொற்களே.

இசைத்துறைக்கு குர்துகளின் பங்களிப்பு மிக முக்கியமானதாகும். குர்து இசையானது அதற்கான சொந்த லயத்தையும், குறிப்பையும் கொண்டிருக்கிறது. மேலும் உலக இசைகளோடு ஒரே நேர்கோட்டில் பயணம் செய்யும் வலுவையும் கொண்டிருக்கிறது. குர்து வரலாற்றில் ஒன்பதாம் நூற்றாண்டு இசையமைப்பாளர் மற்றும் பாடகரான இசாக் முஸ்லி முக்கியமானவர். ஈராக் மற்றும் ஈரானிய அரபு அரசுகள் தங்கள் அரண்மனை நிகழ்ச்சிகளில் இவரை பயன்படுத்திக்கொண்டன . மேலும் புதிய இசைக்குறிப்புகள் மற்றும் லயங்கள் மூலம் குர்து இசையை அடுத்தகட்டத்திற்கு முஸ்லி நகர்த்தினார். இன்றைய கட்டத்தில் அநேக குர்துகள் இசையில் நிபுணத்துவம் பெற்றவர்களாக இருக்கின்றனர். பாரசீகத்தில் ரகீம் மொசானி, அரபுகளிடத்தில் நசீம் கஸ்ஸாலி, துருக்கியர்களிடையே இப்ராஹீம் தத்லைஸ் மற்றும் இஸ்ஸத் அல்திமஸ் போன்றவர்கள் குர்து இசையின் சிறந்த நிபுணர்கள். மத்திய கிழக்கின் அநேக அரசுகள் எல்லாம் குர்து கலாசாரம் மற்றும் செயலாக்க நடவடிக்கைகளிலிருந்து நிறைய விஷயங்களை உள்ளிழுத்துக்கொள்கின்றன. இவ்வாறாக மத்திய கிழக்கு வரலாற்றில் குர்துகள் சிறுபான்மை இனமாக இருந்து கொண்டு தங்கள் நாகரீகங்கள், கலாசாரம் வழியாக உலகிற்கு பெரும் பங்களிப்பை செலுத்தியிருக்கிறார்கள். இது வரலாற்றின் பயணத்தில், அதன் தொடர்ச்சியில், எழுத்தாக்கத்தில், இயக்க போக்கில் தொடர்ந்து நிகழ்ந்து கொண்டே இருக்கிறது. குர்துகளின் இந்த நெடும் பயணமே அவர்களின் தேசிய இன உரிமைக்கான பெரும் வரலாற்று நியாயமாக இருப்பதை நாம் உணர முடியும்.

குர்துகளின் தேசிய இனப்பிரச்சினைகள் மற்றும் சுயநிர்ணய போராட்டம்

குர்திஷ் பிராந்தியமானது நிலவியல் அடிப்படையில் குர்திஸ்தான் என்றழைக்கப்படுகிறது. இந்த பெயரிடலுக்கு பின்னால் தீர்க்கமான, தெளிவான அரசியல் காரணமும் உண்டு. குர்திஸ்தான் என்பது ஈரான், ஈராக், சிரியா, துருக்கி மற்றும் முந்தைய சோவியத் யூனியனின் சில பகுதிகள் (அர்மேனியா மற்றும் அசர்பைஜான்) ஆகிய சிதறிய தீவுகள் போல் அமைந்த பிராந்தியங்களை உள்ளடக்கியது. இதன் சிறப்பம்சம் என்பது பெட்ரோலியம், வளமான மலைப்பகுதிகள், செறிந்த தாதுவளங்கள், தேர்ந்த பிரவாகமான நீர்வளம் போன்றவை. இந்நிலையில் குர்துகளின் அரசியல் அடையாளம் மேற்கண்ட அம்சங்களின் மீது அங்கங்களற்ற உடல்களாக, குறுக்கு மடுக்கு போன்று (Rhizome) படிந்திருக்கின்றது. இது வரலாற்று காலந்தொட்டு அவர்களின் தொடர்ச்சியான அடையாள பதியமாக இருந்து வருகிறது. இருந்தும் இன்று வரை பல மேலாதிக்க இனங்களால் அவர்கள் வெற்றிக்கொள்ளப்பட்டு, மிகுந்த துயரத்திற்கும், அடையாள நெருக்கடிக்கும் ஆளாகி வருகின்றனர். ஐரோப்பிய தேசிய இன ஆய்வாளர்கள் கருத்துப்படி குர்து பிராந்தியத்தின் எண்ணெய் வளம் சார்ந்த பிரச்சினையே அவர்கள் தேசிய இன போராட்டத்திற்கு முக்கிய தூண்டலாக இருந்திருக்கிறது.

ஒவ்வொரு இனமும் தன் வரலாற்றை, பாரம்பரியத்தை குறித்து ஆராயும் போது தங்கள் பூர்வீக நிலம் குறித்த தேடலில் ஈடுபவது இயல்பு. மத்தியகிழக்கின் வரலாற்றை குறித்து ஆராய்ந்தவர்கள் குர்துகளின் தோற்றம் என்பது இரண்டாம் மனித சகாப்தத்தோடு தொடர்புடையது என்கிறார்கள். இவர்கள் ஷக்ரோஸ் என்ற மலைத்தொடரோடு சம்பந்தப்பட்டவர்கள். இங்கு அசிரியன்கள், சுமேரியர்கள், கால்தீன்கள் ஆகியோர் குர்துகளின் புராதன

வேர்களை உருவாக்கி அவர்களை வலுவான அரசியல் சக்தியாக பரிணமிக்க வைத்தார்கள். மேலும் இந்தோ ஐரோப்பிய இனத்தை சார்ந்த ஆரியர்களின் ஒரு பிரிவினர் கிழக்கு பகுதியான ஷக்ரோஸ் மலைத்தொடருக்கு இடம்பெயர்ந்தனர். மற்றொரு பிரிவினர் மேற்கு திசை நோக்கி நகர்ந்தனர். இதை குறித்து குர்சான் என்ற ஈரானிய பயண எழுத்தாளர் ஒருவர் இவ்வாறு குறிப்பிடுகிறார். "ஷர்கோஷ் மலைப்பகுதிக்கு இனங்களின் இடப்பெயர்வு கி.மு 20ம் நூற்றாண்டுகளுக்கு முன்பே தொடங்கியிருக்கிறது. அவ்வாறு இடம்பெயர்ந்தவர்கள் ஷர்கோஷ் மலைப்பகுதி மக்களையும் அங்குள்ள குர்துகளையும் காலனியப்படுத்தியதோடு மட்டுமல்லாமல் அவர்களின் ஆட்சியாளர்களாக தங்களை மாற்றிக்கொண்டனர். இடம்பெயர்ந்த இனங்களில் மெதர்களே மிக வலுவான மற்றும் பெரிய இனமாகும். பண்டைய குர்துகளின் இனவரலாற்றை நோக்கும் போது ஆறு வகையான இனங்கள் ஷர்கோஷ் மலைப்பகுதிக்கு இடம்பெயர்ந்திருக்கின்றன. லூலூக்கள், கௌடிகள், காசிகள், கால்டியன்கள், சுபாரியன்கள் மற்றும் மெதேகள்.

லூலூக்களின் காலம் கி.மு 2800. லூலூக்களின் பிராந்தியமானது தற்போதைய சிரியாவின் சுலைமானியா பகுதியாகும். இதை மேற்கத்திய வரலாற்றாசிரியர்களின் குறிப்புகள் தெரிவிக்கின்றன. மேலும் அசிரிய ஆவணங்களில் இந்த பிராந்தியமானது உயர் கட்டிடக்கலை மற்றும் நாகரீகத்தின் சிறப்பியல்பாக இருந்திருக்கிறது.

கௌடி இனம் என்பது ஷர்கோஷ் மலைப்பகுதியில் பரவலாக அறியப்பட்ட ஒன்று. இவர்கள் சுமேரிய மற்றும் அகடிய இனங்களிடமிருந்து கி.மு 2649ல் அதிகாரத்தை கைப்பற்றினர். மேலும் 125 ஆண்டுகாலம் அங்கு ஆட்சி புரிந்தனர்.

அதன் பிறகு உர் அரசனால் அவர்கள் வெல்லப்பட்டனர். பின்னர் அசிரியன்களாலும் வெல்லப்பட்டனர். அவர்களின் வாழ்க்கைத்தரம் நட்சத்திரங்களை நோக்கிய ஒன்றாக இருந்தது.

காசியன்கள் முதன் முதலாக ஷாக்ரோஸ் மலைப்பகுதிக்குட்பட்ட ஹெர்மன்ஷா பகுதியில் குடியேறியவர்கள். இவர்களின் காலத்தைப்பற்றிய தெளிவான தரவுகள் இல்லாவிட்டாலும் கி.மு எட்டாம் நூற்றாண்டு என அறியப்படுகிறது. அவர்கள்

பாபிலோனை கைப்பற்றியது மட்டுமல்லாமல் அங்கு வலுவான அரசமைப்பு ஒன்றையும் ஏற்படுத்தினர். மேலும் ஆறு நூற்றாண்டுகள் அங்கு ஆட்சி புரிந்தனர்.

கால்டியர்களின் பரப்பானது தோக்ஜா ஏரியிலிருந்து அலெக்சாண்டிரியா முனை வரையிலும், மேற்கில் யூப்ரடீஸ் முதல் கிழக்கின் உர் பகுதி வரையும் நீண்டிருந்தது. இவர்கள் கி.மு ஒன்பதாம் நூற்றாண்டு முதல் கி.மு ஏழாம் நூற்றாண்டு வரை அந்த பிரதேசத்தில் ஆட்சி புரிந்தார்கள். மேலும் இந்த இடைக்கட்டத்தில் குர்திஷ் அரசுகளோடு இவர்கள் இணைந்திருந்தார்கள்.

சுபாரியன்களின் காலம் கி.மு பதிமூன்றாம் நூற்றாண்டாகும். சுபாரிய என்ற சொல்லை தங்கள் நிலப்பகுதியை வரையறுப்பதற்காக சுமேரியர்கள் உருவாக்கினர். அசிரிய ஆட்சியாளர்களின் காலத்திற்கு பிறகு இந்த சொல்லானது முழுமையாக மறைந்து விட்டது. அசிரியர்களின் அரசானது குர்து பகுதிக்குள் மிக எளிதாக ஊடுருவிய ஒன்றாக இருந்தது. குர்துகளை அடக்கிய நிலையில், குர்துகள் எந்த ஆட்பணிதலுக்கும் உட்படவில்லை. அந்த கட்டத்திலேயே அவர்களின் தேசிய உணர்வு தொடக்கமிடப்பட்டது. பிந்தைய காலகட்டத்தில் தந்திரமான, யுக்திபூர்வமான சதிகள் மூலம் தங்களை கைப்பற்ற துணிந்தவர்களை குர்துகள் மிகத்தீவிரமாக வெறுத்தனர்.

மெதிகள் இந்தோ ஐரோப்பிய குடும்பத்தை வேராகக்கொண்டு கி.மு ஒன்பதாம் நூற்றாண்டு காலத்தில் ஈரானின் வடமேற்கு மலைப்பகுதிகளில் வாழ்ந்தவர்கள். பின்னர் படிப்படியாக மற்ற பிரதேசங்களை கைப்பற்றி அங்கு வலுவான அரசை ஏற்படுத்தினர். பின்னர் ஹமதான் என்ற நகரை உருவாக்கி அதை தங்கள் தலைநகராக மாற்றிக்கொண்டனர். மேலும் மெதியன் குர்திஸ் அரசனான கிஸ்ரோ கி.மு 612ல் அசிரிய அரசை கைப்பற்றி அங்கு வலுவான குர்திஸ் அரசை ஏற்படுத்தினார். இந்த காலகட்டத்திலிருந்து தான் முறைப்படியான குர்து அரசு என்பது ஏற்பட்டது.

குர்து தேசிய இனச்சிக்கலை பொறுத்தவரை புவி அரசியல் மற்றும் புவி பொருளாதாரம் ஆகிய இரண்டுமே முக்கியமான காரணிகள். மத்திய கிழக்கின் குர்து பிராந்தியமானது தாமிரம்,

வெள்ளி, காரீயம், இரும்பு, பாதரசம், மார்பிள், தங்கம் போன்ற தாதுக்களை கொண்டிருக்கிறது. இதனோடு நிலக்கரியையும், இயந்திரமயமான உலகின் இயக்கத்திற்கு உயிராக விளங்கும் பெட்ரோலியத்தையும் உள்ளடக்கி இருக்கிறது. இத்தகைய வளங்கள் குறிப்பிட்ட சூழலில் அதிகார வர்க்கத்திற்கு முக்கியமான அரசியல் ஆதாரமாக மாறுகின்றன. அதனோடு பொருளாதார நலன்களும் இணைகின்றன. இந்த நலன்களை தக்கவைப்பதற்கான அதிகார வர்க்க முனைப்பும், அதனை தங்களுக்கானதாக உறுதிப்படுத்தி அதன் மூலம் தங்கள் புவி அடையாளங்களை நிலைப்படுத்த குர்துகளின் கிளர்ச்சியுமே அவர்களின் தேசிய விடுதலை போராட்டத்திற்கான முக்கிய வெளிப்பாட்டு கூறு. இதற்கு உதாரணமாக ஈரான் - ஈராக் போரின் போதும், அரபு இஸ்ரேலிய போரின் போதும், ஈராக் மீதான அமெரிக்க போரின் போதும், பல உள்நாட்டுப் போரின் போதும் குர்து பிராந்தியத்தின் ஏராளமான எண்ணெய் கிணறுகள் பல நாட்களாக எரிந்து கொண்டிருந்தன. அதிகார வர்க்கங்கள் குர்து பிராந்தியத்தின் எண்ணெய் வளங்களை இன அழுத்தத்திற்கான குறியீடாக பார்த்தன. இதன் காரணமாக சில ஐரோப்பிய அரசியல் விமர்சகர்கள் குர்து தேசிய இனப்பிரச்சினை என்பதே அப்பிராந்தியத்தின் எண்ணெய்வளம் சார்ந்த பிரச்சினை அன்றி வேறில்லை என்றனர். மேற்கண்ட எல்லா அம்சங்களும் குர்து பிராந்தியத்தின் நிலவியல் அமைப்போடு நெருங்கிய தொடர்பு கொண்டவை. அந்த அம்சங்கள் அதன் நிலவியல் கூறுகளை உணர்வின் அடிப்படை சார்ந்து அரசியல் மற்றும் யுக்தி பூர்வமாக இணைக்கின்றன. இது புவி ஆதார அடிப்படையில் சோவியத் யூனியன் மற்றும் ஆசிய மைனர், கருங்கடலில் இருந்து மத்திய தரைக்கடல் வரை பல நாடுகளை, பிரதேசங்களை, கடல், மலை போன்ற பிராந்தியங்களை உள்ளடக்கி விரிந்திருக்கிறது. இனவாரியான மக்கள் தொகை அடிப்படையில் குர்துகள் தற்போதைய சூழலில் மத்தியகிழக்கு முழுவதுமாக சுமார் ஐம்பது மில்லியனுக்கும் அதிகமாக இருக்கின்றனர்.

குர்து மக்களை பொறுத்தவரை அவர்களில் பெரும்பான்மையினர் முஸ்லிம்கள். அதிலும் குறிப்பாக சுன்னி பிரிவை சார்ந்தவர்கள் தான் அதிகமாக இருக்கின்றனர். ஷியா முஸ்லிம்கள் எண்ணிக்கையின் அடிப்படையில் இரண்டாம் இடத்தில் இருக்கின்றனர். சுன்னிகளில் லோர்களும்,

பக்தியார்களும் அதிகம். இவர்களிடையே கிறிஸ்தவர்கள், யூதர்கள் மற்றும் பார்சிகள் ஆகியோர் சிறுபான்மையினராக இருக்கின்றனர். மேலும் குர்து பிராந்தியத்தின் பல பழங்குடியினர் வலுவான நாடோடிகளாக, மிகுதியான துயரத்தில் இருக்கின்றனர். நாடோடித்தனமான துயரத்திற்கு அங்கு குர்துகளின் வலிமையான அரசமைப்போ அல்லது அதிகாரம் மிக்க பிரதிநிதிகளோ இல்லாத நிலைமையே காரணம். இந்நிலையில் குர்து பழங்குடிகள் எப்போதுமே தங்கள் கூட்டத்தின் பாதுகாப்பிற்கும், இருப்பிற்கும் முக்கிய பங்காற்றி வந்துள்ளனர். இது இன்றைய காலகட்டத்திலும் தொடர்கிறது. மேலும் குறிப்பிடத்தக்க அம்சமாக குர்துகள் எப்போதும் தங்கள் மரபுகள் மீதும், தங்கள் பூர்விக நிலத்தின் மீதும் பற்றுதல் கொண்டவர்கள். அவர்களுக்கு எதிரான இன ஒடுக்குமுறை காலங்காலமாக தொடர்ந்த போதும் தங்கள் பிரதேச சமவெளிகள் மீதும், உயர்ந்த மலைகள் மீதும் பெரும் நம்பிக்கையையும், பெருமிதத்தையும் தொடர்ச்சியாக தக்கவைத்து கொண்டிருப்பவர்கள். அவர்கள் பிரதேசத்து அபாயகரமான வளைவு பாதைகளும், உயரமான பனிபடர்ந்த சிகரங்களும் எதிரிகளின் மிக வலுவான, பலம்பொருந்திய ராணுவத்தால் கூட கடக்கப்பட முடியாதவை. இந்த இயற்கை அரண்கள் குர்துகளின் தேசிய இனபோராட்டத்திற்கான நியாயப்பாடாகவும், சுயநிர்ணயத்திற்கான பிரதிபலிப்பாகவும் இருக்கின்றன. நூற்றாண்டின் வரலாற்றோடு திரும்பும் போது ரஷ்யாவுடனான போரின் போது புகழ்பெற்ற நெப்போலியன் கூறிய வார்த்தைகள் முக்கியமானவை. "ரஷ்யாவில் மூன்றுவித வெற்றிக்கொள்ளப்பட முடியாத பொதுமைகள் இருக்கின்றன. அவை ஒன்று பரந்துவிரிந்த நிலப்பகுதி, கடும் பனி மற்றும் பள்ளத்தாக்குகள். அதுமாதிரியான பொதுமைகளும் குர்து பிரதேசத்தில் உண்டு. ஒன்று நீண்டு பரந்திருக்கும் மலைத்தொடர் இரண்டு பனிமலை மூன்று குர்துகளின் பாரம்பரிய அடையாளம். இந்த மூன்றுமே காலத்தொடர்ச்சியில் குர்துகளின் வெற்றிக்கும், சுதந்திரத்திற்கும் வழி வகுக்கும். மேற்கண்ட மூன்று மரபம்சங்களின் தொடர்ச்சியானது குறிப்பிட்ட சூழலில் குர்துகளின் சமூக மற்றும் அறிவார்ந்த வளர்ச்சிக்கு உதவுவதில் முக்கியமான பங்களிப்பை செலுத்துகிறது. குர்துகளை பற்றிய ஆராய்ந்த மேற்கத்திய ஆய்வாளர்கள், பயணிகள், மற்றும் கீழைத்தேய கல்வியாளர்கள் ஆகியோர் குர்துகளின் நிலையான

மரபுகள் மீதும், பல நேர்மறையான பாதைகளில் அவர்களின் பெருந்தன்மை மற்றும் பற்றார்ந்த குணாதிசயங்கள் மீதும் மிகுந்த அவதானமும், அனுதாபமும் கொண்டிருந்தனர். குர்துகளின் இத்தகைய உள்ளீடான குணகங்கள் மேற்கின் பல ஆளுமைககளை கவர்ந்தது.

குர்து இனத்தின் மேன்மையை பற்றி தொடங்கும் போது அதன் குடும்ப அமைப்பு முறையைப்பற்றி கூறியாக வேண்டும். அரபுலகின் அல்லது மத்தியகிழக்கின் மற்ற இனங்களை போலல்லாது குர்துகளின் குடும்ப அமைப்பு முறை வித்தியாசமானதாக இருக்கிறது. எளிமையானதாக, எல்லோரையும் வரவேற்கும் மனோபாவம் சார்ந்ததாக, சுதந்திரத்தன்மையை அலகாகக் கொண்ட மொத்த வித்தியாசங்களின் தொகுப்பாக இருக்கிறது. குர்து பெண்கள் மற்ற இனத்தவரை விட மேம்பட்டவராக இருக்கின்றனர். இங்கு பெரும்பாலும் பலதாரமணம் வழக்கில் இல்லை. குர்துகளுக்கு இசையும், நடனமும் மிக முக்கிய ஒன்றாக இருக்கிறது.

குர்துகளின் வரலாற்றில் நிச்சயமற்ற அரசியல் நிலைமைகளில், சூழ்நிலைகளுக்கிடையேயான அவர்களின் போராட்டமானது வரலாறு முழுவதும் நிரம்பியிருக்கிறது. இந்நிலையில் குர்துகளின் நிலப்பகுதியானது தொடர் துயரத்திற்கு உள்ளாவதுடன், அங்கு உற்பத்தி சக்திகளின் வளர்ச்சியையும் மந்த கதிக்கு ஆளாக்கிறது. இதன் தொடர்ச்சியில் குர்து பிராந்தியமானது அண்டை பிராந்திய சக்திகளால் வெற்றிக்கொள்ளப்பட்டு பெரும் சீரழிவுக்கு உள்ளாகிறது. மேலும் அத்தகைய அரசுகளின் பொருளாதார நிர்வாக திறன் இன்மை காரணமாக நடைபெறும் நிகழ்வுகள் எளிதாக இல்லை. மேலும் வர்த்தகத்திற்கான வழிகள் அனைத்தும் சூயஸ் கால்வாய் மற்றும் நவீன விமான நிலையங்கள் வழி மாற்றப்பட்டதன் விளைவாக குர்து பிரதேசங்கள் அனைத்தும் பழைய வர்த்தக வழிகளை இழந்து பெரும் துயரார்ந்த தனிமையை கொண்டிருக்கின்றன. அவை துண்டிக்கப்பட்ட நடுக்கடல் தீவு மாதிரியான நிலைமைக்கு முற்றிலுமாக மாற்றப்பட்டிருக்கின்றன. உலகமயமாக்கல் மற்றும் தாராளமயமாக்கல் மத்திய கிழக்கை பாதித்ததன் விளைவாக அங்கு நகர்மயமாக்கல் மிக வேகமாக நடந்து முடிந்தது. நகர்புற கலைகள் விவசாயத்தை காவு வாங்கின. இறக்குமதி செய்யப்பட்ட பெருவாரியான மேற்கத்திய

உற்பத்திப்பொருட்கள் குர்துகளின் கைவினை பொருட்களை நலிவடைய செய்ததோடு மட்டுமல்லாமல் குர்துகளின் வட்டார மரபுகளையும் அழித்தன. மேலும் முக்கிய குறிப்பீடாக, குர்து பிரதேசத்தின் பெட்ரோலிய தொழிற்சாலைகளானது பிரதேச நலன்களை வெளிப்படுத்துவதிலும், தொடர்ச்சியான அரசியலை இயங்க செய்வதிலும் பெரும் வெற்றியை அடைந்திருக்கின்றன. இந்த பிராந்தியத்தின் முக்கிய கனரக தொழில் இது தான். குறிப்பாக மத்தியகிழக்கு பிராந்தியத்தின் கனரக தொழில் வகைபாட்டில் பெட்ரோல் தான் முதலிடம் பிடிக்கும். காரணம் அதன் புவி பொருளாதார நிலைமையே. புவி பொருளாதாரமானது பிரதேசம் தாண்டிய நிலையில் தன் சுய அர்த்தத்தை இழக்கும். சார்பானதாக மாறும். ஆனால் கொடுமையான விஷயம் என்னவென்றால் இந்த தொழிற்சாலைகளில் குர்துகள் பணிபுரிவதற்கான சூழல் லாவகமாக தவிர்க்கப்பட்டது தான். தேர்ந்த, பாரம்பரிய விவசாயிகள் என்ற தகுதிநிலையை அவர்கள் தக்கவைக்க வேண்டும் என்பதில் தான் ஒடுக்குமுறை இன அரசுகள் கவனமாக இருந்தன.மேலும் துருக்கியானது குர்து பகுதிகளிலிருந்து பெட்ரோலை எடுத்து அவற்றை குழாய் வழியாக துருக்கிய துறைமுறைகளுக்கு கொண்டு செல்கிறது. அங்கிருந்து அவற்றை அந்நிய பெட்ரோலிய கம்பெனிகளுக்கு அனுப்புகிறது. இதன் மூலம் குர்திஷ் பகுதிகளை காலனியமயத்திற்கு துருக்கி உட்படுத்திக்கொண்டிருக்கிறது. இது குர்திஷ் தேசிய தொழில் பூர்ஷ்வாக்கள் உருவாகாமல் இருப்பதற்கான பேரினவாத அரசுகளின் தந்திர உபாயமே.

குர்திஸ்தானில் பெட்ரோல் தவிர்த்த மற்ற வளங்களை பொறுத்தவரை இயல்பான வளர்ச்சிநிலையே காணப்படுகிறது. இந்த இயல்புநிலை அரசுகளின் பொருளாதார நலன்களுக்கு நேர்விகிதத்தில் இருக்கின்றது. மேலும் குர்திஸ்தானின் முக்கியமான பொருளாதார கூறு என்பது விவசாயமே. அதுவே அதன் முதுகெலும்பு. கால்நடை வளர்ப்பையும் சேர்த்து குர்து பிரதேசத்தின் விவசாய பொருளாதார பங்களிப்பு 64% மாகும். மேலும் பெட்ரோலிய உற்பத்தியின் மூலம் அவர்களுக்கு 24% பொருளாதார பங்களிப்பே இருக்கிறது. மற்றவை 10% பங்களிப்பை செலுத்துகின்றன. இந்த ஒட்டுமொத்த பொருளாதார மூலங்களின் பங்களிப்பானது குர்து பிரதேசங்கள் தொழில்மயமாதலில் இன்னும் பெரும்

பலவீனமான ஒன்றாகவே இருக்கின்றன என்பதை காட்டுகிறது. மேலும் அவர்களுக்கு பெட்ரோல் மூலம் எந்த அநுகூலமும் கிடைப்பதில்லை. எல்லா அநுகூலங்களும் சுரண்டும் நாடுகளுக்கு சென்று விடுகின்றன. குர்திஸ்தானில் விவசாயமும் அதன் மூலப்பொருட்களும் மிக அதிக அளவில் கிடைக்கின்றன. இவை எல்லாமே காலனியவாதிகளின் கருத்தியல், அரசியல் மற்றும் பொருளாதார ரீதியாக சுரண்டலுக்கு உள்ளாகின்றன. எல்லா மூலப்பொருட்களும் போலியான பொருளாதார கட்டமைப்பின் பறிமுதலுக்கு உள்ளாகி அவை அதிகாரபூர்வமாக காலனியவாதிகளின் நாடுகளுக்கு கடத்தப்படுகின்றன. இவை எல்லாம் அந்த நாடுகளின் உற்பத்திப்பொருட்களாக மாற்றப்பட்டு மீண்டும் குர்து பிரதேசத்திற்கே கொண்டு வரப்படுகின்றன. ஆக இந்த உற்பத்திப்பொருட்களின் மிகப்பெரும் சந்தையாக குர்து பிரதேசங்கள் இருக்கின்றன. இவை இந்தியாவின் கிழக்கிந்திய கம்பெனி ஆட்சி முறையை ஞாபகப்படுத்துகின்றது. அந்த முறை சரியாக குர்து பிரதேசத்தின் சுரண்டல் நடைமுறையை தான் பிரதிபலிக்கிறது. இவ்வாறான காலனியவாதிகளின் எல்லா சுரண்டல் முறைகளும், இனமேன்மையாளர்களின் சகலவித ஒடுக்குமுறைகளும் குர்துகளை தேசிய விடுதலைபோராட்டத்தை நோக்கி நகர்த்தின. அவர்களின் போராட்டம் வெறும் தேசிய மற்றும் அரசியல் விடுதலைக்கானது மட்டுமல்ல. மாறாக கருத்தியல், சமூக, பொருளாதார விடுதலை கூறுகளுக்காகவும், காலங்காலமாக நிலவி வரும் அநீதியான சமூக கட்டமைப்பிற்கு எதிராகவும் அவர்களின் போராட்டம் இருக்கிறது. இவ்வகையில் அவர்களின் உயர்ந்த போராட்ட லட்சியமானது சுதந்திர குர்து அரசை அமைப்பது மற்றும் குர்து இனத்தை சார்ந்த எல்லா தனி மனிதனின் வாழ்க்கை தர மேம்பாடு இவற்றை அடைவது தான். இதன் தொடர்ச்சியில் தெற்கு குர்திஸ் பகுதியில் 1991ல் ஏற்பட்ட கலகமானது குர்து தேசிய இன போராட்டத்திற்கு மிகப்பெரும் நம்பிக்கையையும் வலுவையும் ஏற்படுத்தின. இதன் மூலம் குர்துகளின் தேசிய விருப்புறுதி மற்றும் நிர்ணயதன்மை தெளிவாக வரையறுக்கப்பட்டது. அதுவே பிராந்தியம் முழுமைக்கான போராட்ட பரவலுக்கு வழி வகுத்தது.

இஸ்லாத்தின் தத்துவ தரிசன மரபான சூபிசம் குர்துகளின் விடுதலை போராட்டத்திற்கு பெரும்பங்களிப்பை செய்திருக்கிறது. சூபி மரபை சார்ந்த குர்து தத்துவஞானிகள்

பலர் குர்துகளின் தேசிய இனப்போராட்டத்தில் கலந்து கொண்டு போராட்டத்திற்கான திட்டங்களை வரைந்தனர்.அவர்களுள் மஹ்மூத் அல் ஹாபிழ் மற்றும் ஷேக் செயித் பிரான் ஆகியோர் முக்கியமானவர்கள். காதிரிய்யா சூபி மரபை சார்ந்த இவர்கள் இரண்டாம் உலகப்போருக்கு பிந்தைய காலகட்டத்தில் குர்து விடுதலைப்போராட்டத்தை ஒருங்கிணைத்து அவற்றில் தீவிரமாக பங்கெடுத்தனர். மேலும் இந்த போராட்டத்தில் பர்ஸான் சூபிகளின் பங்களிப்பு முதன்மையானது.பர்ஸான்கள் நக்சபந்தி சூபி மரபை பின்பற்றியதோடு மட்டுமல்லாமல் தங்கள் வாழ்க்கை முறையியலில் எளிமையை மேற்கொண்டனர். மேலும் சக குர்து மக்களுடன் இணைந்து உதுமானிய பேரரசுக்கு எதிராக போரிட்டனர். அவ்வாறான போராட்ட கால வரலாற்றின் சில தருணங்களில் இவர்களுக்கு பிராந்திய ரீதியாக சில வெற்றிகள் கிடைத்தன. ஆனால் அவை பிந்தைய கட்டத்தில் ஆதிக்க சக்திகளின் பலத்தாலும், இவர்களின் பலவீனத்தாலும் தட்டிப்பறிக்கப்பட்டன. மேலும் இனவாத அரசுகள் சூபி மரபை சார்ந்தவர்கள் இந்த போராட்டத்தில் கலந்து கொள்வதை விரும்பவில்லை. தேசிய விடுதலை போராட்டத்தை ஒருங்கிணைக்கவும், அது பற்றிய பிரக்ஞையை ஏற்படுத்தவும் அவர்களால் எளிதில் முடியும் என்பதால் அவர்களின் தவிர்ப்பை அரசுகள் விரும்பின. இந்த லாவகமான தவிர்ப்பை தங்களுக்கான அரசியல் மற்றும் கருத்தியல் நலன்களை மீட்டெடுப்பதற்கான வாய்ப்பாக பயன்படுத்தலாம் என அவை விரும்பின. இதன் தொடர்ச்சியில் 1912 குர்து இனத்தை சார்ந்த துருக்கிய விடுதலை மற்றும் சமத்துவ கட்சியின் முன்னணி தலைவர்களில் ஒருவரான சப்வாத் பெக் அன்றைய உதுமானிய பேரரசு காலகட்ட துருக்கியின் பிரதமரான மஹ்மூத் ஷவ்கத் பாஷா வை கொலை செய்தார். அதன் காரணமாக இவர் பர்ஸான் பகுதிக்குள் அடைக்கலம் புகுந்தார். குர்து தலைவரான ஷேக் பர்ஸான் அவருக்கு அடைக்கலம் தந்தார். நீண்ட தேடுதலுக்குப்பின் உதுமானிய அரச படைகள் அவரின் மறைவிடத்தை கண்டுபிடித்தன. இதனால் பர்ஸான் ஷேக் அவரை ஹகாரி மலைப்பகுதிக்கு தப்பியோட செய்தார். விளைவாக உதுமானிய படைகள் பர்ஸானில் மிகப்பெரும் தாக்குதலை தொடுத்தன. ஷேக்கின் படைகள் இதை எதிர்த்து மிக உக்கிரமாக போரிட்டன. ஆனால் உதுமானிய அரசின் பெரும் இராணுவத்தாக்குதலை இவர்களால் எதிர்கொள்ள முடியவில்லை.

இதன் காரணமாக போர்நிறுத்தம் செய்ய பர்ஸான் ஷேக் உத்தரவிட்டார். பின்னர் அவர்கள் ஈரானுக்கு சென்றனர். அதற்கு பிந்தைய காலகட்டத்தில் ஈரான் மற்றும் ரஷ்யாவுடன் ஏற்பட்ட உடன்படிக்கைக்கு பிறகு அவர்கள் மீண்டும் பர்ஸானுக்கு செல்ல தீர்மானித்தனர். பர்ஸானுக்கு திரும்பும் வழியில் அவர்கள் உதுமானிய படைகளால் கைது செய்யப்பட்டனர். இந்நிலையில் மொசுல் நகர மேயரின் உத்தரவுபடி 1914 ஜனவரி 1ஆம் நாள் இரவில் பர்ஸான் ஷேக் மற்றும் அவருடன் இருந்த மூவரும் தூக்கிலிடப்பட்டனர். இதன் காரணமாக பர்ஸானின் குர்து இன அரசான ஷேக் சலாமின் ஆட்சி முடிவுக்கு வந்தது. இங்கு தர்க்க ரீதியாக நாம் கவனிக்க வேண்டிய ஒன்று என்பது குர்து இன அரசு "இருந்தால்" என்ற கருத்தாக்கம் பற்றியதாகும். அதன் வரலாற்று நிகழ்வுகள் குறித்தும் அது குர்து சமூகத்தில் ஏற்படுத்தும் மாற்றம் குறித்தும் நாம் சிந்திக்க வேண்டியதிருக்கிறது. இதற்காக நாம் காலத்தை பின்னோக்கி தள்ள முடியாது. ஒருவேளை ஷேக் இருந்திருந்தால் என்ற யூகம் நமக்கு முதல் உலகப்போருக்கு பிந்தைய குர்துகளின் வாழ்வியல் போராட்டம் பற்றிய சிறந்த சித்திரத்தை தந்திருக்கலாம்.

பர்ஸான் ஷேக் மற்றும் அவரின் உடன் இருந்தவர்கள் கொல்லப்பட்ட பிறகு குர்து இன மக்களின் விடுதலை போராட்ட பிரக்ஞை அதன் தீவிர வடிவத்தை எடுத்தது. பெட்ரோல் வழி பரவும் தீயானது மிக வேகமாக பாய்வது போல் அப்பிராந்தியம் முழுமைக்குமாக போராட்டம் கவிந்து பரவியது. ஷேக்கின் சகோதரரான அஹ்மத் தலைமையில் போராட்டமும், புரட்சியும் தீவிரமடைந்தது. இதன் பின்னர் இன்னொரு சகோதரரான முல்லா முஸ்தபா போராட்டத்தை முன்னெடுத்தார். அவரின் பின்னால் ஏராளமான வலுவான போராளிகுழுக்கள் திரண்டன. பெரும் வேகத்துடன் வரும் வெள்ளம் அதன் வழியில் நிற்கும் கெட்டியான மரங்களை சாய்ப்பது மாதிரி இனவாத அரசுகளுக்கு எதிரான அந்த குழுக்களின் போராட்டம் அதே உக்கிரத்துடன் இருந்தது. தொடர்ச்சியான போராட்டத்தின் விளைவாக இவர்கள் குர்துகளின் மிகப்பெரும் சிவில் இராணுவ குழுக்களாக மாறினார்கள். இந்த போராட்டம் 1961 ஆம் ஆண்டுவரை நீடித்தது. இவர்கள் பல குழுக்களாக பிரிந்து ஒரே நேரத்தில் ஈராக், ஈரான் மற்றும் துருக்கிக்கு எதிராக போரிட்டனர். இந்த போராட்டம் 1961 வரை நீடித்தது. இந்த

போரில் பிணைக்கைதிகளாக பிடிக்கப்பட்டவர்கள் மற்றும் போரால் பாதிக்கப்பட்ட குர்து மக்கள் கிழக்கு குர்திஸ்தான் பகுதியில் உள்ள ஷிவா முகாமில் அடைக்கப்பட்டனர். அங்கு அவர்களுக்கு எவ்விதமான வசதிகளும் அளிக்கப்படவில்லை. சிறிய அறை ஒன்றில் ஆடுமாடுகளை போன்று ஏராளமானோர் அடைக்கப்பட்டனர். இது ஏற்கனவே சராசரி வாழ்வில் அதி துயரங்களை அடைந்து வரும் அவர்களுக்கு பெரும் துயரமாக இருந்தது.இதுவே பிந்தைய கட்டத்தில் குர்து போராளிகளுக்கு எதிரிகள் மீதான பெரும் வெறுப்புக்கு காரணமாக அமைந்தது.

உயிரோட்டமான குர்து மொழியானது மத்திய கிழக்கு பிராந்தியத்தின் தனித்துவமாக இருக்கிறது. ஹெர்மான்ஜி, கொரானி, சாசா போன்றவை அதன் உட்பிரிவுகள். ஒவ்வொன்றும் செறிவான, விரிவும் ஆழமும் கவிந்த இலக்கிய வளத்தைக் கொண்டிருக்கின்றன. அதன் தெளிவான இலக்கிய பயணம் நெடியது. ஒட்டகம் ஒன்று நீண்டநாட்களுக்கான தண்ணீரை தன் வயிற்றில் தேக்கி வைத்து பயணிப்பதை போல் குர்து மொழியும் பல கலைஞர்களை, பலவிதமான ஆளுமைகளை உள்ளடக்கி விடுதலைக்கான மிகப்பெரும் போராட்டத்தின் பாதையில் தன்னை முன்னகர்த்திக்கொண்டிருக்கிறது. இதன் வரிவடிவம் அரபி, பாரசீகம், துருக்கி மற்றும் லத்தீன் ஆகியவற்றை உள்ளடக்கி இருக்கிறது. குர்து மொழியியலாளர்களான அசிஸ் அக்ரவி, உஸ்மான் சபரி, பரிதுன் ரபீக் ஹில்மி, ஜமால் நிபஸ் ஆகியோர் லத்தீன் மொழியின் வரிவடிவத்தை பெரிதும் முன்மொழிந்தனர். அவை குர்து மொழிக்கு மிகவும் பொருத்தமானவை என்ற கருத்தை முன்வைத்தனர். குர்து இலக்கியத்தை பொறுத்தவரை புகழ்பெற்ற செவ்வியல் இலக்கியமாக விளங்குவது குர்து கவிஞரான அஹ்மத் கானி எழுதிய மெம் மற்றும் ஷெயின். இதன் உள்ளடக்க நெளிபு குர்து இலக்கிய வரலாற்றில் காலத்தை தாண்டி இன்றும் உயிருடன் நிற்கிறது. பிந்தைய கட்டத்தில் இலக்கிய படைப்புகள் குர்து பிரதேசம் எங்கும் பரவின. குர்து இலக்கியத்தின் சரியான பரவல் காலம் என்பது 17 ஆம் நூற்றாண்டாகும். கவிதைகள் காற்றில் கலந்து எல்லா பிரதேசங்களிலும் ஊடுபாவின. சிறுகதைகள் அளவிற்கு நாவல் இங்கு பிரபலம் ஆகவில்லை. சொற்ப அளவில் தான் நாவலாசிரியர்கள் இருந்தார்கள். கவிதைகளை பொறுத்தவரை மிகச்சிறந்த கவிஞர்கள் பட்டியல் நீள்கிறது.

அஹ்மத் கானி, முல்லா ஜசீரி, அலி ஹரிரி, மவ்லவி, சலீம், நாலி, ஹாஜி காதிர், மவ்லானா காதிர், அஹ்மத் மொக்தர் இவர்கள் எல்லோரும் 19 ஆம் நூற்றாண்டின் சிறந்த குர்து கவிஞர்கள். இருபதாம் நூற்றாண்டில் காஜர் மொக்ரானி, பயாக் பிகாஸ், உஸ்மான் சபரி, அஹ்மத் ஹார்தி, அப்துல்லா பெஸ்வி, சப்ரி பதானி, காமில் ஜிர் போன்றவர்கள் கவிதைகளில் சிறந்திருந்தார்கள். இதைத்தவிர பல குர்து எழுத்தாளர்கள் குர்து மக்கள் பற்றியும், குர்து தேசிய இன போராட்டம் பற்றியும், விடுதலைக்கான அவசியம் பற்றியும் எழுதினர். ஷரப் கான், முஹம்மது அமின் சகி, முஹம்மது அலி, உஸ்மான் சபரி, ஜலாம் தல்பானி, ஜமால் நெபாஸ், மசூத் பர்ஸானி, மசூத் முஹம்மது, ஜலீல் ஜலிலி, காலித் யூனுஸ் காலித், இஸ்ஸுத்தின் மெல்லா அலி, ஷமால் சாலி, மர்வான் அலி, சிர்வான் கவுஸ், ஜார்ஜ் பாத் போன்றோர் தங்கள் எழுத்தின் மூலம் குர்து இனப்போராட்டத்தை கருத்தியல் ரீதியாக தீவிர நிலைக்கு கொண்டு சென்றனர். இவ்வாறான நிலையில் குர்து தேசிய இன போராட்ட கருத்தியலை தீர்மானிப்பதில் இலக்கிய படைப்புகள் பங்களிப்பு அளப்பரியது. அவை போராட்டத்தின் தீவிர வடிவமாக இருக்க வேண்டும் என்பது குர்து எழுத்தாளர்களுக்கு மிகப்பெரும் சவாலாக இருக்கிறது. இந்நிலையில் குர்து இனத்தவரில் நம்மை போன்றே சிலர் இலக்கியம் என்பது சிலருக்கு மட்டுமானது. ஒட்டுமொத்தமானதல்ல என்று நினைக்கின்றனர்.இது காலனிய கருத்தியலாகும். காலனியவாதிகள் மூலப்பொருட்களை சுரண்டியது மட்டுமல்லாமல், அறிவார்ந்த விஷயங்கள் சாதாரண மக்களை சென்றடையாதவாறு பார்த்துக்கொண்டனர். ஆனால் இலக்கியம் இவற்றை எல்லாம் மீறி எல்லா காலங்களிலும் தேசிய இன போராட்டங்கள் மற்றும் பிற போராட்டங்கள் ஆகியவற்றின் பகுதியாக இருந்திருக்கிறது. மேலும் பல நாகரீகங்களின் அடுத்த கட்ட வளர்ச்சிக்கான பிரதிபலிப்பு ஊடகமாக இலக்கியங்கள் இருக்கின்றன. உலகின் எல்லா மொழி இலக்கியங்களின் குணாதிசயம் இது தான். அதன் ஒவ்வொரு விதமான போக்கும் நூற்றாண்டுகளில் பல தேசங்களுக்கு சிறந்த வளர்ச்சி கருவியாக பயன்பட்டிருக்கின்றன. ஒவ்வொரு தேசிய் விடுதலை இயக்கமும் வரலாற்றில் தனக்கான போராட்ட இலக்கியத்தை கொண்டிருந்தன. சில தருணங்களில் இலக்கியம் ஒரு தேசத்தின் நடப்பு அரசியலோடும், அதன் நலன்களோடும்

அதிக தொடர்பில் இருக்கும். அந்த நேரத்தில் சமூக விடுதலை இயக்கங்கள் அவற்றை அதிகம் உட்கிரகித்துக்கொள்ளும். மேலும் இலக்கியம் என்பது வெறுமனே அரசியல் உரையோ அல்லது சாதாரண வார்த்தைகளோ அல்ல. மாறாக புற/அக மனதின் தூய மற்றும் இறுதி வெளிப்பாடாகும். ஆகவே தான் அவை மனித மனத்தை பாதிக்கின்றன. அவனின் சிந்தனையில் மிகப்பெரும் ஊடுருவலை நிகழ்த்துகின்றன. ஆக இலக்கியம் போராட்ட களத்தின் முக்கியமான, தவிர்க்க இயலாத ஆயுதமாக இருக்கிறது. குர்து விடுதலைபோராட்ட இயக்கங்கள் இவற்றை சரியாக புரிந்து கொண்டு தங்கள் களச்செயல்பாடுகளுக்கு அவற்றை பயன்படுத்தின.

குர்துகளின் தேசிய விடுதலைபோராட்டத்திற்கு சரியான கோட்பாட்டு வடிவத்தை அளித்தவர் 17 ஆம் நூற்றாண்டு குர்து கவிஞரான அஹ்மத் கானி. குர்திஸ்தான் என்பது போர், அரசியல் மற்றும் வீரச்செயல் இவற்றை உள்ளடக்கி இருக்கிறது. இவை இல்லாமல் குர்திஸ்தான் இல்லை. மேலும் குர்துகள் தங்கள் இனங்களிடையே வலுவான, திடமான ஒருங்கிணைவை கடைபிடிக்க வேண்டும் என்றார். அதை தன் கதையான இளவரசர் ஸீனுக்கும் மாமின் மக்களுக்கும் இடையேயான உறவின் மூலம் விளக்கினார். இது குர்து மக்களுக்கு விடுதலை போராட்டத்தை முன்னெடுப்பதற்கான சிறந்த ஆயுதமாக விளங்கியது. மேலும் குர்து தேசிய வரலாற்றில் முக்கிய திருப்பமாக 1597ல் பித்லிஸ் அரசரான ஷரப் கான் குர்து இன அரசர்களின் வரலாற்றை குறிக்கும் ஷரப்நாமாவை எழுதினார். இது குர்து இனத்தின் மிக முக்கிய வரலாற்று ஆவணம். இந்த வரலாறு நான்கு பகுதிகளானது. முதலாம் பகுதி குர்து பிராந்தியத்தை ஆண்ட ஐந்து அரசர்களை பற்றியது. அதாவது அமெதின் மர்வானிஸ், தினாவரின் ஹசன்வகித், ஷரிசுர், பத்லுயித், அய்யூபி வம்ச சலாதீன். இரண்டாம் பகுதி வெள்ளிக்கிழமை சிறப்பு தொழுகையின் போது குர்து அரசர்களைப்பற்றி அவர் ஆற்றிய மதபிரசங்கங்களின் தொகுப்பு. மூன்றாம் பகுதி ஆட்சியாளர்கள் குடும்ப விபரங்களைப்பற்றியது. நான்காம் பகுதி பித்லிஸ் பிராந்தியத்தை ஆண்ட மிர்களைப்பற்றியது. மேலும் ஷரப்கான் குர்துகளை துருக்கியர், ஈரானியர், ஈராக்கியர், அரபியர் மற்றும் அர்மேனியர் என்ற இன வகைப்பாட்டில் இருந்து வித்தியாசப்படுத்தினார். இவ்வகையில் குர்து இனம்

என்பதற்கான சரியான தேசிய பிரக்ஞையை வழங்கியவர் ஷரப் கான் எனலாம்.

ஆக பல நூற்றாண்டுகளின் தொடர்ச்சியான குர்து இலக்கியமானது குர்திஸ்தான் விடுதலைப்போரின் கருத்தாழம் மிக்க வேராக இருந்து கொண்டிருக்கிறது.

குர்து இன அடையாளத்தை சரியாக நிர்ணயிப்பதில் சில நேரங்களில் மரபார்ந்த சிக்கல்கள் எழுகின்றன. காரணம் குர்து பிராந்தியத்தின் பரப்பும், நீட்சியும் இனத்திற்கான மண்ணின் மீதான அடையாள ஸ்தாபிதத்தை சிக்கலாக்கின்றன. அவற்றை சிதறடிக்கின்றன. குர்துகள் அரபுகள், துருக்கியர்கள் மற்றும் ஈரானிகள் ஆகிய இனங்களோடு கலப்பு உறவை நிகழ்த்தும் போது இயல்பாகவே அவர்களுக்கு அடையாளம் சார்ந்த, இனம் சார்ந்த சிக்கல் எழுகின்றது. இவர்களில் பலர் தங்களை தூய குர்து என்று அழைப்பதில்லை. மாறாக துருக்கியர் என்றும், அரபியர் என்றும் அழைக்கின்றனர். இந்த சிக்கல் இனவரைவியல் கோட்பாட்டின் மிக முக்கியமான கூறாகும். அதாவது ஒரே ஒரு மொழியை கொண்டிருக்கும் அல்லது பேசும் மக்கட்தொகுதிக்கு இந்த சிக்கல் எழுவதற்கான வாய்ப்புகள் மிகக்குறைவு. ஆனால் ஒரே இனத்தொகுப்பிற்குள் பல வடிவங்கள், வழக்காறுகள் இவற்றை உள்ளடக்கி இருக்கும் நிலையில் தங்களை ஒரே இனமாக அவை அறிவித்து கொள்வதன் சாத்தியபாடு மிகவும் குறைவானது. காரணம் அவை பலவிதமான அடையாள சிதறல்களுக்குள் ஆட்பட்டிருப்பது தான். குர்து இனமும் தங்களை தூய அடையாளமாக , பிராந்திய இனமாக அதிகாரபூர்வமாக அறிவித்துக்கொள்வதற்கு ஒரு குறிப்பிட்ட கட்டம் வரை மிக சிரமமாக இருந்தது. முதல் உலகப்போருக்கும் இரண்டாம் உலகப்போருக்கும் இடைப்பட்ட கட்டத்தில் தான் அவை தங்களின் அடையாள குவியப்படுத்தலை முக்கியமான ஒன்றாக பிரக்ஞை பூர்வமாக அறிந்து கொண்டன. இனவாத அரசுகளுக்கு எதிராக போராடிய எல்லா குர்து மக்களும் தங்களின் அடையாளம் குறித்த பிரக்ஞையோடு தான் எதிரிகளை எதிர்த்தனர். இந்நிலையில் 1960களில் ஈராக்கின் வட பகுதியில் சால்டியன் மற்றும் நெஸ்டோரிய கிறிஸ்தவர்கள் பலர் ஈராக்கிய குர்துகளுடன் இணைந்து போரிட்டனர். ஆனால் அவர்கள் ஒரு போதும் தங்கள் அடையாளங்களையும், தனித்தன்மைகளையும்

விட்டுகொடுக்கவில்லை. மேலும் முற்போக்கான, புரட்சிகரமான துருக்கிய இயக்கங்கள் துருக்கிய உதுமானிய பேரரசின் ஆதிக்கத்திற்கு எதிராக தொடர்ந்து போராடின. இதில் அர்மேனியர்கள் முக்கிய பங்களிப்பாற்றினர். அதே நேரத்தில் அவர்கள் தங்கள் அடையாளங்கள் இழக்கப்பட்டு விடக்கூடாது என்பதில் மிகக்கவனமாக இருந்தார்கள். ஆக ஒரு இனத்தின் அடையாளம் என்பது வேறு சில சிறு அடையாளங்களின் மேற்சார்பாகும். அதாவது சசா பகுதியை சார்ந்த ஒரு குர்து மனிதன் ஒரு முஸ்லிமாக, சுன்னி பிரிவை சார்ந்தவனாக,துருக்கியின் குடிமகனாக இப்படியான பல அடையாளங்களின் மேலடுக்காக இருக்கிறார். இனம் என்று வரும் போது அங்கு மதம் மற்றும் மொழி முதன்மை பெறுகிறது. மேலும் பிரதேசம், குடும்பம் போன்றவை இவற்றை அடையாள பிணைப்பில் தவிர்க்க இயலாத சக்திகளாக மாற்றுகின்றன. இந்நிலையில் குர்து தேசியவாதம் குறிப்பிட்ட சூழலில் தவிர்க்க இயலாத அரசியல் சக்தியாக மாறியது. எர்னஸ்ட் கெல்னர் தேசியவாதத்தை சமீபத்திய பொருளாதார மற்றும் சமூக வளர்ச்சியின் பிரதிபலிப்பை கொண்ட கருத்தியல் என்றார். அதன் காரணமாக விவசாய குடியானவர்கள் மற்றும் தொழிலாளர்கள் தங்களை இனமாக உணர்ந்து கொள்கிறார்கள். இது நனவு ரீதியாகவோ அல்லது நனவிலி ரீதியாகவோ நிகழ்கிறது. கெல்னரை பொறுத்தவரை குர்து விஷயம் அப்படியானது தான். அவர்களில் கிராமப்புறம் சார்ந்த விவசாயிகள் தங்களை நிலைபெற்ற இனமாக உணர்ந்து கொண்டார்கள். நவீன தகவல் தொடர்பு சாதனங்கள், அச்சு இயந்திரங்கள், போக்குவரத்து முறைமைகள் இவை குர்து இனத்தை ஒரு கற்பனா சமூகமாக வரையறுத்தது. ஆனால் அவை எல்லாமே பிந்தைய கட்டத்தில் அவர்களை இனமாக அங்கீகரித்து அவர்களின் இனப்போராட்டத்தை நியாயப்படுத்தவும், முன்னெடுக்கவுமான முனைப்பின் காரணியாக இருந்தன.

இரண்டாம் உலகப்போருக்கு பிந்தைய காலகட்டத்தில் குர்து பிராந்தியங்களின் அரசியல் மற்றும் இன நெருக்கடி காரணமாக ஏராளமான குர்துகள் பல பிரதேசங்களுக்கும், மேற்கத்திய நாடுகளுக்கும் புலம்பெயர்ந்தார்கள். 1988ல் ஈராக்கின் வடபகுதியில் இருந்த குர்துகள் மீதான சதாம் அரசின் விஷவாயு தாக்குதலை அடுத்து அவர்கள் ஈரானில் தஞ்சம் புகுந்தார்கள். அதில் அரசியல் செயல்பாட்டாளர்கள் மற்றும் கொரில்லா

போராளிகள் போன்றவர்கள் இருந்தார்கள். இவர்கள் தங்களின் நீடித்த இருப்பிற்காக, அதற்கான அரசியல் புகலிடமாக மேற்கு ஐரோப்பாவை தேர்ந்தெடுத்தார்கள். அங்கிருந்து தங்களுக்கான அரசியல் நடவடிக்கைகளை மேற்கொண்டார்கள். பிந்தைய கட்டத்தில் ஆயிரக்கணக்கான குர்துகள் அதுமாதிரியே ஐரோப்பிய நாடுகளுக்கு புலம்பெயர்ந்தார்கள். இவர்களின் புலம்பெயர்தல் நோக்கம் என்பது வெறும் போர் மற்றும் இனச்சித்திரவதைகள் அல்ல. மாறாக பொருளாதார காரணமும் உண்டு. குர்துகளின் பொருளாதார பின்தங்கிய நிலையானது இனவாத அரசுகளின் திட்டமிட்ட இன ஒழிப்பு அரசியலின் திரை வடிவமாகும். இதன் தொடர்ச்சியில் குர்து பகுதியின் கனிமவளங்கள் அவர்களுக்கு திருப்பி அளிக்கப்படாமல் அரசுகள் அவற்றை கடத்த செய்தன. ஆக தாங்கள் இவ்வாறான பொருளாதார சுரண்டலுக்கு உள்ளாகிறோம் என்ற பிரக்ஞை கூட அவர்களுக்கு இல்லாதது பேராதிக்க அரசுகளின் வன்மமே. இதனால் குர்து பிராந்தியங்கள் காலங்காலமாக பொருளாதார, உழைப்பு சுரண்டலுக்கு ஆளாகி வருகின்றன. இதனின் தொடர்ச்சி தான் அவர்களை புலம்பெயர நிர்பந்திக்கின்றது. மேலும் குர்துகள் தங்களிடையே உட்மோதல்கள், முரண்பாடுகள், கருத்துவேறுபாடுகள் போன்றவற்றை கொண்டிருப்பதன் காரணமாக தேசிய விடுதலை போராட்டத்திற்கு சில நேரங்களில் தடங்கல்கள் வந்து விடுகின்றது. அது சில நேரங்களில் அதன் மேன்மைமிகுந்த போராட்ட இயக்க தலைவர்களால் சமரசத்துக்குள்ளாகும்.

இருபதாம் நூற்றாண்டின் தொடக்கத்தில் குர்துகளுக்கான முதல் அரசியல் மற்றும் கலாசார இயக்கம் துருக்கியின் தலைநகரான இஸ்தான்புல்லில் ஏற்படுத்தப்பட்டது. இதில் இரு வித பிரிவுகள் செயல்பட்டன. ஒன்று பெத்ரிகான் பிரிவு, மற்றொரு பிரிவு ஷேக் சையத் அப்துல்காதர் தலைமையிலான பிரிவு. பெத்ரிகான் பிரிவில் நகர்புற கைவினைஞர்கள் மற்றும் மதசார்பற்ற தலைவர்கள் இணைந்திருந்தனர். இவர்கள் கொர்மான்ஜி, சசா, மற்றும் சொரானி மொழிபேசும் சாதாரண குர்துகள். ஆனால் அப்துல்காதர் பிரிவில் உயர்தர வர்க்க கைவினைஞர்கள் மற்றும் அரச பரம்பரையினர் ஆகியோர் இணைந்திருந்தனர். மேற்கண்ட இரு பிரிவினரிடையே அடிக்கடி மோதல்கள் ஏற்பட்டன. மத சீர்திருத்தவாதியும், சிறந்த

தேசியவாதியுமான சுஃதீ குர்ஸி தன்னுடைய புறநடவடிக்கைகளை, பரிமாற்ற உறவுகளை சாதாரண, மற்றும் அடித்தட்டு மக்களின் நலனுக்காக வெளிப்படுத்தினார். மாறாக அதை மிகப்பெரும் தனிநபர்கள், உயர்பீட மனிதர்கள் இப்படியான வகைப்பாட்டில் உள்ளவர்களிடம் அவர் வெளிப்படுத்த விரும்பியதில்லை. இது அக்கால குர்து தலைவர்களின் உயிர்ப்பான தேசிய விடுதலை போராட்ட உணர்வை குறிப்பிடுகிறது. துருக்கியிடம் இருந்து முற்றிலுமாக துண்டிக்கப்பட்ட தனி குர்து இன பிராந்திய அரசு அல்லது சுயாட்சியான அரசு என்ற கருத்தாக்கம் அக்காலத்திய நகர்புற குர்து தேசியவாதிகளிடம் எழுந்தது. இதன் காரணமாக அவர்கள் குர்து சமூகத்தின் அடித்தள மக்களை தேசிய நீரோட்டத்தில் கரைக்க செய்தனர். இந்த கரைப்பு குர்து தேசிய இனப்போராட்டத்திற்கு மேலும் வலு சேர்த்தது.

துருக்கியை தொடர்ந்து ஈரானிலும் ஈராக்கிலும் தேசிய விடுதலைப்போராட்டம் மதத்தலைவர்களால் முன்னெடுக்கப்பட்டது. ஈராக்கில் ஷேக் காதிர் மற்றும் அஹ்மத் பர்சானி ஆகியோரால் வளர்த்தெடுக்கப்பட்டது. முதலில் பிரிட்டனின் ஆக்கிரமிப்பிற்கு எதிராகவும், பிந்தைய கட்டத்தில் மன்னர் ஆட்சிக்கு எதிராகவும் போராட்டம் வெடித்தது. குர்துகளின் போராட்டத்தின் தொடர்ச்சியில் ஈரானில் ஷியா குர்துகள் மற்றும் ஈராக்கில் சுன்னி குர்துகள் அதிகமாக இருந்தனர். இதன் காரணமாக இரு பிரிவினரிடையே அடிக்கடி மோதல்கள் ஏற்பட்டன. 1960களில் இந்த மோதல்கள் தவிர்க்கப்பட்டு போராட்ட களத்தில் சுமூகமான சூழ்நிலை ஏற்பட்டது. அதே காலகட்டத்திலும், அதற்கு பிறகும் இந்த பிரதேசங்களில் சமூக பொருளாதார சூழல்கள் மாறத்தொடங்கின. விவசாயம், தொழிற்துறை வளர்ச்சி, நகர்மயமாதல், மற்றும் கல்வி முறையில் பெரும் மாறுதல்கள் ஏற்பட்டன. மேலும் நகர்மயமாதலின் தாக்கம் காரணமாக துருக்கியின் இஸ்தான்புல், அங்காரா, ஈராக்கின் பாக்தாத், ஈரானின் தெஹ்ரான் போன்ற நகரங்கள் குர்து சமூகத்தினரால் நிறைந்திருந்தன. குர்துகள் நிரம்பிய பல தெருக்கள், வீதிகள் தோன்றின. மேலும் எல்லா இனங்களையும் உள்ளடக்கிய வேலைவாய்ப்பு போட்டி ஏற்பட்டது. மேலும் 1970களில் குர்து தேசிய இன தலைவர்கள் குர்து இனத்தை சார்ந்த சிறுபான்மையினரை ஒருங்கிணைப்பதில் பெரும் வெற்றிக் கண்டனர். துருக்கியின் அலிவீஸ், யசிதிஸ்,

ஷியா மற்றும் கிறிஸ்தவர்கள் போன்றோர் இந்த பட்டியலில் அடங்குவர். இதில் ஈரானின் தென் பகுதியை சார்ந்த ஷியா பிரிவை பின்பற்றும் இஸ்லாமிய குர்துகள் தங்களை தூய குர்து இனமாக அடையாளம் கண்டுகொள்ளவில்லை. மாறாக அவர்கள் தனி இருப்பை தான் விரும்பினார்கள். சில தருணங்களில் சக இனத்தவருடன் மோதலில் ஈடுபட்டனர். மத்திய கிழக்கின் குர்து இனத்தை பொறுத்தவரை அவர்களில் பெரும்பாலானோர் முஸ்லிம்கள். அதிலும் குறிப்பாக சுன்னி பிரிவை சார்ந்தவர்கள். இவர்கள் தான் தேசிய இனமாக தங்களை நிறுவுவதற்கான சாத்தியப்பாட்டை ஆராய்ந்தவர்கள். அதை வடிவமைத்தவர்கள். அதை வென்றெடுப்பதற்கான போராட்டத்தை தொடங்கியவர்கள் மற்றும் ஒருங்கிணைத்தவர்கள். ஈராக் மற்றும் ஈரானில் 1968ல் முறைப்படியாக, தீவிரமாக ஆரம்பித்த தேசிய போராட்டம் இன்று வரை ஓயாத அலைமாதிரி, தொடர்ந்து செல்லும் நீரோட்டம் மாதிரி தொடர்ந்து கொண்டிருக்கிறது.

கீழைத்தேய சிந்தனையாளரும், குர்துகள் குறித்த ஆய்வாளருமான விளாடிமிர் மினார்ஸ்கி குர்து மொழிவழக்கானது மிக வெளிப்படையாக பல வித்தியாசங்களை கொண்டிருந்த போதும் அவற்றிற்கிடையே அடிப்படையான ஒத்தமைவுகள் இருக்கின்றன. இந்த ஒத்தமைவு ஒரு தனிப்பட்ட மொழியிலிருந்து தான் உருவானது என்றார். மேலும் குர்து இனத்தவரிடையே பல முரண்பாடுகள் இருந்தாலும் மொழி ஒத்தமைவு பௌதீக ரீதியாக அவர்களிடம் பாதிப்பை ஏற்படுத்துவதோடு மட்டுமல்லாமல், அவர்களை நனவிலி ரீதியாக, உளவியல் அடிப்படையில் ஒருங்கிணைக்கிறது என்றார் மினார்ஸ்கி. இந்த ஒருங்கிணைவு அவர்களின் தேசியம் குறித்த கருத்தாக்கத்திற்கு முக்கிய வலு ஊக்கி.

குர்து தேசியவாதிகள் எப்போதுமே குர்துகளின் கலாசார பிளவுகள் குறித்து வருந்தினார்கள். காரணம் அவர்களின் சுய நிர்ணய உரிமை கோட்பாட்டை இது வெகுவாக பாதித்தது. மேலும் இதற்காக வெளிப்படையான இன ஒற்றுமை அவசியம் என்பதை வலியுறுத்தினார்கள். இது உலகம் முழுவதுமான தேசிய கட்டமைப்பு குறித்த பொதுவான நியதி அல்லது இயற்கை. மொழிவழக்காறு அடிப்படையில் குர்துகளின் இந்த பலவீனமானது இனவாத அரசுகளுக்கு சாதகமாக மாறிபோனது.

அதனால் துருக்கி, ஈராக் மற்றும் ஈரானிய அரசுகள் இதை மேலும் அதிகரிக்க செய்தன. குறிப்பாக அவர்களின் வானொலி மற்றும் தொலைக்காட்சிகளில் குர்துகளின் பல வகையான மொழிகளில் நிகழ்ச்சிகளை ஒலி-ஒளிபரப்பின. ஆனால் அரபு மற்றும் பெர்சிய மொழிகளில் ஒரே ரீதியான, மாதிரியான நிகழ்ச்சிகளை மட்டுமே ஒளிபரப்பின. இந்த முரண்பாடு ஒரு வகையான இனவாத செயல்தந்திரமாகும். இந்தியாவில் பிரிட்டிஷ் காலனியாதிக்க அரசு மற்றும் தற்போதைய இலங்கையின் சிங்கள பேரினவாத அரசும் இதே உத்தியை தான் கடைபிடித்தது. அது அவர்கள் எதிர்பார்த்த படியே இருந்தது. அதாவது இம்மாதிரியான வேறுபட்ட நிகழ்ச்சிகள் குர்துகளின் உளவியலில் பெரும் தாக்கத்தை ஏற்படுத்தின. அவர்கள் குர்து என்ற தனித்த பொருண்மைக்கு குறிப்பிட்ட கட்டம் வரை வர இயலாத படி கவனம் கொண்டன.

குர்து தேசிய இன போராட்டத்தை பொறுத்தவரை சுயநிர்ணயம் (Self determination) என்ற கோட்பாடு மிக முக்கியமானதாகும். இரண்டாம் உலகப்போர் காலகட்டத்தில் சுய நிர்ணயம் என்ற கருத்தாக்கம் தேசங்களுடன் சம்பந்தப்பட்ட ஒன்றாக மாறியது. அமெரிக்க ஜனாதிபதியான உட்ரோவ் வில்சன், ஜோசப் ஸ்டாலின் மற்றும் ஐ.நா.வின் தேசியம் குறித்த வரைவு கோட்பாடான தேசங்களின் சுயநிர்ணய உரிமை (Right of self determination of nations). இந்நிலையில் குர்து தேசியவாதிகள் சுயநிர்ணயம் அடிப்படையில் குர்து தேசத்தை கட்டமைக்க வேண்டும் என்பதற்காக மிகப்பெரும் எத்தனிப்புகளை செய்தார்கள். அவர்களின் பெரும்பான்மையான நேரங்கள் அதில் செலவழிக்கப்பட்டன. தேசியம் என்பது கண்டிப்பாக சுயநிர்ணயத்துடன் தொடர்புடையதாக இருக்க வேண்டும் என்ற முடிவுக்கு அன்றைய குர்து தேசியவாதிகள் வந்தனர். அது தான் பிந்தைய காலகட்டத்தில் குர்துகள் தனிநாடு கோரிக்கையை முன்வைப்பதற்கான தூண்டலாக அமைந்தது. இதனை முன்வைத்தவர் 1985ல் ஜவாத் மெல்லா என்ற குர்து தேசியவாதி. குர்துகளின் வரலாற்றைப்பற்றி விரிவாக ஆராய்ந்த அவர் வரலாற்றின் அடிப்படையில் ஒருகாலத்தில் மத்திய கிழக்கின் பெரும்பகுதியை குர்துகள் ஆட்சி புரிந்தனர் என்பதை வெளிப்படுத்தினார். இதனின் தர்க்க ரீதியான, புவி அரசியல் தொடர்ச்சியாக குர்துகளின் தனிநாடு கோரிக்கையை முன்வைத்தார்.

குர்து தேசிய இனவாதிகள் ஸ்டாலினின் தேசியம் பற்றிய கோட்பாட்டு வரையறையான பொதுவான வரலாறு, மொழி, பரப்பு, கலாசாரம் மற்றும் பொருளாதார வாழ்க்கை இவை எல்லாம் பொதுவான தேசிய குணாதிசயத்தை வெளிப்படுத்துபவை என்ற வரையறையின் மீது அதிக நம்பிக்கைக்கொண்டிருந்தனர். அவர்கள் மேற்கண்ட வரையறைகளில் தங்களுக்கு எல்லா விஷயங்களும் பொருந்துகின்றன என உறுதியாக நம்பினர். குறிப்பாக தங்களுக்கு பொதுவான நெடிய வரலாறும், நீண்ட எல்லைப்பரப்பும் இருப்பதாக குறிப்பிட்டனர். ஆனால் அவர்களின் எதிரிகள் இதை மறுத்தனர். காரணம் குர்துகளின் பொருளாதார வாழ்க்கை முறையானது மிக வித்தியாசமானதாகவும், குறிப்பிட்ட பரப்புக்கு அப்பாற்பட்டதாகவும் இருந்தது. இந்த முரண்பாடுகள் கூர்மையாக இருப்பதால் குர்துகள் சுயநிர்ணயம் என்ற கோட்பாட்டு வரைமுறைக்குள் வரமாட்டார்கள் என்றனர். இதன் காரணமாக பல தருணங்களில் குர்து தேசியவாதிகளுக்கும், அவர்களின் துருக்கிய எதிரிகளுக்கும் பெரும் விவாதமே நிகழ்ந்தது. இந்நிலையில் குர்துகளின் ஒற்றுமை மற்றும் அவர்களின் கலாசார ஒற்றுமை ஆகியவை மிகப்பெரும் சவாலாக இருந்தன.

குர்துகளின் தேசிய இன போராட்டத்தைப்பற்றி குறிப்பிடும் போது இனஅடையாளம் என்ற கருத்தாக்கம் குறித்தும் காண வேண்டியதிருக்கிறது. பிரட்ரிக் பார்த் என்ற மானுடவியலாளர் இதை குறித்து அதிகம் ஆராய்ந்தார். அதாவது கலாசார குணகம் மற்றும் அது சார்ந்த நோக்கங்கள் மட்டுமே இன அடையாளத்தை தீர்மானிப்பதில்லை. மாறாக இன எல்லைகளை தொடர்ச்சியாக பராமரிப்பதே இன அடையாளத்தை தீர்மானிக்கிறது என்றார். காரணம் கலாசாரம் என்பது இனரீதியாக மாறுதலுக்கு உட்பட்டது. சூழ்நிலைகளின் மாறுபாட்டாலும், காலத்தின் சுழற்சியாலும் அது தன்னை உருமாற்றிக்கொள்கிறது. இந்நிலையில் குறிப்பிட்ட இனத்தின் கலாசார கூறுகள் அதன் மீது நிரந்தரமாக விழுந்து விடுவதில்லை. இதற்கு வெளியே தான் இன அடையாளம் இருக்கிறது என்றார் பிரட்ரிக் பார்த். மேற்கண்ட அம்சங்கள் குர்து தேசிய இனத்திற்கு அப்படியே பொருந்துகிறது. காரணம் அவர்களிடம் அரபு முஸ்லிம்கள், துருக்கிய இன குழுக்குள், கிறிஸ்தவர்கள் மற்றும் முஸ்லிம்கள் போன்ற இன எல்லைகள் இருந்தன. மேலும் சுன்னி முஸ்லிம்கள்

கூட குர்து முஸ்லிம்களிடமிருந்து வேறுபட்டு இருந்தனர். இந்நிலையில் 15 ஆம் நூற்றாண்டு துருக்கிய இனக்குழுக்கள் குர்து இனக்குழுக்களுடன் இணைந்து பாஸ் உல் உலூஸ் இல் இனக்குழுக்களுக்கான கூட்டரசை ஏற்படுத்தின. மேலும் துருக்கிய ஆவணங்களில் இந்த இனக்குழுக்கள் துருக்கி-குர்துகள், குர்து துருக்கியர்கள் என்றே குறிப்பிடப்படுகிறது. மேலும் யசிதிஸ் என்பவர்கள் அவர்கள் கலாசார நடவடிக்கைகளின் பெயரில் முஸ்லிம் அல்லாதவர்களாக அறியப்பட்டார்கள். இன்னொரு நிலையில் அக்கால இனக்குழுக்கள் மற்றும் குர்திய தலைவர்கள் கிறிஸ்தவத்தை விட இஸ்லாத்தில் அதிக நெருக்கமாக இருந்தார்கள். இந்த இன எல்லை இடைவெளி தான் பிந்தைய கட்டத்தில் தேசிய இனத்தை தெளிவாக தீர்மானிப்பதில் அவர்களுக்கு சிக்கலை ஏற்படுத்தியது. இவர்களில் சாசா இனக்குழுவை சார்ந்த குர்துகள் தனித்து செயல்பட்டனர். இது சிறிது காலம் நீடித்தது. குர்து இனத்தை பொறுத்தவரை மொழியானது அவர்களின் இன எல்லையை தீர்மானிப்பதில் முக்கிய பங்கு வகிக்கவில்லை. மாறாக மதமே முக்கிய பங்கு வகித்தது. குறிப்பாக கிறிஸ்தவ முஸ்லிம் என்ற எல்லை பாகுபாடு தான் முக்கிய இடமாக இருந்தது. அதே நேரத்தில் இது கூர்மையான முரண்பாடாக உருவாகவில்லை. மாறாக இனக்குழு மற்றும் இனக்குழு அல்லாதவர் என்ற முரண்பாடே மிகக்கூர்மையாக இருந்தது. இங்கு கவனிக்க வேண்டிய விஷயம் என்னவென்றால் குர்துகள் என்பவர்கள் ஒரே தனித்த, பௌதீக இனமல்ல. மாறாக பல, ஆனால் ஒரே மொழிக்குடும்பத்திற்குள் அடங்கக்கூடிய வழக்காறுகளை பேசக்கூடிய இனங்களின் தொகுப்பு. இந்த முரண்பாடு தற்போது களையப்பட்டு அவர்கள் தற்போதைய நிலையில் ஒரே மொழிக்கூறாக பரிணாமமடைந்திருக்கிறார்கள். ஆனால் இனவாத அரசுகள் இந்த முரண்பாடுகளை தக்க வைக்கவே விரும்புகின்றன. இதற்கு நேர் எதிரான மனோபாவத்துடன், செயல்பாட்டின் உக்கிரத்துடனும், குர்துகள் அவர்களின் சுயநிர்ணய உரிமைக்காக தற்போது போராடிக்கொண்டிருக்கிறார்கள்.

இருபதாம் நூற்றாண்டு குர்து இலக்கியம்

வரலாற்றில் குர்துகளின் இலக்கிய பங்களிப்பு மகத்தானது. குர்து மொழிகளின் மரபுகளையும், தொடர்ச்சியையும், பரிமாணத்தையும் உள்வாங்கி கொண்டு அந்த இலக்கிய உரையாடல் காலத்தொடர்ச்சியில் விரிந்திருக்கிறது. இதன் ஆரம்பம் என்பது தெளிவாக அறியமுடியாத ஒன்றாக இருக்கிறது. ஏராளமான அற்புத படைப்புகள் பல்வேறு வித உள்குழப்பங்களாலும், பௌதீக பேரழிகளாலும், அரசியல் ரீதியான காரணங்களாலும் காணாமல் போயிருக்கின்றன. இதன் தொடர்ச்சியில் குர்து இலக்கியத்தின் சுவடுகள் கி.பி பத்தாம் நூற்றாண்டுக்கு மேல் தான் கிடைக்கப்பெற்றன. குர்து அறிவுஜீவி மரபின் தொடர்ச்சியானது அரபி, பாரசீகம் மற்றும் துருக்கி மொழி சார்ந்தும் அறியப்படுகிறது. கி.பி பதிமூன்றாம் நூற்றாண்டின் இப்னு அதிர், பதினைந்தாம் நூற்றாண்டின் இத்ரிஸ் பித்லிஸ் மற்றும் புகழ்பெற்ற குர்து வரலாற்று நூலான ஷரப் நாமாவை எழுதிய ஷரப் கான் பித்லிஸ். இவர்கள் தான் முதன் முதலாக குர்து இலக்கிய மற்றும் அறிவார்ந்த கட்டுமானத்தை சரியாக உருவாக்கியவர்கள். மேலும் பதினேழாம் நூற்றாண்டின் குர்து கவிஞராக பிரபலமாக அறியப்பட்ட மெலா ஜெசிரி அரபி, பாரசீகம் மற்றும் துருக்கிய மொழிகளில் ஆழ்ந்த ஞானம் பெற்றவராக இருந்தார். அரபி மற்றும் பாரசீக கலாசாரம் குறித்து அவருக்கு நல்ல பரிச்சயம் உண்டு. அவரின் இரண்டாயிரத்திற்கும் மேற்பட்ட கவிதைகள் இன்னும் கூட உயிரோடு இருக்கின்றன. அவரின் பேச்சு வழக்கான குர்தின் கிளை மொழியான போதி இலக்கிய மொழியாக பிந்தைய கட்டத்தில் வடிவம் பெற்றது.

குர்து மொழியின் நூற்றாண்டு கால பரிணாமத்தைத்தொடர்ந்து அதன் பின் தொடரலாக, எழுத்தின் பிரதிபலிப்பாக, அது சிறந்த படைப்பாக்கங்களை வரலாற்று ரீதியாக பெற்றெடுத்தது. இதன்

தொடர்ச்சியில் இருபதாம் நூற்றாண்டில் குர்து இலக்கியம் அதன் குவியத்தையும், மொழியின் சிதைவாக்கங்களையும், மாற்றங்களையும் நோக்கி நகர்ந்தது. கால இயங்கியலில் குர்து மொழி அதன் உன்னதங்களை, உயரிய ஆன்மங்களை அதன் இலக்கிய படைப்புகளில் பிரதிபலிக்க ஆரம்பித்தது. எப்போதுமே ஒரு மொழி அடையும் உன்னதத்தை அந்த காலகட்டத்தில் சிறந்த படைப்புகளிலிருந்து நாம் காண முடியும். இந்நிலையில் இருபதாம் நூற்றாண்டின் குர்து இலக்கியத்தை முன்னகர்த்திய கருவிகள் இதழ்களும், தினசரிகளும் தான். அந்த அரிய முயற்சிகளுக்கு நாம் நிமிர்ந்து நிற்க வேண்டும். காரணம் துயரம் மிகுந்த நூற்றாண்டு குர்து வரலாற்றில் அவை மிகுந்த பிரயத்தனங்களுக்கிடையே வெளிவந்தவை. ஆரம்ப காலத்தில் ஓர் உன்னத படைப்பை பிரசுரிப்பது மலையை புரட்டுவது மாதிரியாக இருந்தது. அந்த அனுபவ எல்லை என்பது தொட்டு உணர முடியாத ஒன்றாக இருந்தது. குர்துகளின் முதல் அச்சுப்பத்திரிகை 1898 ஆம் ஆண்டு குர்திஸ்தான் என்ற பெயரில் எகிப்தில் வெளியானது. அது நாடுகடத்தப்பட்ட குர்துகளால் நடத்தப்பட்டது. அதில் முக்கியமானவர் மிஹ்தாத் மிதத் பெதிர் கான். இதுவே குர்து தேசிய உணர்வு வளர்வதற்கான பெரும் தூண்டலாக இருந்தது.

துருக்கியில் இளம் குர்துகளின் வெற்றியானது குர்திஷ் இதழியலில் புது சகாப்தத்தை தொடங்கி வைத்தது. அந்நிலையில் குர்து தேசியவாதிகள் பாக்தாதிலும், இஸ்தான்புல்லிலும், மஹாபத்திலும் பல தேசிய கோட்பாடுகள் சார்ந்த இதழ்களை கொண்டு வந்தனர். ஆனால் அம்மாதிரியான ஒவ்வொரு இதழ்களும் மிகுந்த சிரமங்களிடையே வெளிவந்தன. காரணம் அவை ஆட்சியாளர்களின், அதிகாரவர்க்கத்தின் மிகுந்த கண்காணிப்பிலும், கடுமையான எதிர்ப்புகளுக்கிடையேயும் இருந்தன. இருந்தும் அதனை எதிர்கொண்டு இளம் குர்துகள் சில காலம் அவற்றை வெளிக்கொண்டு வந்தனர். முதலாம் உலகப்போருக்கு பின் குர்து சமூக சூழல் மாற்றமடையத் தொடங்கியது. அவர்களின் மொழி மற்றும் கலாசாரம் மிகுந்த பரிணாமம் அடையத்தொடங்கியது. இதன் பிறகு குர்துகளின் தேசிய இனப்போராட்டம் தீவிரமடையத் தொடங்கியது. அதன் படி புவி அரசியல் ரீதியாக அதன் தேசிய அரசுகள் நான்காக அடையாளம் காணப்பட்டன. சிரியா, பாரசீகம்,

ஈராக், துருக்கி ஆகிய நான்கு அரசுகளின் தேசிய பிரக்ஞை தெளிவாக அறியப்பட்டது. இந்நிலையில் குர்திஷ் மொழியின் வளர்ச்சியானது மத்தியகிழக்கில் புதிதாக அறியப்பட்ட தேசிய அரசுகளில் குர்துகளை சிறுபான்மையினராக அங்கீகரித்த ஒன்றின் நேர் தொடர்ச்சியாக இருந்தது. இந்நிலையில் இருபதாம் நூற்றாண்டு குர்து இலக்கியத்தை நாம் மூன்று கட்டங்களாக வகைப்படுத்தலாம். அதாவது 1920-1960, 1960-1980 மற்றும் 1980 - தற்காலம் வரை.

1920 - 1960 காலகட்டம்

இந்த கட்டத்தில் ஈராக் பிரிட்டனின் கட்டுப்பாட்டில் இருந்தது. அப்போது ஈராக்கில் குர்துகளுக்கு சிறுபான்மையினர் என்ற வகையில் குறிப்பிட்ட சில கலாசார உரிமைகள் இருந்தன. அப்போது அங்கு 18 சதவீதம் குர்துகள் மட்டுமே இருந்தனர். ஆனாலும் குர்து கலாசார வாழ்வியல் மற்றும் இலக்கிய படைப்புகள் உயிர்ப்புடன் உக்கிரமாக தொடர்ந்து கொண்டிருந்தன. இதன் தொடர்ச்சியில் மேற்குலகுடன் குர்துகளின் தொடர்பு ஆரம்பித்த பிறகு அவர்களின் குணாதிசய சாரம் குர்துகளின் கவிதைகளில் வெளிப்பட ஆரம்பித்தது. இந்நிலையில் கோரன் என்ற புனைப்பெயர் கொண்ட அப்துல்லா சுலைமான் இக்கட்டத்தில் மிக முக்கியமான கவிஞராக இருந்தார். அவர் நாட்டுப்புற வடிவம் சார்ந்த பல கவிதைகள் மற்றும் பாடல்களை இயற்றினார். இதன் தொடர்ச்சியில் கவிதைகள் மற்றும் பாடல்கள் அக்கால சமூக மட்டத்தில் மிகுந்த அரசியல் எழுச்சியை ஏற்படுத்தின. 1920 வரை குர்து செவ்வியல் கவிஞர்கள் மற்றும் படித்த குர்துகள் தங்கள் படைப்புகளில் அரபு மற்றும் பாரசீகம் லிபியை பயன்படுத்தினர். முதல் உலகப்போருக்குப் பின் ஈராக்கின் குர்துகள் அவர்களின் படைப்புகளில் லத்தீன் லிபியை பயன்படுத்தினர். மேலும் அரபு அரசான ஈராக்கின் குர்து குடிமக்கள் அரபி மொழியிலும் அதன் அறிவார்ந்த தொடர்ச்சியிலும் மிகுந்த பரிச்சயமும், அறிவும் கொண்டிருந்தனர். இதனைத்தொடர்ந்து அரபு-குர்து கலப்பு மொழி படித்த குர்துகளிடத்திலும், மற்றவர்களிடத்திலும் பரவியது. இது முதலில் ஈராக்கிலும், பின்னர் ஈரானிலும், அப்பிராந்திய பள்ளிகளிலும், கல்லூரிகளிலும் பரவியது. இன்றைய குர்து எழுத்தானது அரபி, லத்தீன் மற்றும் சிறிலிக் ஆகிய மூன்று மொழிகளின் கலப்பு

வழக்காறாக இருக்கிறது. இதன் கடினமாக்கலில் ஈராக்கில் குர்து இலக்கியம் தொடர்ந்து சென்று கொண்டிருந்தது. பல இலக்கிய இதழ்கள் மற்றும் பத்திரிகைகள் தொடர்ந்து வெளியாயின. அவற்றில் சிறந்த கவிதைகள், சிறுகதைகள், வரலாற்றுக்கட்டுரைகள், வரலாற்றுக்கதைகள், அரசியல் கட்டுரைகள் ஆகியவை வெளிவந்தன. இக்காலகட்டத்தில் மிக ஈராக்கின் மிக முக்கிய கவிஞராகவும், எழுத்தாளராகவும் அறியப்பட்டவர் இப்ராஹிம் அஹ்மத். அவரின் கவிதைகள் அரசியல் சார்ந்த நுண்ணுணர்வை கொண்டிருந்தன. அதன் அகோன்னதம் ஈராக்கிய குர்து தேசிய அடையாள நிறுவலுக்கு பெரும் ஊக்கியாக இருந்தது. இந்த கட்டத்தில் ஈராக்கில் அப்துல் கரீம் காசிம் என்பவர் தலைமையில் இராணுவ குழு ஒன்று உருவானது. இது மொழியியல் மற்றும் கலாசார ரீதியாக அரபுகளும், குர்துகளும் இணக்கமாக இருக்க வேண்டும் என்றது. மேலும் இருவருக்கிடையே சமத்துவத்தையும் அது வலியுறுத்தியது.

சோவியத் யூனியனில் இருபதாம் நூற்றாண்டின் தொடக்க காலத்தில் குர்துகள் இரு சதவீதம் மட்டுமே இருந்தனர். 1920 வாக்கில் தான் அவர்களின் மொழியும், கலாசாரமும் அங்கீகரிக்கப்பட்டது. பின்னர் குர்து மொழி வளர்ச்சியின் ஒரு பகுதியாக பள்ளிகள், கல்லூரிகள் ஏற்பட்டன. அவர்களுக்கான தினசரிகளும் உருவாயின. வானொலிகள் உருவாக்கப்பட்டன. அதன் காரணமாக சோவியத் யூனியனை சார்ந்து பல அறிவுஜீவிகள் உருவாயினர்.

சிரியாவில் குர்து இலக்கியம் மற்றும் அதன் படைப்பாளிகளின் தொடக்கம் என்பது இரண்டாம் உலகப்போருக்கு முந்தைய கட்டத்தில் இருந்தது. அப்போதைய சிரியாவின் இளவரசரான ஜலாதெத் பெதிர் கான் இந்த விஷயத்தில் அதிக ஆர்வம் காட்டினார். குர்து கிளைமொழியான குர்மன்ஜியில் சிரியாவின் குர்து இலக்கியம் வளர ஆரம்பித்தது. கருத்து சுதந்திரம் பரவலாக அனுமதிக்கப்படாத நிலையில் அவர்கள் ரோமன் அட்சர எழுத்துக்களை பயன்படுத்தி அதனை வளர்த்தெடுத்தனர். அக்கட்டத்தில் கவார் என்ற இதழும் அவர்களிடமிருந்து வெளிவந்தது. அது பின்னாளில் வட குர்திஷ் மற்றும் மத்திய குர்திஷ் ஆகிய கிளைகளாக பரிணமித்தது. சிரியாவானது

இரண்டாம் உலகப்போருக்குப் பின் சுதந்திர நாடாக தன்னை பிரகடனம் செய்தது. அக்காலகட்டத்தில் குர்துகளின் நிலவில் இருந்த கருத்து சுதந்திரம் பறிக்கப்பட்டது. குர்து அறிவுஜீவிகள் மற்றும் எழுத்தாளர்கள் வேறு பிராந்தியத்தில் சென்று தங்கள் எழுத்துக்களை பிரசுரம் செய்ய நிர்ப்பந்திக்கப்பட்டனர் அல்லது நாடுகடத்தப்பட்டனர்.

துருக்கியில் முஸ்தபா கமால் காலகட்டத்தில் *(1923)* கிரேக்கத்துடனான அதன் வெற்றிக்குப்பிறகு அதன் பிறகு ஏற்பட்ட லாசனே ஒப்பந்தத்திற்கு பின் குர்து பிரதேசங்களில் அதன் இறையாண்மை பிரகடனப்படுத்தப்பட்டது. அக்காலகட்டத்தில் துருக்கியில் குர்துகள் மக்கள் தொகை எண்ணிக்கையில் 52 முதல் 55 சதவீதம் வரை இருந்தனர். இறையாண்மை பிரகடனத்தின் சில மாதங்களுக்கு பிறகு குர்து மொழியானது முஸ்தபா கமால் அரசால் சட்டவிரோதமாக அறிவிக்கப்பட்டது. ஏராளமான குர்து அறிவுஜீவிகள் நாடுகடத்தப்பட்டனர். குர்துகள் மலைவாழ் துருக்கியர்களாக அடையாளப்படுத்தப்பட்டனர். அவர்களின் நாட்டுப்புற நடனங்கள், பாடல்கள் மற்றும் பாரம்பரிய உடைகள் போன்றவை தடை செய்யப்பட்டன. குர்திஸ்தான் தடை செய்யப்பட்ட பகுதியாக அறிவிக்கப்பட்டது. இதன் காரணமாக இருபதாம் நூற்றாண்டில் சில கால கட்டம் வரை துருக்கிய குர்து இலக்கியம் மிகப்பெரும் சிக்கலுடனும், அதன் கடுமையான சிரமங்களுடனும் தன் இருப்பை நிலைநிறுத்தியது.

1960 - 1980 காலகட்டம்

இக்காலகட்டம் என்பது குர்து இலக்கிய படைப்பாக்கத்திற்கு மிகவும் சோதனையான ஒன்றாக இருந்தது. குறிப்பாக ஈராக்கில் கன்சர்வேடிவ்கள் ஆட்சி புரிந்த காலம் அது. குர்துகளின் சமத்துவம் சவாலான ஒன்றாக இருந்தது. அவர்களின் பத்திரிகைகள் மற்றும் இதழ்கள் ஆகியவை தடை செய்யப்பட்டன. குர்து பகுதிகள் மீது இராணுவ விமானங்கள் குண்டு வீசின. பின்னர் தற்காலிக போர் நிறுத்தம் ஏற்பட்ட சூழலில் குர்து தேசிய இயக்கங்களின் வெற்றியானது மறைக்கப்பட்டது. அது செல்லாத ஒன்றாக மாற்றப்பட்டது. அக்கட்டத்தில் ஈராக்கின் பல பகுதிகளில் வாழ்ந்த ஏராளமான குர்து அறிவுஜீவிகள் அரபு அறிவார்ந்த வாழ்க்கையோடு இயைந்தனர். அவர்கள் குர்து அடையாளங்களை மறு கண்டுபிடிப்பு செய்தனர். அவர்களில் பேராசிரியர்கள்,

பள்ளி ஆசிரியர்கள், வரலாற்றாசிரியர்கள், பத்திரிகையாளர்கள், விஞ்ஞானிகள் ஆகியோர் இருந்தனர். இந்த கட்டத்தில் அரசியல் மற்றும் கலாசார வளர்ச்சியின் அடையாளமாக நூற்றுக்கும் அதிகமான வெளியீடுகள் அவர்களிடமிருந்து வெளிவந்தன. பின்னர் 1975களில் குர்து இலக்கிய வாழ்க்கை துயரத்தின் வாயிலை நோக்கி நகர்ந்தது. காரணம் 1980ல் ஏற்பட்ட ஈராக் - ஈரான் போரானது குர்து பிரதேசத்தில் மிகப்பெரும் அழிவுகளை ஏற்படுத்தியது. அது ஒரு வகையில் இரக்கமற்ற போராக இருந்தது. இக்காலகட்டத்தில் துருக்கியிலும் வல்லாதிக்க அரசுகளால் குர்துகளுக்கு மிகப்பெரும் நெருக்கடி ஏற்பட்டது. இந்த நெருக்கடியின் உச்சகட்டம் குர்துகளை அறிவார்ந்த குறைபாடுகளுக்கு வழியேற்பட செய்தது. இருந்தும் அவர்களிடமிருந்து அற்புதமான படைப்புகள் வெளிவந்து கொண்டிருந்தன.

1980 முதல் நடப்பு காலம் வரை

1980களில் துருக்கியில் அதிக எண்ணிக்கையிலான குர்து அறிவுஜீவிகள் நாடு கடத்தப்பட்டனர். இதனால் அவர்கள் மேற்கத்திய நாடுகளில் தஞ்சம் அடையத்தொடங்கினர். அங்கு குர்து மொழிக்கும் இலக்கியத்திற்குமான வளர்ச்சிக்கு மிகப்பெரும் எத்தனிப்புகளை செய்தனர். புலம்பெயர் வாழ்க்கையின் ஆகச்சிறந்த படைப்புகள் அவர்களிடமிருந்து வெளிவரத்தொடங்கின. இதன் மூலம் பல நூற்றாண்டு கால வரலாறு கொண்ட குர்து மொழி அவர்களிடமிருந்து பரிணாமம் பெற்றது. மேலும் புலம்பெயர் குர்து வாழ்க்கையின் அடையாளமாக ஸ்வீடனில் அவர்களின் வெளியீட்டகம் ஆரம்பிக்கப்பட்டது. அதில் குர்து கவிஞர்கள் மற்றும் எழுத்தாளர்கள் தங்கள் படைப்புகளை வெளியிட்டனர். அதற்கு ஸ்வீடன் அரசாங்கமும் துணைபுரிந்தது. மேலும் அவர்களுக்கான குடியிருப்புகள் ஒதுக்கப்பட்டன. தினசரிகள், பத்திரிகைகள் மற்றும் இதழ்கள் ஆகியவை பெரும் அளவில் அவர்களிடமிருந்து வெளிவந்தன. இருநூறுக்கும் மேற்பட்ட தலைப்புகளில் நூல்கள் அவர்களிடமிருந்து வெளிவந்திருக்கின்றன. இவர்களில் ஸ்வீடன் குர்து எழுத்தாளர் கூட்டமைப்பு தலைவர் மஹ்மூத் பக்சி மற்றும் மஹ்மத் உசுன் ஆகியோர் முக்கியமானவர்கள். மேலும் 1983ல் குர்து அறிவுஜீவிகள் ஒருங்கிணைந்து குர்து கலாசார

நிறுவனத்தை பிரான்சின் தலைநகர் பாரிஸில் ஆரம்பித்தனர். பத்தாண்டுகள் கடந்த நிலையில் ஐரோப்பாவின் பல்வேறு பகுதிகளில் குர்து அறிவுஜீவிகள் மற்றும் எழுத்தாளர்கள் பலர் தங்களை அடையாளப்படுத்திக்கொண்டனர். ஆகச்சிறந்த ஆக்கங்கள் அவர்களிடமிருந்து வெளிவந்தன. மேலும் 1991க்கு பிறகு ஐரோப்பிய மனித உரிமை அமைப்புகள் மற்றும் ஐரோப்பிய யூனியனின் நிர்ப்பந்தம் காரணமாக துருக்கியானது குர்துகள் மீதான சமூக மற்றும் கலாசார தடைகளை சற்று விலக்கிக்கொண்டது. இதன் தொடர்ச்சியாக பல குர்து எழுத்தாளர்கள் மறுதோன்றலானார்கள். துருக்கியிலிருந்து தங்கள் அதி தீவிர எழுத்துக்களை வெளிக்கொண்டு வந்தனர். பல புத்தகங்கள் அவர்களிடமிருந்து வெளிவந்தன. துருக்கியின் நகரங்களான டெங், சோசயில், கோமல் ஆகிய நகரங்களில் அவர்களின் வெளியீட்டகங்கள் தொடங்கப்பட்டன. மேலும் துருக்கிய மொழியிலிருந்தும், குர்து மொழியிலிருந்தும் ஏராளமான நூல்கள் ஆங்கிலத்தில் மொழிபெயர்க்கப்பட்டன. அவை குர்து வரலாறு, இலக்கியம் மற்றும் சமூக வாழ்வு சம்பந்தமாக இருந்தன. மத்திய கிழக்கு பிராந்திய குர்துகளை பொறுத்தவரை இருபதாம் நூற்றாண்டு அவர்களுக்கு இலக்கிய ரீதியாக மிகப்பெரும் சவாலாக இருந்தது. அந்த சவால்கள் அவர்களை குர்து மொழியின் தொடர்ந்த வளர்ச்சிக்கும், முன்னாக்கத்திற்கும், இன அடையாளத்தை முறையாக நிறுவிக் கொள்வதற்கும் மிகப்பெரும் கருவியாக இருந்தது. இந்த தர்க்க ரீதியான தொடர்ச்சி தான் அவர்களுக்கு இன்றைய கட்டத்தில் கலாசார வளர்ச்சிக்கும், அரசியல் விடுதலைக்குமான பெரும் ஆக்கமாக இருக்கிறது. இதன் காரணமாக குர்து தேசிய உரிமை போராட்டம் அவர்களின் நடைமுறை வாழ்விலிருந்து பிரிக்க முடியாத ஒன்றாக இருக்கிறது.

குர்து கலாசாரம் மற்றும் சமூக வாழ்க்கை முறை - சில குறிப்புகள்

குர்துகளின் வாழ்வியல் தொடர்ச்சியில் அவர்களின் சமூக பண்பாட்டு வாழ்க்கை முறை முக்கிய இடத்தை வகிக்கிறது. வாழ்க்கை செயல்பாடுகளின் நுண்தளங்களிலும், பேரியல் தளங்களிலும் அவர்கள் இயங்கும் நிலை மிகச் சிறப்பாக இருக்கிறது. குறிப்பாக உடை, உணவு மற்றும் தொழில் சார்ந்த கலாசார நடவடிக்கைகளில் அவர்களின் பங்களிப்பு மிகவும் குறிப்பிடத்தக்கதாக இருக்கிறது. வாழ்க்கை முறையின் இயல்பான இயக்கத்தை அவர்களின் நடவடிக்கைகளில் காணலாம். மத்திய கிழக்கில் தனித்த தேசிய இனமாக அவர்கள் தங்களை அடையாளப்படுத்துவதற்கும், அதனை முன்னெடுப்பதற்கும் இவை சரியான பொருத்தப்பாடாக இருக்கின்றன. குறிப்பாக தேசியத்தின் ஒரு கூறான பொதுவான பண்பாட்டு முறைமை இவர்களிடம் பிரதிபலிக்கிறது எனலாம்.

குர்துகளின் தொழில் நடவடிக்கைகளில் கலைநயம் மிகுந்த பொருட்களின் பங்களிப்பு மிகவும் முக்கியமானது. குறிப்பாக ஜமுக்காளம், பருத்தி மேலாடைகள், தரைவிரிப்பு, பாய், மட்பாண்டங்கள் போன்றவை முக்கிய இடத்தை வகிக்கின்றன. குர்துகளின் இந்த உற்பத்தி செயல்பாடு பல ஆண்டுகளாக நடைபெற்று வருகிறது. அவர்கள் மலைவாழ் மக்கள் என்ற நிலையில் கால்நடைகளின் தோல்களிலிருந்து செய்யப்படும் பொருட்களின் அளவு குறிப்பிடத்தகுந்ததாக இருக்கிறது. இதனால் மத்தியகிழக்கின் வரலாற்றில் தோலினால் செய்யப்பட்ட பொருட்களான தரைவிரிப்புகள் மற்றும் ஜமுக்காளங்களின் உற்பத்தியில் குர்துகள் முக்கிய இடத்தை எடுத்துக்கொள்கிறார்கள். இப்போதைய தரைவிரிப்புகள் எல்லாம் குர்துகளிடம் 18 ஆம் நூற்றாண்டிலிருந்தே உருவாக்கப்பட்டிருக்கின்றன. வித்தியாசமான, முற்றிலும் புதுமையான கலைநயம் உள்ளடங்கிய கைவினை பொருட்களை செய்வதில் மிகுந்த

திறமையானவர்களாக இருந்தனர். இந்த வடிவமைப்பு மற்றும் செயல்பாடு அன்றைய காலகட்டத்தில் குர்துகளுக்கு நகர்புறம் சார்ந்த வாடிக்கையாளர்களை அதிகம் பெற்றுத்தந்தது. பாரம்பரியத்தின் முக்கிய எல்லைக்கு சென்ற குர்து பெண்களின் நெய்தல் முறை நாடோடி மற்றும் கிராமப்புற வாழ்க்கையை பிரதிபலிப்பதாக இருந்தது. இன்றைய காலகட்டத்திலும் அவர்களின் கைவினை பொருட்களுக்கு அவர்கள் வாழும் நாடுகளில் நல்ல சந்தை இருக்கிறது. அந்த சந்தை கொடுக்கும் விற்பனை வருமானத்தில் தங்களின் வாழ்க்கை ஓட்டத்தை கடத்துகிறார்கள்.

குர்துகளின் வாழ்வில் நெசவு மிக முக்கியமானது. செம்மறி ஆட்டுத்தோலை அடிப்படையாக கொண்ட நெய்தல் பொருட்கள் மற்றும் பிற பொருட்களின் நுட்பமான தயாரிப்பு குர்துகளின் சமூக வாழ்க்கையில் மிக முக்கியமான இடத்தை அளிக்கிறது. நெசவு தொழிலில் குறிப்பிடத்தக்க முறைமை என்பது நாடோடித்தன்மை கொண்ட வெளிப்பாட்டு முறையாகும். இதனால் மரம் மற்றும் பிற உபயோக பொருட்கள் நெய்தல் பொருட்களுக்கு மாற்றப்பட்டன. கைவினை பொருட்களின் உற்பத்தி மற்றும் செயல்பாட்டில் நாடோடி குர்துகளின் பங்களிப்பு மிக முக்கியமானது. அவர்களின் இனப்பொருண்மையின் நாடோடித்தன்மை ஒரு பகுதியாக இருந்தது. 18 ஆம் நூற்றாண்டின் தொடக்கத்தில் மொத்த குர்துகளின் எண்ணிக்கையில் நாடோடி குர்துகள் 30 சதவீதமாக இருந்தனர். இந்த எண்ணிக்கை சமவெளிமயமாக்கல் காரணமாக தொடர்ந்த நூற்றாண்டுகளில் குறையத்தொடங்கியது. 19 ஆம் மற்றும் 20 ஆம் நூற்றாண்டுகளில் இதன் எண்ணிக்கை 15 சதவீதமாக குறைந்தது. இந்த எண்ணிக்கையிலான நாடோடி நபர்கள் தான் குர்துகளின் மிகப்பெரும் ஜமுக்காள உற்பத்தியாளர்களாக இருந்தார்கள்.

ஜமுக்காள உற்பத்தியில் குர்து பெண்களின் பங்களிப்பு குறிக்கத்தகுந்தது. ஒரு ஜமுக்காளத்தை உற்பத்தி செய்ய ஒரு பெண் மற்றும் அவளின் குழந்தை ஆகியோர் தேவைப்பட்டனர். ஜமுக்காளம் பலவித உற்பத்தி செய்முறைகளாக வகைப்படுத்தப்பட்டது. இதற்கு அதிக நேரம் தேவைப்பட்டது. ஆனால் அவர்களிடையே அதனை உற்பத்தி செய்வதற்கான உற்பத்தி திறன் அதிகமாக இருந்தது. சமீபகாலம் வரை குர்து பெண்கள் அவர்களின் தொழில் நடைமுறைகளில் மிகச்சிறந்தவர்களாக, புகழ்பெற்றவர்களாக இருந்தனர். குறிப்பாக

ஈராக்கிய குர்து பெண்கள் ஜமுக்காள உற்பத்தியில் சிறந்து விளங்கினர். இது உலக புகழ்பெற்றதாக இருந்தது. அதே நேரத்தில் முதல் உலகப்போருக்குப்பின்னர் குர்து நாடோடிகளின் எண்ணிக்கை குறைந்த காரணத்தால் அவர்களின் கைவினை உற்பத்தி குறைய ஆரம்பித்தது. அவர்கள் சமவெளி சார்ந்த பல தொழில்களுக்கு தங்களை மாற்றிக்கொண்டனர். 19 மற்றும் இருபதாம் நூற்றாண்டுகளில் ஈராக், ஈரான் மற்றும் துருக்கி ஆகிய நாடுகளை சார்ந்த குர்து நாடோடிகள் சிறந்த, உலகப்புகழ்பெற்ற ஜமுக்காள உற்பத்தியாளர்களாக இருந்தார்கள். அது அன்றைய காலகட்டத்தில் பல நாடுகளுக்கும் ஏற்றுமதி செய்யப்பட்டது. இதன் மூலம் குர்துகள் மத்திய கிழக்கின் கைவினை பொருட்கள் ஏற்றுமதியில் பெரும் பங்களிப்பை செலுத்தினர்.

குர்துகளின் கலாசாரத்தில் உடை மிக முக்கியமானது. அவர்கள் மத்திய கிழக்கின் பாரம்பரிய உடையை அணிவதில்லை. மாறாக தங்களுக்கான தனித்த உடையை அணிகின்றனர். மத்திய கிழக்கின் உடை அமைப்பு என்றைக்குமே மாறாதது. அது மேற்கத்திய உலகின் எல்லா நாகரீக நடைகளையும் பொருட்படுத்தாது என்ற கற்பித மனோபாவம் குர்துகளின் விஷயத்தில் பொருந்துவதில்லை. குர்துகளை பொறுத்த அளவில் அவர்களின் பிரத்யேக உடை என்பது குறிப்பிட்ட தருணங்களுக்கானது மட்டுமல்ல. மாறாக அவர்களின் அன்றாட வாழ்வின் ஒரு பகுதி. மொத்த குர்து பிரதேசத்தையும் உள்ளடக்கிய குர்துகளின் உடை அமைப்பை நாம் காணும் போது அவர்களின் உடை என்பது ஒரே மாதிரியானதல்ல. ஒவ்வொரு பிராந்தியத்திற்கும், அதன் வட்டார கலாசாரத்திற்கும் தகுந்த மாதிரி அது வேறுபடுகிறது. இந்நிலையில் மத்தியகிழக்கில் குர்துகள் வாழும் சில நாடுகளில் அவர்களின் பாரம்பரிய உடை மீதான தடை குறிப்பிட்ட அரசுகளால் விதிக்கப்படுகிறது. குறிப்பாக 1920ல் ஈரானின் ஆட்சியாளர் ரெசா ஷா ஈரானில் குர்துகள் வாழும் பகுதியில் அவர்களின் பாரம்பரிய மற்றும் வட்டார உடைகளுக்கு தடை விதித்தார். அவர்களின் உடையை அணிந்தால் அவர்களுக்கு அபராதம் மற்றும் தண்டனை விதிக்கப்பட்டது. மேலும் துருக்கியின் முஸ்தபா கமால் ஆட்சியிலும் மேற்கத்திய உடை வழக்கம் காரணமாக அவர்களுக்கு பாரம்பரிய உடை மறுக்கப்பட்டது. மேலும் அங்குள்ள பள்ளி, கல்லூரிகள், அரசு அலுவலகங்கள் ஆகியவற்றில் ஆண்களுக்கும், பெண்களுக்கும் பிரத்யேக உடை

ஒழுங்கு அறிமுகப்படுத்தப்பட்டது. இதனால் குர்துகளும் துருக்கியின் பிராந்திய உடைகளுக்கு மாற வேண்டிய நிர்பந்தம் ஏற்பட்டது. ஒரு கட்டத்தில் தங்களின் பாரம்பரிய உடையை கைவிட்டு அதனை முழுமையாக உள்வாங்கிக்கொள்ளக்கூடிய சூழலுக்கு அவர்கள் தள்ளப்பட்டார்கள். இந்த மனோபாவம் குர்து பிராந்தியம் முழுமைக்குமாக பரவியது. இந்நிலையில் கிராமம் சார்ந்த குர்துகளிடையே மரபார்ந்த உடைகளை அணியும் பழக்கம் இருந்தது. ஒரு கட்டத்தில் அவர்கள் நகர வாழ்க்கையை நோக்கி நகர ஆரம்பித்த போது அதனை கைவிடும் சூழல் ஏற்பட்டது. ஆனாலும் அவர்களிடத்தில் பாரம்பரியம் மற்றும் மரபார்ந்த நடைமுறை சார்ந்த ஏக்கம் நிலவியது.

அரசியல் காரணங்கள் குர்துகளின் உடை குறித்த கேள்வியை எழுப்பின. கடந்த 50 ஆண்டுகளாக குர்துகள் தங்களின் சுயநிர்ணய உரிமைக்காக போராடி வருகின்றார்கள். அவர்களின் போராட்டத்தை முன்னெடுக்கும் தலைவர்கள் குர்துகளின் பாரம்பரிய உடையையே அணிகின்றனர். மேலும் குர்துகளின் நட்சத்திர போராளி அப்துல்லா ஒசலான் கூட பாரம்பரிய குர்து உடையை அணியும் வழக்கம் உடையவர் தான். மேலும் ஐரோப்பாவிற்கு புலம்பெயர்ந்த குர்துகள் கூட அவர்களின் பாரம்பரியத்தை சின்னதாக உள்வாங்கியவர்களாக இருக்கின்றனர். குர்து ஆண்கள் தளர்வான டிரவுசர் போன்ற உடைகளை அணிகின்றனர். மேலும் இஸ்லாமுக்கு மாறிய குர்து பெண்களின் ஒரு பகுதியினர் தலையை மறைப்பதில்லை. பெண்களில் பலர் இனக்குழு சார்ந்த ஆபரணங்களை அணிவதில் ஆர்வம் காட்டுகின்றனர். மேலும் மத்திய கிழக்கில் மரபார்ந்த அரபு பாரம்பரியங்களிலிருந்து மாறுபட்டு குர்துகள் தங்கள் கலாசார நடைமுறைகளை மேற்கொள்கின்றனர். இவர்களின் கலாசார வரலாறு மெசபடோமிய நாகரீகத்தின் தொடர்ச்சியில் 8000 ஆண்டுகளின் வரலாற்றைக்கொண்டது. இவர்களின் தொடக்ககாலம் விவசாயம், மட்பாண்டம், உலோகவியல், கால்நடை வளர்ப்பு, நெசவு மற்றும் ஆவண காப்பகம் ஆகியவற்றை உள்ளடக்கி இருந்ததாக தொல்லியல் அறிஞர்கள் கண்டறிந்துள்ளனர். மேலும் குர்துகளின் உணவு வேகவைத்த பொருட்களினாலானது. காய்கறி மற்றும் பழங்கள் ஆகியவை அவர்களின் உணவில் முக்கிய பங்காற்றின. செம்மறி ஆட்டு இறைச்சி அவர்களிடம் புகழ்பெற்ற அசைவ உணவு. இவர்களின் உணவு பெரும்பாலும் எளிமையான மற்றும் அடக்கமான

ஒன்றாக இருந்தது. மிளகும், வெங்காயமும் முக்கிய பொருளாக இருந்தது. மேலும் அரிசி, காய்கறி மற்றும் இறைச்சி கலவைகள் ஆகியவை அடிப்படையாக இருந்தன. மேலும் பெண்களின் உடை தளர்வானதாக, அதே நேரத்தில் நவீனமானதாக இருந்தன. தங்க ஆபரணங்களை அவர்கள் அணிந்தனர். இவர்கள் குர்து குடும்ப மொழிகளை பயன்படுத்தினாலும் பெரும்பாலும் குர்மாஞ்சி தொடர்பு மொழியாக இருந்தது. மேலும் கதை சொல்லல் இவர்களிடையே முக்கிய கலாசார நடைமுறையாக வழக்கில் இருந்தது.

குர்துகளின் குடும்ப உறவு முறைகளில் ஆண்களும் பெண்களும் சமமாக நடத்தப்பட்டனர். மேலும் கூட்டுக்குடும்ப முறை மற்றும் விரிவாக்கப்பட்ட குடும்ப அமைப்பு முறையை குர்துகள் கடைபிடிக்கின்றனர். அவர்களிடத்தில் சுயம் மற்றும் ஈகோ போன்ற குணாதிசயங்கள் இல்லை. குர்துகளுக்கு பலதாரமணத்தில் நம்பிக்கை இல்லை. அவர்கள் அடிப்படைவாதத்தை பெரும்பாலும் நம்புவது இல்லை. மேலும் ஆணும் பெண்ணும் சரிசமமாக விழாக்களில், பொதுநிகழ்ச்சியில் கலந்து கொள்கின்றனர். குழந்தைகளும், முதியவர்களும் வெகுவாக மதிக்கப்படுகின்றனர். குழந்தைகளை பெரியவர்கள் பாதுகாக்கின்றனர். மேலும் ஆண்கள் விவசாயத்தை தங்களின் முக்கிய தொழிலாக பின்தொடர்கின்றனர். ஆடலும், பாடலும் முக்கிய பொழுதுபோக்கு அம்சங்களாக இருக்கின்றன. கிராமப்புற மருத்துவ மனிதர் மிக உயர்வாக குர்துகளிடையே மதிக்கப்படுகின்றார். நாட்டு வைத்தியர் போன்றது தான் இதுவும். மேலும் மேற்கத்திய மருத்துவ முறையும் நகர்புற குர்துகளிடையே வழக்கில் இருக்கிறது. இதன் ஊடுபாவல் மற்றும் கலப்பு சார்ந்த வழக்கம் குர்துகளிடையே பரவலாக காணப்படுகிறது. நடைமுறையில் இருக்கும் அலோபதி மருத்துவ முறை குர்துகளை அதிகம் பாதிப்பதில்லை. அவர்கள் என்றைக்குமே ஆரோக்கியமான உணவு வகைகள் மற்றும் வழிமுறைகளை நோக்கி தங்களை நகர்த்திக் கொள்கிறார்கள். இவ்வாறான குர்துகளின் சமூக கலாசார வாழ்க்கை முறையில் அவர்களின் சுயநிர்ணய போராட்டம் மிகப்பெரும் இடத்தை பெறுகிறது. அது நூற்றாண்டுகால போராட்டம். மத்திய கிழக்கில் தங்களுக்கான தனித்த வாழ்வியலையும், பண்பாட்டையும் கொண்டிருக்கும் குர்துகளின் போராட்டம் என்றைக்குமே உயிரற்று போவதில்லை.

குர்து தேசிய போராட்டம் - ஈழ போராட்டம் ஓர் ஒப்பீடு

ஈழ தேசிய இன போராட்டத்தை பொறுத்தவரை அது இன்றைய உலக சூழலில் பிற தேசிய இனங்களின் போராட்டத்தோடு அதற்கான தனித்த நியாயங்களுடன் ஒன்று சேர்கிறது. அதே நேரத்தில் மத்திய கிழக்கின் ஒரு மூலையில் தேசியத்திற்கான, சுயநிர்ணயத்திற்கான எல்லாவித தகுதிகளோடும் நடந்து வரும் குர்து இன போராட்டம் அதற்கான நியாயங்களை உள்ளடக்கி இருக்கிறது. இதில் இன்னமும் சர்வதேச சமூகத்தின் கருணையை அதிகம் பெறாத ஒன்றாக ஈழம் இருந்து கொண்டிருக்கிறது. அதன் உயிரோட்டமான இயக்கம் இன்றும் நிகழ்ந்து கொண்டிருக்கிறது.

சிங்கள பேரினவாதத்தின் இனஒடுக்குமுறையால் ஈழப்போராட்டம் உக்கிரமான கட்டத்தை எட்டி, அது முள்ளிவாய்க்கால் மூலம் பேரழிவுக்கு இட்டு சென்ற இத்தருணத்தில் ஈழப்போராட்டத்தின் பரிணாம சிக்கல்களையும் அதன் கருத்தியல் நியாயங்கள் குறித்தும் பார்க்க வேண்டியதிருக்கிறது. மத்திய கிழக்கில் இருந்து கொண்டு பாலஸ்தீன் மீதான இஸ்ரேலின் ஒடுக்குமுறையை அவதானிக்கும் எனக்கு இலங்கையில் பேரினவாத அரசின் போர்க்கொடுமையையும் காண வேண்டியிருக்கிறது. அங்கு நடந்துவரும் தினசரி நிகழ்வுகளின் மேல் விவரங்கள் தொலைக்காட்சிகள் மற்றும் இங்கு வாழும் இலங்கை நண்பர்கள் வழியாக என்னால் அதிகம் தெரிந்து கொள்ள முடிகிறது. கடந்த ஐந்து வருட காலமாக ஈழத்திலிருந்து வெளிவந்த பல முக்கியமான நூல்களை படிக்க நேர்ந்தது. மேற்கத்திய நாடுகளில் வாழும் இலங்கையைச் சார்ந்த பல நண்பர்கள் சொன்ன தகவல்கள் அதன் கருத்தியல் நியாயத்தை மேலும் வலுப்படுத்தியது.

இந்தப் போராட்டத்தின் நீட்சியில் தெற்காசிய பிராந்தியத்தின் வல்லரசான இந்தியப் பேரரசின் மௌனமும், தமிழ்நாட்டில் நடந்து வரும் தன்னெழுச்சியான போராட்டங்களும் ஒரு கூர்மையான வடிவத்தை எட்டியிருக்கின்றன. தமிழ்நாட்டில் காலம் கடந்த இந்த தன்னெழுச்சி இந்திய கம்யூனிஸ்ட் கட்சியின் ஓர் உண்ணாவிரத போராட்டம் மூலம் தொடங்கி வைக்கப்பட்டது. அந்தப் போராட்டம் கூட இலங்கை கடற்படையால் தமிழக மீனவர்கள் தாக்கப்படுவதைக் கண்டித்து தான் நடைபெற்றது. பின்னர் அது வேறொரு பரிணாமம் அடைந்து ஆளும் கட்சியும் இணைந்து கொண்ட காரணத்தால் தமிழகம் ஈழத்திற்கு ஆதரவாக 25 ஆண்டுகளுக்குப் பிறகு எழுந்து நின்றுள்ளது. தமிழ் சமூகம் அதன் மரபான இயல்புணர்வை மீறி அசாதாரணமான கட்டத்தை எட்டியிருக்கிறது. இந்த மாறுதல் செயலூக்கம் பெறும் நிலையில் வரலாற்றில் குறிக்கத்தகுந்தது.

மார்க்சியம் ஒரு விடுதலைக்கான கோட்பாடு என்ற நிலையில் தேசியம் குறித்த அதன் வரலாற்றுப் பார்வையை பின்னோக்க வேண்டியதிருக்கிறது. தேசிய விவகாரத்தில் மார்க்சியவாதிகளின் நிலைபாடு மற்றும் அவர்களின் கருத்தாக்கம் குறித்து மார்க்சிய சிந்தனையாளரான ரொனால்ட் மங்கின் பார்வை முக்கியமானது. அவரின் தேசியவாதம் குறித்த நூல் பிரபலமானது. அந்நூலில் மங்க் பின்வருமாறு குறிப்பிடுகிறார். “மார்க்சியவாதிகள் தேசியவாதத்தின் வலிமையையும் பற்றுறுதியையும் பாரம்பரியமாகக் குறைத்து மதிப்பிட்டு வந்துள்ளார்கள். இப்படி குறைத்து மதிப்பிடும் தன்மை மார்க்ஸ், ஏங்கல்ஸ் ஆகியோரின் சிந்தனைகளில் இருந்த தவற்றின் விளைவாகும். முதலாளித்துவம் உலக சந்தைக்குள் எல்லா மக்களையும் இழுப்பதன் மூலம் உலகத்தை ஒன்றிணைத்து தேசியவரம்புகளை உடைத்து விடுகிறது. முதலாளித்துவ வளர்ச்சி போக்கு சமச்சீர் அற்றது என்பதையும், பிரதேசங்களுக்கும் நாடுகளுக்கும் இடையே அது வேறுபாடுகளை கூர்மைப்படுத்துவதன் மூலம் தேசியவாதத்துக்கு புத்துயிர் அளிக்கும் என்பதை மார்க்சும் ஏங்கல்ஸும் தன் சொந்த சிந்தனை வரைவுக்குள் கூட முன்னுணர தவறிவிட்டார்கள் என்கிறார் மங்க்.

மார்க்சும் ஏங்கல்ஸும் “வரலாற்று வழி வந்த அரசுகள்” “வரலாற்று வழி வராத அரசுகள்” என்பதன் மூலம் தேசிய

பிரச்சினையை எந்த அளவிற்கு பின் தள்ளினார்கள் என்பதைப் பற்றி விவாதிக்கிறார் மங்க். முந்தையவை வரலாற்று வளர்ச்சியிலும், பிந்தையவை பின்தங்கி சாத்தியமான அரசுகளை கட்டியெழுப்ப இயலாமல் இருந்தவை. முந்தையவற்றின் நாடுபிடிக்கும் கொள்கைக்கு பிந்தையவற்றை பயன்படுத்தும் நடவடிக்கைக்கு இந்த வேற்றுமையை பயன்படுத்த முடியும். இவ்வகையில் நாகரீகத்தின் அக்கறை காரணமாகவே சோம்பேறி மெக்சிகோகாரர்களிடமிருந்து கலிபோர்னியாவை பலமுள்ள யாங்கீகள் கைப்பற்றினர் என்று ஏங்கல்ஸ் வாதிடலாம். இருந்தபோதிலும் பிரிட்டிஷ் ஆட்சிக்கு எதிரான ஐரிஷ் மக்களின் போராட்டமும், ரஷ்யாவில் அடிமைப்பட்ட மக்களின் போராட்டமும், போலந்து போராட்டமும் மார்க்சிய மூலவர்களான இருவரையும் தேசியவாதம் பற்றிய தங்கள் கருத்தை மாற்றி கொள்ள வைத்தன. மேலும் தேசியவாதம் பற்றிய சரியான நிலைபாட்டை உருவாக்கியவர் என்று மரபார்ந்த மார்க்சியர்கள் லெனினை முன்வைக்கின்றனர்.

மார்க்சிய சிந்தனையில் முதன் முறையாக லெனினே "தேசிய இன பிரச்சினையில் சுயநிர்ணய உரிமையை அங்கீகரித்தார்" என்பதை மங்க் ஏற்றுக்கொள்கிறார். மேலும் தேசிய இனம் தொடர்பாக லெனினின் நிலைபாட்டை மங்க் விரிவாக ஆராய்கிறார். அவரைப் பொறுத்தவரை தேசிய இனபிரச்சினை என்பது அரசியல் செயற்பாடு சார்ந்த நடைமுறை பிரச்சினையே. அடிப்படையில் ஒடுக்கப்பட்ட தேசிய இனங்கள் வர்க்க போராட்டத்தின் பங்காளிகள் என்ற வகையில் மட்டுமே முக்கியத்துவம் உடையவை. தேசங்கள் என்ற கருத்துரு மாறும் காலத்தோற்றப்பாடாகும். சோசலிசத்தின் கீழ் அவை மறைந்து விடும் என்று அவர் கருதினார். மேலும் மத்தியப்படுத்தப்பட்ட ஒரு பெரிய நாடே வரலாற்றின் முன்னகர்வுக்கான வாகனம் என்பதும் லெனினின் சிந்தனையில் உள்ளார்ந்த ஓர் அம்சமாக இருந்தது. தேசிய இனப்பிரச்சினையின் இந்த மாறுபாடுகள் புரட்சிக்கு பின் வெளிவர தொடங்கின.

உக்ரேனிய மற்றும் ஜார்ஜியா தேசிய இனங்கள் அக்டோபர் புரட்சி அவர்களுக்கு அளித்திருந்த சுயநிர்ணய உறுதிமொழியை முன்னெடுத்த போது எதார்த்தம் வெளி உலகுக்கு தெரிய ஆரம்பித்தது. இதனால் சோவியத் குடியரசு பிளவுபடுவதை

தடுக்க போல்ஸ்விக்குகள் இராணுவ ரீதியாக தலையிட்டனர். லெனினின் கடைசி காலத்தில் இந்த சிக்கல் பற்றி அவருக்கும் ஸ்டாலினுக்கும் ஏற்பட்ட மோதல்கள் அதன் பிறகு நடைபெற்ற நிகழ்வுகள் நீண்ட காலத்திற்குப் பிறகே வெளிவந்தன. 1923ல் ரஷ்யாவில் நடைபெற்ற பனிரெண்டாவது கட்சி மாநாட்டில் ரஷ்ய வகுப்புவாதத்தை எதிர்க்கும் பொறுப்பை லெனின் டிராஸ்கியிடம் விட்டுவிட்டார். ஆனால் இந்த பணியை செய்ய டிராஸ்கி தவறிவிட்டார். காரணம் அவருக்கே இந்த கோட்பாட்டில் பெரிய ஆர்வம் ஏதும் இருக்கவில்லை என்பதே.

தேசிய இனப் பிரச்சினையில் ஸ்டாலினின் நிலைபாடு லெனினிடமிருந்து முற்றிலும் மாறுபட்டதாகவே இருந்தது. ஸ்டாலின் கம்யூனிஸ்ட் கட்சியானது சிறிய மற்றும் பெரிய என எல்லா வகைப்பட்ட தேசிய வாதங்களையும் எதிர்க்க வேண்டும் என்றார். அவரின் இந்த நிலைபாடு ஜார்ஜியா மற்றும் உக்ரேன் விஷயத்தில் நடந்தேறியது. அடிப்படையில் தான் ஒரு ஜார்ஜியராக இருந்த போதும் அங்கு வளர்ந்து வரும் தேசியவாதத்தை பூர்ஷ்வா தேசிய வாதம் என்றார். 1922ல் ஜார்ஜியாவில் ரஷ்ய ராணுவத்தின் வெற்றிக்குப் பிறகு அங்குள்ள கம்யூனிஸ்ட் கட்சியின் தலைவர்கள் பலர் கைது செய்யப்பட்டு சிறைக்கு அனுப்பப்பட்டனர்.

ரஷ்ய உள்நாட்டு போர் (1918-1922) கால கட்டத்தில் இருவித தேசிய இன பிரச்சினைகள் முன்னுக்கு வந்தன. ஒன்று உக்ரைன் மற்றொன்று துர்கிஸ்தான். துர்கிஸ்தானின் நகரங்கள் ரஷ்ய மொழி பேசும் நகரங்களைக் கொண்டிருந்தன. அவர்கள் ரஷ்ய மேலாதிக்கத்தை புரட்சி என்ற பெயரில் தங்கள் மீது திணிப்பதாகக் கருதினார்கள். இது குறித்த மேல் உணர்வுகள் அப்போது எழுந்தன. இது குறித்து போல்ஸ்விக் கட்சியின் பத்தாவது காங்கிரஸில் துர்கிஸ்தானை சார்ந்த பிரதிநிதி ஒருவர் இவ்வாறு குறிப்பிட்டார்.

"எல்லைப்பகுதிகளின் காலனியாதிக்கம் என்பது சில மாதங்களாக நடந்து வரும் நிகழ்வல்ல. மாறாக பல ஆண்டுகளாக நடந்து வரும் நிகழ்வாகும். ரஷ்ய மேலாதிக்கம் இந்தப் பகுதிகளில் காலனியாக செயல்படுகிறது. இந்தப் பகுதிகளில் பொருளாதார மற்றும் சமூக வளர்ச்சியின் பலன்களை பிரதிபலிப்பதென்பது

ரஷ்ய காலனியாதிக்கத்தையும் அதன் கருத்தியலையும் பிரதிபலிப்பதாகும். நாம் இந்த கருத்தியலை புறந்தள்ளாமல் எதையும் சாதிக்க முடியாது. ஆகவே நாம் காலனியத்திற்கு எதிரான போராட்டத்தை தொடங்கியாக வேண்டும்.” இதே நிலைமை உக்ரைனிலும் நீடித்தது. உக்ரைனியர்கள் தங்களுக்கு சுயாட்சி வேண்டும் என்பதை வலியுறுத்தினர். உக்ரேனியர்கள் தங்கள் நிலம், மொழி சார்ந்த உணர்வாக அதை வலியுறுத்தினர். ஆனால் இந்த உணர்வு ரஷ்ய போல்ஸ்விக்குகளால் அடக்கப்பட்டது. 1925 மற்றும் 1935 காலப்பகுதியில் உக்ரேனிய மொழி அதன் சிறுபான்மை தன்மையை வெளிப்படுத்த தொடங்கி பிராந்திய தன்மையை முன்னெடுக்க தொடங்கியது. ஸ்டாலின் இதை கடுமையாக ஒடுக்கினார். அதன் விளைவாக உக்ரேனிய மார்க்சிய அறிவுஜீவியான மிகேல் குவ்லோவ் தற்கொலை செய்து கொண்டார். மேலும் பலர் கொல்லப்பட்டனர்.

அக்டோபர் புரட்சியின் போது ஜெர்மன் மற்றும் ஆஸ்திரிய படைகளின் முக்கிய எதிர்நோக்கு கேந்திரமாக உக்ரைன் இருந்தது. உக்ரைன் பகுதி முழுவதும் தொழில் நிறுவனங்கள், முக்கிய உணவு மற்றும் உற்பத்திக்கான மூலப்பொருட்கள் நிரம்பியிருந்தன. போல்ஸ்விக்குகளின் அரசியல் மற்றும் இராணுவப் பிரிவானது உள்நாட்டுப்போரின் நிர்பந்தம் காரணமாக உக்ரைன் தேசிய உணர்வை பின்னுக்குத் தள்ளியது. இந்த மனோபாவம் உக்ரைனில் அவர்களின் தோல்விக்கு பெரும் காரணமாக அமைந்தது.

1919ல் உக்ரைனில் ஜெனரல் டெனிகின் தலைமையிலான சோவியத் செம்படையின் வெற்றிக்குப் பிறகு லெனின் உக்ரேனிய தொழிலாளர் மற்றும் குடியானவர்களுக்கு திறந்த கடிதம் ஒன்றை எழுதினார். “ரஷ்ய கம்யூனிஸ்ட்கள் அவர்களுக்குள் எழும் மிகுதியான ரஷ்ய தேசிய உணர்வை அடக்க வேண்டும். அவை சரிதானா என்பதைப் பார்க்க வேண்டும். ஏனெனில் அவை கம்யூனிசத்திற்கு எதிரானவை. அவர்கள் நமக்கு மிகுந்த இடையூறு விளைவிக்கிறார்கள். குறிப்பாக உக்ரேனிய தோழர்களை நம்மிடம் இருந்து பிரிக்கப் பார்க்கிறார்கள். டெனிகின் மற்றும் அவரை சார்ந்தவர்களின் கொள்கை இதுவாகத் தான் இருக்கிறது.” இதன் பின்னர் ஸ்டாலினுக்கும் லெனினுக்கும் இது தொடர்பாக கருத்து மோதல்கள் ஏற்பட்டன.

ஸ்டாலினின் தேசியவாத நிலைபாட்டுக்கு எதிராக லெனின் சோவியத் பத்திரிகை ஒன்றில் தான் எழுதிய கட்டுரையில் பின்வருமாறு குறிப்பிட்டார். "தேசிய பிரச்சினையில் என் கருத்தென்பது நான் ஏற்கனவே சொன்னது போன்று அதை பொதுவான அருவ முறையாகப் பார்ப்பதில் பயன் ஏதுமில்லை. மேலும் ஒடுக்கும் தேசியத்திற்கும் ஒடுக்கப்படும் தேசியத்திற்குமான வித்தியாசம் உணரப்பட வேண்டும். இது மாதிரியே சிறிய தேசியத்திற்கும் பெருந்தேசியத்துக்குமான வித்தியாசம். இரண்டாம் வகைப்பாட்டை பொறுத்தவரை நாம் பெருந்தேசியத்திற்குள் இருக்கிறோம். இதில் கணக்கற்ற வன்முறைகளும், வரலாற்றுத் தவறுகளும் நடைபெற்றிருக்கின்றன. மேலும் நாமே பலமுறை அதனை செயல்படுத்தியிருக்கிறோம். ஆகவே சர்வதேச ஒடுக்குமுறை தேசம் அல்லது பெருந்தேசம் என அவை அழைக்கப்படுகின்றன. இவற்றிற்கிடையே சமத்துவம் வலியுறுத்தப்பட வேண்டும். அவை அதன் நடைமுறை செயல்பாட்டில் மேற்கொள்ளப்பட வேண்டும். இதை புரிந்து கொள்ளாத எவருமே பாட்டாளி வர்க்க எதார்த்த மனோபாவத்தை உணர முடியாது. மேலும் அவர்களின் நிலைபாட்டின் அடிப்படையில் அது குட்டி பூர்ஷ்வா மனோபாவமே"

ஸ்டாலினின் சர்வாதிகார ஆட்சியில் உக்ரேன் பிரதான பாதிப்பு மையமாக இருந்தது. இதை குறித்து காலம் கடந்து 1939ல் டிராஸ்கி எழுதினார். "உக்ரைன் மக்கள் அவர்களின் சுய நிர்ணய உரிமையை மீட்டெடுப்பது அவசியமானதும் அடிப்படையானதும் கூட. அந்த தேசத்தின் எதிர்காலத்திற்காக அதன் சுதந்திரம் பிரகடனப்படுத்த வேண்டும்" என்றார். ஸ்டாலின் சுய நிர்ணய உரிமையை வரையறுக்க நான்கு வித அம்சங்களை முன்வைத்தார். 1. குறிப்பிட்ட மொழி 2. குறிப்பிட்ட கலாசாரம் கொண்ட மக்கள் தொகுதி 3. பிரதேச ரீதியான பொதுத்தன்மை 4. பொருளாதார தனித்துவம். ஆனால் இந்த வகைப்பாட்டில் அவரால் வர முடியவில்லை. அவரின் கடைசிகால செயல்பாடுகள் அதை நிரூபித்தன. 1917க்குப் பிறகு மூன்றாம் உலக நாடுகளில் ஏற்பட்ட எல்லா சோசலிசப் புரட்சிகளும் அடிப்படையில் தேசிய விடுதலை போராட்டமாகவே இருந்தன. இதுவரையிலான உலக நாடுகளின் போராட்ட வரலாற்றைப் பார்க்கும் போது அதில் பெரும்பாலானோர் தங்கள் தேசங்களுக்காகவே உயிரிழந்துள்ளனர்.

இலங்கை இனப்பிரச்சினையின் வரலாறு நீண்ட மரபுகளையும், தொடர்ச்சியான பிரயத்தனங்களையும் உட்கொண்டிருக்கிறது. இலங்கையில் கூட்டாட்சி என்ற யோசனை 1929 காலகட்டங்களிலேயே முன்வைக்கப்பட்டது. அப்போது எந்த தமிழ் அமைப்புகளும் இதனை முன்னெடுக்கவோ, அதற்காக போராடவோ முன்வரவில்லை. தமிழ் மக்களின் நலன்களை அக்காலத்தில் முன்னிலைப்படுத்திய ஜி.ஜி. பொன்னம்பலத்தின் தமிழ் காங்கிரஸ் கட்சி நாடாளுமன்றத்தில் சமவாரி பிரதிநிதித்துவத்திற்காக போராடியது. அதாவது மக்கள் தொகையில் 30 சதவீதத்திற்கும் சற்று அதிகமாக இருந்த சிறுபான்மை இனத்தவருக்கு நாடாளுமன்ற இருக்கைகளில் சமபங்கை ஒதுக்க வேண்டும் என்று கோரியது. ஆனால் இதனை சிங்களர்கள் கடுமையாக எதிர்த்தார்கள். இறுதியாக இந்த கோரிக்கை நிறைவேறாமலே இலங்கை 1948ல் சுதந்திர குடியரசானது.

முதல் நாடாளுமன்றத்தின் இருக்கைகளில் 40 சதவீதம் சிறுபான்மை இனத்தவராலும், இவர்களின் ஆதரவு பெற்ற இடதுசாரி உறுப்பினர்களாலும் நிரப்பப்பட்டன. சிறுபான்மையினரில் இலங்கை தமிழர், இந்திய வம்சாவழி தமிழர், முஸ்லிம்கள், தோட்டதொழிலாளர்கள், மலாய் இனத்தவர்கள் ஆகியோர் உள்ளடங்குவர். ஆனால் இது சிலகாலமே நீடித்தது. 1948 குடியுரிமை சட்டமும், 1949 நாடாளுமன்ற தேர்தல் சீர்திருத்த சட்டமும் சிறுபான்மையினரின் பிரதிநிதித்துவத்தை 20 சதவீதத்திற்கும் கீழாக குறைப்பதற்கு வழி வகுத்தன. மேற்கண்ட சட்டங்கள் சிறுபான்மையினரில் 10 சதவீதத்தினரான தமிழ் தோட்ட தொழிலாளர்களை நாடற்றவர்களாக ஆக்கியதுடன், அவர்களின் வாக்குரிமையைப் பறிக்கும் அளவுக்கும் சென்றது. இதில் குறிப்பிட வேண்டிய விஷயம் என்னவென்றால் சேனநாயக்காவின் ஐக்கிய தேசிய கட்சி மூலமும், அதற்குப் புறமும் தமிழரை பிரதிநிதித்துவப்படுத்திய எல்லா தமிழ் மேட்டுக்குடியினரும் இந்த மசோதாவை ஆதரிக்காத பட்சத்தில் இதனை எதிர்ப்பதில் போதிய ஆர்வம் காட்டவில்லை.

தமிழ் காங்கிரஸ் தலைவரான ஜி.ஜி. பொன்னம்பலம் முதல் மசோதாவை எதிர்த்தார். ஆனால் அமைச்சரவையில் இடம்பெற்ற பிறகு இரண்டாம் மசோதாவை ஆதரித்தார். இந்த செயல்பாடு

தமிழர் உரிமை சார்ந்த விவகாரத்தில் சின்ன கீறலாக மாறியது. தன் சொந்த அதிகாரமும், குறுகிய வர்க்க நலன்களும் ஒருங்கிணைந்த ஐக்கிய தேசிய கட்சியின் உயர்மதிப்பு பற்றிய கணிப்பின் விளைவாகவே இந்த வரலாற்று தவறு நிகழ்ந்தேறியது. இதன் தொடர்ச்சியில் தமிழ் மேட்டுக்குடியினரின் பலவீனங்களையும், நெளிவு சுழிவுகளையும் சிங்கள அதிகார வர்க்கம் எளிதாகவும், நுட்பமாகவும் புரிந்து கொண்டது. நாடாளுமன்றத்தில் இந்திய வம்சாவளி தமிழரின் வாக்குரிமையைப் பறித்த இந்த அநீதியான சட்டத்திற்கான எதிர்வினை முதன் முதலாக எம்.பெரெரா தலைமையிலான லங்காசமசமாஜ கட்சி, ஆர்.டி. சில்வா தலைமையிலான போல்ஸ்விக் லெனினிஸ்ட் கட்சி, பீற்றர் கெனமன் தலைமையிலான இலங்கை கம்யூனிஸ்ட் கட்சி ஆகிய இடதுசாரி கட்சிகளின் கூட்டமைப்பிடம் இருந்தே வெளிவந்தன. இவர்களில் பெரும்பான்மையினர் சிங்களவர் என்பது கவனிக்கத்தகுந்தது.

இலங்கை கம்யூனிஸ்ட் கட்சிகள் இந்த விவகாரத்திற்காக நாடாளுமன்றத்திற்கு வெளியிலும் போராட்டம் நடத்தின. தமிழர்களுக்கு எதிரான இந்த மசோதா நாடாளுமன்றத்தில் விவாதத்திற்கு வந்த போது சமசமாஜ கட்சியின் தலைவரான எம்.பெரெரா பின்வருமாறு குறிப்பிட்டார். “இந்த வகையான இனவாதம் ஹுஸ்ரன் சாம்பலுடனும், ஹிட்லருடனும் இறந்து விட்டதாகவே நான் நினைத்திருந்தேன். தீர்க்கதரிசனம் வாய்ந்த அரசியல்வாதி என்று தங்களைக் கருதுபவர்கள் எவரேனும் இவ்வகையான மசோதாவை ஆதரிக்க வேண்டும் என்று எங்களைக் கேட்பார்கள் என்று நான் நம்பவில்லை. மீதி உலகத்திலிருந்து ஒதுங்கி நாம் கடவுளால் தேர்ந்தெடுக்கப்பட்ட இனம். நாங்கள் மட்டுமே இந்நாட்டின் பிரஜைகளாக இருக்க உரிமையுடையவர்கள் என்று கருதுவோமானால் நாம் முன்னேற முடியாது.”

அப்போது தமிழ் காங்கிரஸில் இருந்த செல்வநாயகம் இம்மசோதாவால் ஏற்பட்ட கருத்து வேறுபாடு காரணமாக அதிலிருந்து விலகி “சமஷ்டி கட்சியை” ஆரம்பித்தார். பின்னர் 25 வருடங்களுக்குப் பிறகு மற்றவர்களுடன் இணைந்து தமிழர் ஐக்கிய விடுதலை முன்னணி உருவானது. வி. நாகநாதன், கு. வன்னியசிங்கம் ஆகியோர் தமிழர் காங்கிரஸில்

இருந்து விலகிய மற்ற இரு ஆளுமைகள். இதன்பிறகு 1975ல் செல்வநாயகம் நீர்த்துக் கொண்டிருந்த இனப்பிரச்சினைக்கான முதல் முயற்சியாக பண்டாரநாயகவுடன் ஓர் ஒப்பந்தத்தை ஏற்படுத்திக் கொண்டார். இந்த ஒப்பந்தம் பெரும் மாறுதல்களை ஏற்படுத்தவில்லையென்றாலும் சிங்களவர் மத்தியில் கடும் எதிர்ப்பை சந்தித்தது. இந்த ஒப்பந்தத்திற்கு எதிராக நடத்தப்பட்ட போராட்டங்களில் ஒன்று ஜே.ஆர். ஜெயவர்த்தனா தலைமையில் நடந்த கொழும்பு- கண்டி யாத்திரையாகும். இந்தப் போராட்டம் ஒப்பந்தத்தை எதிர்த்து நடத்தப்பட்டதாக சொல்லப்பட்டாலும் அன்றைய கட்டத்தில் ஜெயவர்த்தனாவின் அரசியல் செயல்தந்திரமாகவும் அது இருந்தது.

தமிழர்களுக்கு எதிராக பிரகடனப்படுத்தப்பட்ட முதல் அநீதியான 1948 ஆம் ஆண்டைய சட்டத்தை செல்வநாயகம் கடுமையாக எதிர்த்தார். தம் உரைகளில் அதன் இனவாத அம்சத்தை வெளிப்படுத்தினார். "அரசாங்கம் தாம் விரும்பாத எந்த ஒரு பகுதியினரும் தம் கருத்துக்களைக் கூற விடாமல் தடுப்பதற்கான முன்னுதாரணமாக இது அமைகிறது. ஆகவே இந்த சட்டத்தினால் ஒருவரும் அமைதியாக வாழ முடியாது. என்றோ ஒருநாள் இது எல்லோரையும் பாதிக்கும்." அவரின் கணிப்பு மாதிரியே பிந்தைய நிகழ்வுகள் இருந்தன. 1983ல் முதல் இனஒடுக்குமுறைக்கான கூத்துக்கள் அரங்கேற்றப்பட்டன. தமிழரின் உயிரோட்டமான கலாசார அடையாளமாக இருந்த யாழ்ப்பாணம் நூலகம் பேரினவாதிகளால் எரிக்கப்பட்டது. அதன் வடிவமைப்பே நிர்மூலமாக்கப்பட்டது. இது கி.பி பதினான்காம் நூற்றாண்டில் ஈராக்கில் மங்கோலியர்களால் எரிக்கப்பட்ட பிரமாண்ட நூலகத்தை நினைவூட்டியது.

பல இடங்களில் தமிழர்கள் கொல்லப்பட்டார்கள். வாக்காளர் பட்டியலை கையில் வைத்துக்கொண்டு கொழும்பில் சிங்களவர்கள் தமிழர் முகவரிகளைத் தேடி, அடையாளம் காண்பதன் வழி அவர்களை கொன்று தீர்த்தார்கள். ஆயிரக்கணக்கான மக்கள் இடம்பெயர நிர்பந்திக்கப்பட்டனர். குறிப்பாக லட்சகணக்கானவர்கள் யாழ்ப்பாணத்திலிருந்து இடம்பெயர்ந்தனர். இந்த இனஒடுக்குமுறையின் தோற்றப்பாட்டை குறித்து விவாதிக்கும்போது தமிழர் தலைமையின் ஆரம்பகால சறுக்கலையும் அதன் தோல்விகளையும் பற்றி நாம் குறிப்பிட்டாக

வேண்டும். ஐம்பதுக்கு ஐம்பது பிரதிநிதித்துவத்தை முதலில் கோரிய பின்பு அதைப் பெற முடியாமல், அதிகாரத்தை மத்தியில் குவிக்கும் ஓர் அரசியல் அமைப்பில் சுதந்திரத்தை அதன் இனவாத அரசியலுடன் ஏற்றுக்கொண்டதன் மூலம் தமிழ் தலைமை முதல் தவறிழைத்தது. இந்தத் தவறை தொடர்ந்து தமிழர் நலன்களைத் தெளிவாகவும், வலுவாகவும் முன்வைக்கக்கூடிய ஒரு தேசிய அமைப்பை கட்டியெழுப்ப இயலாமல் போனது அடுத்த தவறாக அமைந்தது.

பெரும்பாலான தமிழர் தலைவர்கள் மந்திரி பதவிகளுக்காகவும், தமிழர்கள் பாதிக்கப்பட மாட்டார்கள் என்ற வெற்று உறுதிமொழிக்காகவும் மலையகத் தமிழர்களை கைவிட்டது பெரும் வரலாற்று தவறாகும். இது தமிழர்கள் குறைந்த கால பொருளியல் நலன்களுக்காக எளிதில் விலைக்கு வாங்கப்பட கூடியவர்கள் என்ற படிமத்தை சிங்களவர் மத்தியில் ஏற்படுத்தியது. மேலும் தேசிய அரசியலில் ஆக்கபூர்வமான திரள் பங்களிப்பு இல்லாததும் இனவெறுப்புக்கான காரணமாக அமைந்தது. இந்தப் போக்கு மேலும் பரிணாம வளர்ச்சி பெற்று பேரின ஒடுக்குமுறையில் கொண்டு போய் விட்டது. இலங்கை வரலாற்றில் பல்வேறு காலகட்டங்களில் இன, வர்க்கப் போராட்டங்களை முன்னெடுத்த இடதுசாரி கட்சிகள் 1960க்குப் பிறகு இனவாதம் பக்கம் சாய்ந்து கொண்டார்கள். இதுவும் இந்த விவகாரத்தை தமிழர்கள் முன்னெடுக்க முடியாமல் போனதற்கான காரணம்.

இலங்கை வரலாற்றில் யாழ்ப்பாண தோட்ட தொழிலாளர் மற்றும் பல்வேறு பிரிவினருக்காக உக்கிரமான போராட்டங்களை நாடாளுமன்றத்திற்கு உள்ளேயும், வெளியேயும் நடத்திய பெருமை இலங்கை இடதுசாரிகளுக்கு உண்டு. ஆனால் தத்துவம் மற்றும் நடைமுறைக்குமான இடைவெளியை நிரப்பமுடியாததன் பின்விளைவே அவர்களைப் பிளவுபட வைத்தது. இலங்கையின் ஆக்கப்பூர்வ சக்தியாக உருவெடுக்கவேண்டியவர்கள் குறிப்பிட்ட கால இடைவெளிகளில் செயலற்ற கருவியாக முடங்கிப் போனார்கள். விளைவு இனவாதத்தை பிரதிபலிக்கும் ஜே.வி.பி.யின் தோற்றத்திற்கு வழிவகுத்தது. இது தமிழர்களை குறிப்பிட்ட துயரத்திற்குள் அடைக்க செய்தது. இதற்கிடையில் சிங்களவர்கள் தாம் பெரும்பான்மையினராக இருந்தும்

இலங்கை தங்கள் கைகளிலிருந்து பறிபோவதான உள்ளுணர்வை கொண்டனர். எழுபதுகளுக்குப் பிந்தைய கட்டத்தில் தமிழர்களுக்கு எதிரான பிரசாரம் பேச்சு மற்றும் எழுத்து வடிவங்களில் மேற்கொள்ளப்பட்டது. 1980 ஆம் ஆண்டு சிங்களர்களால் வெளியிடப்பட்ட பிரசுரம் ஒன்று பின்வருமாறு குறிப்பிட்டது.

"1. சிங்கள இனம் இரண்டாயிரம் ஆண்டுகளுக்கு முந்தைய வரலாறைக் கொண்டது. இலங்கை சிங்களர்களின் வரலாற்றை விட பழமையானது வேறொன்றுமில்லை. இலங்கை சிங்களர்க்குரியது என்பது வெறும் வாய்மொழி மரபோ அல்லது ஐதீகமோ அல்ல. பண்டைய குகை சாசனங்கள், மாபெரும் பௌத்த ஸ்தூபிகள், சிற்பங்கள், புத்த பெருமானின் சிலைகள் இவைகளே இதற்கு சான்று. மேலும் நீர்ப்பாய்ச்சல்கள், குளங்கள் இவையாவும் சிங்களர்களுக்கே சொந்தமானதாகும்.

2. இலங்கை அபாயகரத்திற்கு உள்ளாகி இருக்கிறது என்ற கருத்தோட்டம் மேற்கூறியவற்றுடன் நெருங்கிய தொடர்பு கொண்டது. இலங்கையில் வாழும் சிறுபான்மையினர் அனைவரும் பிறநாடுகளுடன் இனரீதியாக நெருக்கமான உறவு கொண்டிருக்கும் போது சிங்களர்கள் மட்டுமே இலங்கையை விட்டால் வேறு கதியில்லை என்ற நிலையில் இருக்கிறார்கள். சிங்களர்களுக்கு தாய்நாடு என்று இலங்கையைத் தவிர சொல்லும்படியாக வேறொன்றுமில்லை. இந்திய தொழிற்சங்க தலைவர்கள், போரா வியபாரிகள், பெரும்பான்மையான தமிழ் தொழிலாளர்கள் யாவரும் இலங்கையை ஒரு தங்கச்சுரங்கமாகவே பார்க்கின்றனர். இங்கிருந்து உழைத்து பணத்தை இந்தியாவிற்குக் கொண்டு போய் தங்கள் உறவினர்கள், குழந்தைகள் பெயரில் பெரிய வீடுகளையும், நிலங்களையும் வாங்குகின்றனர். இவர்கள் யாவரும் இலங்கையில் ஒரு காலும், இந்தியாவில் ஒருகாலுமாக இருக்கின்றனர். இலங்கை தங்கச்சுரங்கமாக இருக்கிறது என்பதில் மட்டுமே இவர்களுக்கு அக்கறை. மாறாக சிங்கள மொழி, பௌத்த மதம், பாரம்பரிய சிங்கள கலாசாரம் இவற்றின் மீதோ, மரபுகள் மீதோ எவ்வித அக்கறையோ அல்லது அனுதாபமோ இவர்களுக்கு இல்லை.

3. பௌத்த சமயத்தின் பாதுகாவலர் சிங்களரே. பௌத்தத்தை பௌத்தர் அல்லாதவரிடமிருந்து காப்பாற்றுவதுடன், பௌத்த சமயத்தையும், சின்னங்களையும் பேண தர்ம யுத்தம் செய்யும்படி அழைப்பு விடுப்பதும் நம் கடமையாகும்.

சிங்களர்களின் இத்தகைய துவேஷ வெளிப்பாடுகள் அவர்களின் சிறுபான்மை இன ஒடுக்குமுறையை தீவிரப்படுத்தின. இதன் எதிரொளிப்பாக தான் தமிழர்களின் நடவடிக்கைகள் இருந்தன. 1977 வடகிழக்கு மாகாண கலவரங்களும், 1983 ஜூலை படுகொலையும், 1985 நெடுந்தீவு நிகழ்வும் தமிழ் இளைஞர்களை போராட்ட தளத்திற்கு உசுப்பி விட்டது. ஜூலை கலவர நேரத்தில் ஜனாதிபதி ஜெயவர்த்தனா பிரிட்டன் பத்திரிகை ஒன்றுக்கு அளித்த பேட்டியில் இவ்வாறு குறிப்பிட்டார். "இப்பொழுது எனக்கு யாழ்ப்பாண மக்களைப் பற்றி கவலை இல்லை. நாம் அவற்றைப் பற்றி இப்போது சிந்திப்பதற்கில்லை. அவர்களது உயிரைப் பற்றியோ எம்மைப் பற்றி அவர்களின் கருத்து பற்றியோ இப்போது சிந்திப்பதற்கு எதுவுமில்லை" ஜெயவர்த்தனாவின் இந்த கருத்து அரச பயங்கரவாதத்தின் அப்பட்ட தன்மையை வெளிப்படுத்தியது.

இதன் நீட்சியில் தாக்கமுற்ற தமிழ் இளைஞர்கள் தங்களுக்கான எதிர்வினையை இயக்கங்கள் வடிவில் வெளிப்படுத்த தொடங்கினர். விளைவாக டெலோ, புளோட், ஈரோஸ், ஈ.என்.டி.எப், ஈ.பி.ஆர்.எல்.எப் , எல்.டி.டி.இ போன்ற போராளி இயக்கங்கள் உருவாயின. இதில் எல்.டி.டி.இ சற்று தீவிரமான அமைப்பாகும். எந்த தயவுதாட்சமுமற்ற, தெளிவான அறிவுத்தளத்தைக் கொண்ட, அதே நேரத்தில் வெறும் உணர்ச்சிப்பெருக்கான இளைஞர்களை கொண்டு ஆரம்பிக்கப்பட்டது. ஆரம்பத்தில் சிங்கள பேரினவாதத்தை எதிர்த்துப் போரிட்ட இந்த இயக்கம் பின்னர் தங்கள் இணைகளை தீர்த்துக்கட்ட ஆரம்பித்தது. மாற்றுக்கருத்தாளர்கள், பிற இயக்கத்தவர்கள், அறிவுஜீவிகள், மாணவர்கள் ஆகியோர் படுகொலை செய்யப்பட்டனர். சபாரத்தினம், யோகேஸ்வரன், ரஜனி திராணகம, அமிர்தலிங்கம், பத்மநாபா, லட்சுமண் கதிர் காமர், செல்வி.திருச்சந்திரன் ஆகியோர் இதில் குறிப்பிடத்தகுந்தவர்கள். மேலும் தங்களை எதிர்த்த யாழ்ப்பாண பல்கலைக்கழக மாணவர்கள் அன்றைய கட்டத்தில் விடுதலைப்புலிகளால் கடத்தப்பட்டனர்.

இந்தியா தெற்காசிய வல்லரசு கோட்பாட்டில் இலங்கையை தன் வளையத்திற்குள் கொண்டு வர தீர்மானித்தது. அதன் மூலம் அது ஏகாதிபத்தியத்துடன் கூட்டணி சேராது என்று நம்பியது. 1977க்கும் 1983க்கும் இடைப்பட்ட கட்டத்தில் நாடாளுமன்ற அரசியல் பரப்புக்கு வெளியே தமிழ் சமூகத்தில் இரு விதமான போக்குகள் இருந்தன. அவற்றுள் ஒன்று கிராம மட்டத்தில் சமூக அமைப்புகளை நிறுவுவதாகும். இந்த அமைப்புகள் பொருளாதார ரீதியாகவும், தனிமனித ரீதியாகவும், சமூகரீதியாகவும் மனிதர் தங்கள் கவுரவத்தையும், உரிமைகளைப் பேணுவதிலும் கவனம் செலுத்தின. வெகுமக்களின் கௌரவமும், உரிமைகளும் மறுக்கப்படும் போது ஜனநாயக முறையில் எதிர்ப்புணர்வை வெளிப்படுத்துவதாக அதன் போராட்ட முறை இருந்தது. அத்தகைய போக்கை யாழ்ப்பாண பல்கலை மாணவர்களின் செயல்பாடுகள் பிரதிபலித்தன. மற்றொரு போக்கு விடுதலைப்புலிகளாலும், தமிழ் ஈழ மக்கள் விடுதலை கழகத்தாலும் பிரதிநிதித்துவப்படுத்தப்பட்டது. அரசாங்கத்திற்கு எதிராக கொரில்லா யுத்த முறைகளை இவை கையாண்டன.

இதன் தொடர்ச்சியில் இலங்கையில் உருவான பல்வேறு போராளி இயக்கங்கள் இந்தியாவின் சுவீகரணத்தில் கொண்டு வரப்பட்டன. பல்வேறு இயக்கங்களுக்கு இங்கு ஆயுத மற்றும் போர் பயிற்சி அளிக்கப்பட்டு அவை இராணுவ அமைப்புகளாக மாற்றப்பட்டன. அன்றைய இந்திய பிரதமர் இந்திரா காந்தியும், தமிழக முதலமைச்சர் எம்.ஜி.ஆரும் இவர்களுக்கு அரவணைப்பும், நிதி உதவியும் செய்தனர். குறிப்பாக விடுதலைப்புலிகளுக்கு எம்.ஜி.ஆர் செய்த நிதி உதவிகள் மற்றும் தங்கள் இயக்கத்தவருடன் எம்.ஜி.ஆர் கொண்டிருந்த நட்புணர்வு ஆகியவற்றைப் பற்றி ஆண்டன் பாலசிங்கம் தன் "விடுதலை" நூலில் விரிவாக ஆராய்கிறார். தங்களின் போராட்ட வரலாற்றில் எம்.ஜி.ஆர் தவிர்க்கப்பட முடியாத நபராக இருந்தார் என்கிறார் பாலசிங்கம்.

ஆரம்பத்தில் போராளி இயக்கங்களுக்கான நேர்மை, இலட்சிய உணர்வு, கோட்பாட்டு அறம் ஆகியவற்றை கொண்டிருந்த விடுதலைப்புலிகள் இயக்கம் காலத்தின் முடிவில் சர்வாதிகாரமும், லட்சிய வெறியும் நிரம்பியதாக மாறியது. தாங்கள் மட்டுமே இனப்போராட்டத்தின் ஒரே பிரதிநிதிகள்

என்ற இலக்கை அடைவதை நோக்கி தன் செயல்பாடுகளை அமைத்து கொண்டது. பேரினவாத ஒடுக்குமுறைக்கு எதிராக இயக்கங்கள் இராணுவ அமைப்பாக செயல்படும்போது அதே ஒடுக்குமுறையை இன்னொரு தளத்தில் அந்த இயக்கங்கள் திருப்பியளித்தால் விடுதலை போராட்டம் என்பது அதன் அர்த்தத்தை இழந்து விடும். நாசி ஜெர்மனிக்கும், இஸ்ரேலுக்கும் எந்த வேறுபாடும் இல்லாத நிலைமையை இதற்கான ஒப்புமையாகக் குறிப்பிடலாம்.

விடுதலைப்புலிகள் இயக்கத்தின் வரலாற்றில் கிழக்கு மாகாண முஸ்லிம்கள் மீது அவர்கள் பிரயோகித்த வன்முறையே முக்கிய கோடிடும் பகுதி. அம்பாறை, மட்டக்கிளப்பு மாவட்ட வன்முறைகள், வீடுகளின் சூறையாடல், காத்தன்குடி தாக்குதல், ஏனாவூரில் மசூதி ஒன்றில் தொழுது கொண்டிருந்தவர்கள் மீது துப்பாக்கி பிரயோகம், முஸ்லிம்களை கட்டாயமாக கிழக்கிலிருந்து இடம்பெயரச் செய்தது போன்ற அநேக உதாரணரங்களை அடுக்க முடியும். கிழக்கு மாகாண தளபதியாக இருந்த ரஹீமுடனான பிரபாகரனின் கருத்து வேறுபாடு இதன் பின்னணியில் வைத்து பார்க்கப்பட வேண்டியதாகும். மேலும் சென்னையில் வைத்து கொல்லப்பட்ட பத்மநாபா தன் கடைசி கட்டத்தில் சென்னை விமானநிலையத்தில் வைத்து நண்பர் நாகர்ஜுனனிடம் கூறியது இங்கு கவனிக்கத்தகுந்தது. “எங்கள் அரசியலும், எங்களை எதிர்ப்பவர்களின் அரசியலும் கைப்பற்றப்பட்டு விட்டது.”

பத்மநாபா அன்றைய கட்டத்தில் இந்திய உளவு அமைப்புகளுடன் இணைந்து தான் செயல்பட்டார். 1983 ஜுலை படுகொலைகள் தமிழ் போராளி இயக்கங்களுக்கு புதிய போராட்ட உத்வேகம் அளித்தன. உமா மகேஸ்வரனுக்கும், பிரபாகரனுக்குமான பாண்டிபஜார் சண்டையையடுத்து போராளி இயக்கங்களுக்குள் உராய்வுகள் அதிகப்பட்டன. கருத்து மோதல்கள் ஒருவரை ஒருவர் பழிதீர்த்தல் என்ற நிலைக்கு கொண்டு சேர்த்தன. இதில் விடுதலைப்புலிகளே பிரதான பங்கு வகித்தனர். தன் சொந்த இயக்கத்துக்குள்ளே பலரை பழிதீர்த்த பெருமை அதற்கு உண்டு. உலக வட்டத்தில் பலவிதமான ஒடுக்குமுறையை எதிர்த்துப் போராடும் பல்வேறு இயக்கங்கள் அவற்றுக்குள் அதிகமாக சண்டையிட்டுக் கொள்வதில்லை.

வஞ்சம் தீர்ப்பதில் இறங்குவதில்லை. பாலஸ்தீன், பாகிஸ்தான், ஆப்கானிஸ்தானின் அடிப்படைவாத இயக்கங்கள், ஜப்பானின் போராளி படைகள், அயர்லாந்து போராட்ட இயக்கங்கள் இவற்றின் வரலாற்றைத் துளவும் போது நம்மால் இதை அறிந்து கொள்ள முடிகிறது. விடுதலைப்புலிகளின் இந்த சர்வாதிகார நிறுவு முறையால் மற்ற போராளி இயக்கங்கள் எல்லாம் நலிவுற்று அல்லது காணாமல் போன பிறகு இன்று அவர்களே பேரினவாத ஒடுக்குமுறைக்கு எதிராக ஆயுத போராட்டத்தை முன்னெடுக்கிறார்கள்.

இந்த முன்னெடுப்பும், இலங்கை அதிகார வர்க்கத்திற்கு எதிராக தமிழ் மக்களின் போராட்டமும் ஒருமுகப்பட்டிருக்கும் நிலையில் இத்தகைய செயல்பாட்டின் எல்லை சாத்தியமானது. ஒரு சமூக அக்கறையுள்ள மனிதன் வசதியான பாதையை தேர்ந்தெடுக்கமாட்டான். மாறாக கடமை இருக்கும் பாதையைத் தான் தேடுவான். அதை தான் இன்றைய தமிழகம் செய்து கொண்டிருக்கிறது. இலங்கையில் ஆளும் வர்க்க போர் காரணமாக தமிழர் படுகொலைகள், இடம்பெயரல், மனித உரிமை மீறல்கள் ஆகியவை இராஜபக்சே அரசின் மொத்தத்துவமாக இருக்கின்றன. நடப்பு இலங்கையின் எல்லா ஜனநாயக அமைப்புகளும் கைப்பற்றப்பட்டு விட்ட நிலையில் அங்கு கருத்து சுதந்திரத்தின் இருப்பு கேள்விக்குறியாகி இருக்கிறது. சண்டே லீடர் பத்திரிகையின் ஆசிரியர் லசந்தே குமாரதுங்கே படுகொலை செய்யப்பட்டது இதற்கான முக்கிய உதாரணம். இதில் இலங்கை அரசு சார்பான ஊடகங்களும் அறிவு பரப்பில் அதிகாரம் செலுத்த முனைகின்றன.

லங்கா கார்டியன் என்ற ஆங்கிலப் பத்திரிகை நோம் சாம்ஸ்கியிடம் இலங்கை தொடர்பாக நேர்முகம் கண்டது. அதில் நோம் சாம்ஸ்கியை வலிந்து தன் அதிகார வர்க்க சார்பான கருத்து வளையத்திற்குள் கொண்டு வந்தது. இதற்கு மறுப்பு தெரிவிக்கும் வகையில் இலங்கை விவகாரத்தின் எதார்த்தம் குறித்த விரிவான அறிக்கையும், அறிவுலகை சார்ந்த பலரின் கையெழுத்தும் நண்பர்கள் ஜமாலன், நாகர்ஜுனன், பெருந்தேவி ஆகியோரின் முயற்சியால் நோம் சாம்ஸ்கிக்கு மின்னஞ்சல் வழி அனுப்பப்பட்டது. எல்லா உலக நாடுகளும் இந்த விவகாரம் பற்றி அக்கறையும், அவதானிப்பும், கருத்தும் வெளியிட்டிருக்கும்

நிலையில், இலங்கை அரசு இவற்றைப் பொருட்படுத்தாத நிலையில் அதற்கான வரலாற்று விலையை காலத்தின் முடிவில் அது கொடுத்தே ஆக வேண்டும்.

தேசியவாதம்/இனம் பற்றிய மார்க்சிய வரலாற்று கண்ணோட்டத்தின் நீட்சியில் தற்போதைய ஈழப்போராட்டம் முக்கியத்துவம் பெறுகிறது. இந்திய இடதுசாரிகளின் வரலாற்றைப் பார்க்கும் போது அவர்கள் தேசியவாதம் குறித்த நிலைபாட்டில் மிகுந்த காரிய குழப்பமும், தடுமாற்றமும், தோல்விகளும் அடைந்திருக்கிறார்கள். குறிப்பாக தமிழர் நலன், இலங்கை விவகாரம் போன்றவற்றில் அவர்களின் நிலைபாடு வறட்டுத்தனமாக இருந்திருக்கிறது. ஒருங்கிணைந்த தேசம், இந்திய இறையாண்மை என்ற நிலையில் அதன் நிலைபாடு வங்கதேச பிரிவினையின் போது வெளிப்பட்டது. வங்க தேசத்தவருக்கு பிரிந்து செல்லும் சுய நிர்ணய உரிமை உண்டு என்றது. வங்க தேசத்திற்கு இந்திய இராணுவத்தை அனுப்ப இந்திராகாந்தியை நிர்பந்தித்ததில் இரு கம்யூனிஸ்ட் கட்சிகளுக்கும் மிகுந்த பங்குண்டு.

இதன் தொடர்ச்சியில் கேரளாவின் நிலம், மொழி, நீர் சார்ந்த பிரச்சினைகளுக்கு அதன் செயல்பாடுகள் சதாரண பிராந்திய கட்சியின் சதுரத்தன்மையாகவே இருந்தன. வரலாற்று ரீதியாகவே அது இந்திய கூட்டமைப்பில் தாங்கள் அதிகாரம் செலுத்தும் மாநிலங்களின் நலனுக்கான தேசிய தத்துவ கண்ணோட்டத்தையே கொண்டிருக்கிறது. சமீபத்திய உதாரணங்களான முல்லைப்பெரியாறு, நெய்யாறு அணை விவகாரம், சேலம் கோட்ட விவகாரம் ஆகியவை நம் கண் முன் நிற்கின்றது. அழகிப் போட்டி குறித்து ஆயிரம் வெடிப்பலைகளை ஏற்படுத்திய போதும் தாங்கள் ஆளுகின்ற மாநிலத்தைச் சேர்ந்த ஒருவர் அழகில் உலகின் இரண்டாம் இடத்தை அடைந்தபோது அதை கட்சிப் பத்திரிகையின் முதல் பக்கத்தில் போட்டு உவகை அடைந்த பெருமை அதற்குண்டு. இத்தகைய உதாரணங்கள் தேசியவாதம் குறித்த அதன் தகிடுதத்தத்தை வெளிப்படுத்தப் போதுமானவை. இலங்கை இனப்பிரச்சினையில் அதன் நிலைபாடு இந்திய அதிகார வர்க்கத்தின் கருத்தியலை ஒட்டியே அமைந்திருக்கிறது.

இலங்கை இனப்போராட்டத்தின் வரலாற்று கட்டங்களை ஆராயும் போது அதில் இந்தியாவின் இரு கம்யூனிஸ்ட் இயக்கங்களும் எவ்விதமான ஆக்கபூர்வமான பங்களிப்பையும் செய்ததில்லை. அது பல்வேறு கட்டங்களில் காலத்தின் தொனியில் “அரசியல் தீர்வு” என்பதோடு நகர்ந்திருக்கிறது. இலங்கையின் பேரினவாத சார்பான இடதுசாரியான ஜே.வி.பியுடன் சி.பி.எம். கொள்ளும் உறவு முறை அதன் தேசியம் குறித்த யுக்தியை வெளிக்காட்டுபவை. 1983 படுகொலைகளுக்குப் பிறகு வங்கதேச பாணியில் இலங்கை மீது போர்தொடுத்து தனி ஈழம் ஏற்படுத்த வேண்டும் என்ற அழுத்தம் தமிழ்நாட்டு தலைவர்கள் மத்தியில் இருந்து இந்திராகாந்தியை அடைந்த போது “இலங்கை மீது போர் தொடுத்தால் தெற்காசிய பிராந்தியத்தில் அது ஏகாதிபத்தியத்தின் தலையீட்டிற்கே வழி வகுக்கும்“ என்ற எதிர்பாட்டை ஏற்படுத்தி தன் செல்வாக்கால் இந்திரா காந்தியைத் தடுத்த பெருமை தமிழ்நாட்டு இந்திய/ மார்க்சிய கம்யூனிஸ்ட் கட்சிக்கு உண்டு.

இன்று அதன் நிலைபாடு மாறியிருக்கிறது. அதன் அரசியல் பின்னணியும் ஆராயப்பட வேண்டிய நிலையில் அதன் வழக்கமான “நாம்-நாம்” தன்னிலை வெளிப்பாடு தற்போது ஓரளவு மாறியிருக்கிறது. இந்த மாறுபாடும் தலைமை மாற்றத்தின் வழியே தான் சாத்தியப்பட்டது என்பதை கூர்ந்து அவதானிப்பவர்களுக்குப் புரியும். வறட்டு செயல்தந்திரங்கள், காலப்பொருத்தப்பாட்டில் திணிக்கப்படும் வெற்று யுக்திகள் அதை “சில நேரங்களில் நாங்கள்” என்பதாக மாற்றி விடுகிறது. இன்னொரு வகையில் இந்த போராட்டம் எதிலும் ஈடுபடாமல் வெறும் கருத்து யுக்தியை மட்டுமே மார்க்சிய கம்யூனிஸ்ட் கட்சி பயன்படுத்தி வருகிறது.

தமிழ் வெகுஜன உளவியலே இலங்கையின் ஒடுக்குமுறைக்கு எதிராக உயிர்துறப்பு நிலைக்கு சென்றிருக்கும் போது மார்க்சிய கம்யூனிஸ்ட் கட்சியின் உளவியலில் எந்த வித பாதிப்பும் ஏற்படாதது ஆச்சரியமளிக்கிறது. இதன் மறு கட்டத்தில் இந்த இனப்போராட்ட உணர்வு தனித்தமிழ் தேசிய இயக்கங்களை மீண்டும் தனித்தமிழ் நாடு கோரிக்கையை முன்வைக்கும் கருவியாக்கி இருக்கிறது. இந்திய தேசிய கூட்டமைப்பில் பல்வேறு இனங்கள், கலாசாரங்கள் நிலவும் சூழலில், இந்த பன்மைப்பாட்டை தாண்டி தனித்தமிழ்நாடு கோரல் என்பது

தெளிவாக வரையறுக்க முடியாத ஒன்று. பிரிந்து செல்லும் உரிமையுடைய தேசிய இனங்கள் தங்களுக்கான ஒடுக்குமுறை தேசியம் எது என்பதை தெளிவாக முன்வைப்பது அவசியம். இன்று திராவிடம் அதன் சொந்த எதிரிகளை (கர்நாடகா, கேரளம்) தானே உற்பத்தி செய்திருக்கும் நிலையில் இந்த கோஷம் அதன் அர்த்தத்தை இழந்து விடுகிறது. இது இலங்கை விவகாரத்திலிருந்து முற்றிலும் வேறுபட்டது. இலங்கை அதன் தூய வடிவில் கலாசார ரீதியாக பிளவுப்பட்டிருக்கிறது. அதன் மூலம் தனி ஈழத்திற்கான நியாயத்தை தன்னகத்தே கொண்டிருக்கிறது. ஆனால் இந்தியாவை பொறுத்தவரை கலாசார நிலப்பரப்பு என்பது துண்டிக்கப்பட்ட ஒன்றல்ல. அதன் பொருளாதார, சமூக நலன்களும் கூடவே இழைந்து தான் இருக்கிறது.

நாம் ஓர் அரசுக்குள் மட்டுமே வாழ்ந்து கொண்டிருக்கவில்லை. மாறாக அரசுகள் என்னும் அமைப்புக்குள்ளும் வாழ்ந்து கொண்டிருக்கிறோம் என்ற கருத்து இங்கு கவனிக்கத்தகுந்தது. ஆகவே டெல்லியிலிருந்து தமிழ்நாட்டிற்கு வருபவர்கள் கடவு சீட்டுடன் வர வேண்டும் என்று உணர்ச்சிப் பெருக்கால் உரையாடுவதில் பயன் இல்லை. டெல்லி, மும்பை வாழ் தமிழர்கள் விசாவுடன் தான் இங்கு தங்கியிருக்க வேண்டும் என்று மறு குரல் எதிரொலித்தால் பிரச்சினை வேறு தளத்திற்கு சென்று விடும். மார்க்சியம் மனித விடுதலையை முன்வைக்கிறது என்ற நோக்கில் அதன் போராட்ட வரலாறும், கோட்பாடுகளும் தெளிவானவை. கால/வெளி பொருத்தப்பாட்டை பல புள்ளிகளில் இருந்து கோருபவை. ஈழப்போராட்டம் உச்சகட்ட நிலையை எட்டியிருக்கும் நிலையில் இலங்கையிலும், இந்தியாவிலும் மார்க்சிய இயக்கங்கள் பலவீனப்பட்டு இருப்பது வரலாற்று சறுக்கலாகும். இலங்கையில் அமைப்பு ரீதியாகவும், இந்தியாவில் நிலைபாட்டு, செயல் தந்திர ரீதியாகவும் பலவீனப்பட்டு இருக்கின்றன.

ஈழப்போராட்ட கருத்தியல் இவ்வாறு வலுப்பெற்றிருக்கும் நிலையில், குர்து தேசியத்தை முன்னெடுப்பதில் ஜவாத் மெல்லா தற்போது முக்கிய பங்காற்றி வருகிறார். மத்திய கிழக்கில் முடியாட்சி அரசுகளுக்கு எதிரான வெகுமக்கள் கிளர்ச்சி தற்போது வலுப்பெற்று வரும் நிலையில் குர்துகளின் இந்த சுயநிர்ணய போராட்டமும் முக்கியத்துவம் பெறுகிறது.

அந்த போராட்டம் சர்வதேச அரசியல் சமூகத்தின் மீது தன் பார்வையை படும் படி செய்கிறது. ஈழம் என்பது தெற்காசிய பிராந்தியத்தில் புவி அரசியல் ரீதியாக துண்டிக்கப்பட்ட ஒன்று. ஆனால் குர்திஸ்தான் என்பது துண்டிக்கப்பட்ட ஒன்றல்ல. மாறாக சிதறிய, வரைபடத்தை போன்று பரவலாக்கப்பட்ட ஒன்று. அது ஈரானிலிருந்து அசர்பைஜான் வரை இடை கோர்ப்பாக நீண்டிருக்கிறது. அழகான, செழுமையான பிரவாகம் கொண்ட நதிகளை, மலைகளை உள்ளடக்கி இருக்கிறது. அது மிகப்பெரும் அரச பாரம்பரியத்தைக் கொண்டிருக்கிறது. ஆனால் ஈழம் பசுமையின் ஸ்பரிசத்தை, அதன் தொடர்ச்சியை கொண்டிருக்கிறது. கடல்கள் அதன் பசுமைக்கு சரியான வடிவத்தை கொடுக்கின்றன. மேலும் குர்துடன் ஒப்பிடும் போது அரசியல் ரீதியாகவும், புவியியல் ரீதியாகவும் ஈழத்தின் நியாயப்பாட்டை, தர்க்கத்தை உலகம் இன்னும் சரியாக புரிந்து கொள்ளவில்லை. அது காலத்தை, அதற்கான தகுந்த வெளியை எதிர்பார்த்து காத்துக்கொண்டிருக்கிறது. காலத்தொடர்ச்சியில் இது அதீத முக்கியத்துவம் பெறும் போது ஈழ தேசிய போராட்டம் குர்து இன போராட்டத்தின் அரசியல் எல்லைப்பாட்டை கடப்பதற்கான சாத்தியம் இருக்கிறது.

குர்து

தேசிய இனப் போராட்டம் ஓர் அறிமுகம்

பாகம் 2

குர்து தலைவர் - அப்துல்லா ஓசலான் ஓர் அறிமுகம்

இன்றைய குர்து தேசிய போராட்டத்தை இராணுவ ரீதியாக கொண்டு சென்று அதன் மூலம் உலகின் கவனத்தை ஈர்த்தவர்களில் அப்துல்லா ஓசலான முக்கியமானவர். குர்து தொழிலாளர் கட்சியை ஆரம்பித்து அதன் மூலம் துருக்கிய அரசுக்கு நெருக்கடி கொடுக்க ஆரம்பித்தார். உலகின் வழக்கமான அரசியல் தலைவர் போல் அல்லாமல் வித்தியாசமான சிந்தனை, குறிப்பாக மார்க்சிய அடிப்படையிலான கோட்பாட்டு சிந்தனைகள், வேறுபட்ட இராணுவ யுக்திகள், இராணுவ செயல்தந்திரங்கள் போன்றவை அவரை மிகப்பெரும் தலைவராக உலகின் முன் நிறுத்தின.

குர்து தேசிய போராளியான ஓசலான் தென்கிழக்கு துருக்கிய பகுதியான சான்லிஉர்வாவில் 1949ல் ஒரு வசந்த காலத்தில் பிறந்தார். துருக்கியின் அங்காரா நகரில் பள்ளிப்படிப்பை முடித்த ஓசலான் சிறிது காலம் அரசு ஊழியராக பணியாற்றினார். அதன் பிறகு அங்காரா பல்கலைக்கழகத்தில் உயர்கல்வியை முடித்தார்.இளமைகாலத்தில் குர்துகள் மீதான துருக்கிய அரசின் அடக்குமுறையை கண்டித்து மற்ற தலைவர்களுடன் இணைந்து பல போராட்டங்களை நடத்தினார். அந்த போராட்டங்கள் அவரை அடுத்த கட்டத்திற்கு நகர்த்தின. ஏற்கனவே கோட்பாடுகள் மீது கொண்ட ஆர்வம் காரணமாக அவருக்கு தேசியம் குறித்த பிரக்ஞை ஏற்பட்டது. இதன் நீட்சியில் 1984ல் குர்து தொழிலாளர் கட்சியை ஆரம்பித்த ஓசலான் துருக்கிய குர்து பிரதேசங்களில் துருக்கிய இராணுவத்திற்கு எதிராக மிகப்பெரும் போராட்டத்தை ஆரம்பித்தார். அவர் கட்சியின் கோட்பாடாக மார்க்சியம்-லெனினியம் இருந்தது. சுமார் பதினைந்து ஆண்டுகள் நீடித்த இராணுவ ரீதியான இந்த போராட்டத்தில் முப்பதாயிரத்திற்கும் அதிகமானோர் உயிரிழந்தனர். ஏராளமான கிராமங்கள் அழிக்கப்பட்டன. அநேக குர்துகள் புலம்பெயர

நேரிட்டது. இதன் தொடர்ச்சியில் சிரியாவை தன் இயக்கத்தின் மையமாக கொண்டு இயங்கிய ஓசலான் 1998ல் நிர்பந்தம் காரணமாக அங்கிருந்து வெளியேற நேர்ந்தது. அதாவது ஓசலானை வெளியேற்றாவிட்டால் சிரியா மீது போர் தொடுக்க போவதாக துருக்கி மிரட்டியது. இந்நிலையில் ஐரோப்பாவில் அரசியல் புகலிடம் தேட ஆரம்பித்த ஓசலான் அங்குள்ள அரசியல் தலைவர்களிடம் குர்து பிரச்சினைக்கான அரசியல் தீர்வு குறித்து விவாதிக்க ஆரம்பித்தார். ஆனால் அதுவும் அவருக்கு எதிர்பார்த்த பலனை தரவில்லை. இதன் இன்னொரு கட்டத்தில் துருக்கியானது இவர் மீது பல்வேறு வழக்குகளை தொடுக்க ஆரம்பித்தது. இது நீதிமன்ற விசாரணை வரம்புக்கு உட்படுத்தப்பட்டது. பின்னர் 1999ல் துருக்கியின் அங்காரா நீதிமன்றமானது தேசத்துரோக குற்றச்சாட்டின் பேரில் இவருக்கு மரண தண்டனை விதித்தது. இதனை தொடர்ந்து துருக்கி இவரை தீவிரமாக தேடி வந்தது. இந்நிலையில் சர்வதேச அழுத்தம் காரணமாக 2002ல் சமாதான காலத்தில் துருக்கிய அரசானது இவரின் மரணதண்டனையை ஆயுள் தண்டனையாக குறைத்தது. இதனை எதிர்த்து ஓசலான் ஐரோப்பிய மனித உரிமைகளுக்கான நீதிமன்றத்தில் மேல்முறையீடு செய்தார். மேலும் ஐரோப்பிய யூனியன், ஆஸ்திரேலியா மற்றும் அமெரிக்க போன்ற பல்வேறு நாடுகள் இவரின் இயக்கத்தை பயங்கரவாத இயக்கமாக அறிவித்தன.

குர்து தேசிய விடுதலைக்கான ஓசலானின் தீவிர் இராணுவ போராட்டம் ஒரு கட்டத்தில் துருக்கியை நிலைகுலைய செய்தது. இதை நிர்மூலமாக்க துருக்கிய அரசாங்கம் தீர்மானித்தது. இதற்காக ஓசலானை தீர்த்து கட்ட முடிவு செய்து அவரை தீவிரமாக தேடியது. மேலும் ஓசலான் சைப்ரஸ் நாட்டின் பாஸ்போர்ட்டை வைத்திருப்பதாக துருக்கி குற்றஞ்சாட்டியது. இதை சைப்ரஸ் கடுமையாக மறுத்தது. இதன் தொடர்ச்சியில் ஓசலான் 1998ல் சிரியாவுக்கு சென்றார். பின்னர் அங்கிருந்து நிர்பந்தம் காரணமாக் ரஷ்யாவுக்கு சென்றார். பின்னர் இத்தாலி மற்றும் கிரீஸுக்கு சென்றார். அந்நேரத்தில் துருக்கியானது ஓசலானை ஒப்படைக்குமாறு இத்தாலியிடம் கேட்டுக்கொண்டது. ஆனால் அங்கு ஜெர்மனியின் பிரபல வழக்கறிஞரான பிரிட்டா போக்லர் அவருக்கு உறுதுணையாக இருந்தார். ஓசலான் ஒடுக்கப்பட்ட மக்களுக்காக போராடுவதாகவும், ஆகவே அவரை

துருக்கியிடம் ஒப்படைக்கக்கூடாது எனவும் இத்தாலியிடம் கேட்டுக்கொண்டார். இதனை தொடர்ந்து ஒசலான் கென்யாவுக்கு சென்றார். இந்நிலையில் 1999ல் கென்யா தலைநகர் நைரோபியில் அவரை துருக்கிய உளவுத்துறையினர் கடத்தி துருக்கிக்கு கொண்டுவந்தனர். அவர் துருக்கியின் கடற்கரை பகுதியான இம்ராலியில் தனிமைச்சிறையில் அடைக்கப்பட்டார். அந்த கடற்கரை பிரதேசம் முழுவதும் கண்காணிப்பு கேமராவால் கண்காணிக்கப்பட்டது. அதன் வான்பகுதியில் பறக்கும் விமானங்கள் மற்றும் கடல்பகுதிகள் இராணுவத்தின் முழுக்கண்காணிப்பில் கொண்டுவரப்பட்டன. அங்கு வரும் பார்வையாளர்கள் அனைவரும் முழுமையான சோதனைகளுக்கு உட்படுத்தப்பட்ட பின்னரே உள்ளே அனுமதிக்கப்பட்டனர். ஆயிரத்திற்கும் மேற்பட்ட இராணுவ வீரர்கள் பாதுகாப்பிற்காக அந்த பகுதியில் குவிக்கப்பட்டிருந்தனர்.

ஒசலானின் தனிமைச்சிறை மிகக்கொடூரமாக இருந்தது. 13 சதுரமீட்டர் பரப்பளவு மட்டுமே கொண்ட அந்த சிறையானது குளிரூட்டப்பட்ட, 24 மணி நேரமும் விளக்கு எரியும் கண்ணாடி அறையை கொண்டிருந்தது. இதனால் ஒழுங்கான தூக்கம் என்பது சாத்தியமற்ற ஒன்றாக இருந்தது. அந்த அறையானது 24 மணிநேர கண்காணிப்பு கேமராவால் கண்காணிக்கப்பட்டு, ஒசலானின் ஒவ்வொரு அசைவுகளும் பதிவு செய்யப்பட்டன. 24 மணிநேரமும் சுழற்சி அடிப்படையில் வேலைப்பார்க்கும் இராணுவ வீரர்கள் சிறையை சுற்றிலும் நிறுத்தப்பட்டிருந்தனர். அவரின் வழக்கறிஞர்களை சந்திக்க ஒரு மணி நேரம் மட்டுமே ஒதுக்கப்பட்டிருந்தது. ஒருநாளைக்கு இரு தடவை ஒசலான் சிறைவளாகத்தில் நடைப்பயிற்சி செய்ய அனுமதியளிக்கப்பட்டது. அதுவும் ஒரு மணிநேரம் மட்டுமே அனுமதியளிக்கப்பட்டது. உறவினர்கள் கூட மாதத்திற்கு ஒரு தடவை மட்டுமே அனுமதிக்கப்பட்டனர். அவரின் வெளியுலக தொடர்புகள் மட்டுப்படுத்தப்பட்டன. தொலைக்காட்சி வசதி செய்யப்படவில்லை. பத்திரிகைகள் அனுமதிக்கப்படவில்லை. அவருக்கு கிடைத்த ஒரே தொலைதொடர்பு சாதனம் என்பது வானொலி. அதுவும் துருக்கிய அரசின் சானல் மட்டுமே கிடைத்தது. வழக்கறிஞர்கள் மூலம் கிடைக்கப்பட்ட புத்தகங்கள், பத்திரிகைகள் எல்லாம் கண்காணிப்புக்குட்பட்டிருந்தன. ஒரு நாளைக்கு மூன்று புத்தகங்களுக்கு மேல் கையில்

வைத்திருக்க அனுமதியில்லை. இது இத்தாலிய மார்க்சிய அறிஞரான அந்தோணியா கிராம்சியின் துயர வரலாற்றை நமக்கு நினைவுப்படுத்துகிறது. கிராம்சியை சிறையில் அடைத்த இத்தாலிய பாசிச முசோலினி அரசானது அவர் சிறைக்குள் எதுவும் படிக்ககூடாது, சிந்திக்க கூடாது என்று தடை போட்டது. ஆனால் அதையும் மீறி அவர் படித்தார். சிந்தித்தார். எழுதினார். அதுவே பிந்தைய காலகட்டத்தில் சிறைக்குறிப்புகள் என்ற மிகச்சிறந்த நூலாக, இரு தொகுதிகளாக வெளிவந்தது. ஒசலானும் தன் ஆதர்சனராக கிராம்சியை உட்கிரகித்தார். அவர் மீது மிகுந்த ஈர்ப்பு ஒசலானுக்கு இருந்தது. பின்னர் ஐரோப்பிய சமூகவியல் கோட்பாட்டாளர்களான முர்ரே போக்கின், இம்மானுவேல் வாலர்ஸ்டீன், பெர்ணான்ட் பிராடெல் ஆகியோரின் கோட்பாடுகள் மீது அதிக தாக்கமுற்றார். பின்னர் குர்திய பிரச்சினைக்கு சமாதான தீர்வு காணுமாறு துருக்கிய அரசிடம் கேட்டுக்கொண்டார். மார்ச் 2005ல் குர்திய பிரச்சினைக்கான முன்மொழிவாக ஜனநாயக கூட்டாட்சி என்ற முக்கிய கொள்கை பிரகடனத்தை வெளியிட்டார். அதாவது கிழக்கு துருக்கி, வட ஈராக், கிழக்கு சிரியா, மேற்கு ஈரான் ஆகிய பிராந்தியங்களை உள்ளடக்கியதாக அந்த பிரகடனம் இருந்தது. மேலும் 2006ல் துருக்கிய அரசுடன் சமாதான உடன்படிக்கை செய்து கொள்ள விரும்பியது. அதாவது துருக்கியில் வசிக்கும் குர்துகளுக்கு துருக்கியர்களுடன் ஜனநாயக ரீதியான ஒருங்கிணைப்பை ஏற்படுத்த அது விரும்பியது. ஆனால் துருக்கி முழு சமரசத்திற்கு மறுத்தது. 1998ல் ஒரு நேர்காணலில் ஒசலான் துருக்கி தான் வரலாற்றடிப்படையில் உண்மையான பயங்கரவாதி என்றார். மேலும் துருக்கிய அரசானது துருக்கிய குர்துகளை அடையாளமழித்து, இனக்கலப்பு செய்ய விரும்பியது. இதன் தொடர்ச்சியில் 1960ல் துருக்கிய அதிபராக இருந்த சிமல் குர்சல் குர்துகள் தங்களை குர்துகள் என்றழைப்பவர்களின் முகத்தில் காரி உமிழ வேண்டும் என்றார். அன்றைய துருக்கியில் ஜனநாயக ரீதியான உரிமைக்காக போராடியவர்கள் சிறையில் அல்லது சித்திரவதைகூடங்களில் தள்ளப்பட்டார்கள். இந்த போராட்ட உணர்வே ஒசலானின் இயக்கத்தை இராணுவபோராட்டத்திற்கு தள்ளியது. மேலும் ஒசலானுக்கு போராட்ட யுக்தியில் லௌகீக தத்துவங்களின் மீது நம்பிக்கை இருந்தாலும் இஸ்லாத்தின் மனிதத்துவ கோட்பாடுகளின் மீது நம்பிக்கை இருந்தது. இஸ்லாம் ஒரு மதம்

என்ற அளவில் மனித சமூக முன்னேற்றத்திற்கு வழி வகுக்கவும், எல்லா சமூகத்தினருக்கும் உரிமை அளிக்கவும் செய்கிறது. அது முந்தைய மத்தியகிழக்கு சமூகம் அளித்ததை விட உயர்வானது. மேலும் உமய்யத்கள் ஆட்சியில் தான் அவை அனைத்தும் பறிக்கப்பட்டன. மனித உரிமைகள் அனைத்தும் பறிக்கப்பட்டு இஸ்லாத்திற்குள் சர்வாதிகாரம் உள் நுழைய தொடங்கியது. மேலும் ஒசலான இஸ்லாத்திற்குள் எதிர் புரட்சி என்ற கோட்பாட்டை முன்வைத்தார். அதன் மூலம் மற்ற எதிரிகள் மீது போர்தொடுக்க முடியும் என்று நம்பினார். குர்துகளில் வாழ்வில் தீர்க்கமான, இலட்சியவாதியாக, கோட்பாட்டு பிரக்ஞையோடு இயங்கி வரும் ஒசலான் இன்றைய குர்துகளின் தவிர்க்க முடியாத தலைவராக இருக்கிறார். 40க்கும் மேற்பட்ட நூல்களை எழுதிய ஒசலான் மிகச்சிறந்த தேசிய சிந்தனையாளராகவும் இருக்கிறார். இவரின் நூல்களில் சிறைக்குறிப்புகள் முக்கியமானவை. மூன்று தொகுதிகளாக வெளிவந்திருக்கும் அவை துருக்கியின் இம்ராலி சிறையில் இருந்து மிகப்பெரும் மரண போராட்டங்களிடையே, வழக்கறிஞர் உதவியுடன் எழுதப்பட்டதாகும். இவற்றில் உலக நாகரீங்களின் தோற்றம், மத்தியகிழக்கு நாகரீகங்கள், குர்துகளின் தோற்றம்,நிலப்பிரபுத்துவம் மற்றும் முதலாளித்துவம் போன்ற பல வேறுபட்ட விசயங்கள் குறித்து விவாதிக்கிறார். இதனின் தொடர்ச்சி அவரை மிகப்பெரும் அரசியல் கோட்பாட்டாளராக உருமாற்றியது. வரலாறு என்றுமே சுதந்திர போராளிகளை கைமறைப்பதில்லை என்பது இதன் மூலம் புலனாகிறது.

யூப்ரடீஸ் மற்றும் டைக்ரீஸ் நதிக்கரை நாகரீகங்களின் தோற்றமும் பரிணாமமும் - ஒசலானின் சிந்தனைகளிலிருந்து

மனித இன வரலாற்றில் நதிக்கரைகள் முக்கியமானவை. அதுவும் பாரம்பரிய நதிகள் வரலாற்றில் மிக மிக உயிரோட்டமானவை. அவை வரலாற்று அறிவின் அடிப்படையில் நாகரீகங்களின் பிறப்பிடமாக, அவற்றை செழுமையாக்கிய, அதன் போக்கை தீர்மானித்த ஒன்றாக, அதன் சிறந்த தொடர்பு ஊடகங்களாக இருந்திருக்கின்றன. இந்நிலையில் வரலாற்று கால ஈராக்கின், சுமேரியா நாகரீகத்தை தோற்றுவித்த பாரம்பரிய நதிகள் யூப்ரடீஸ் மற்றும் டைக்ரீஸ் இன்றும் தொடர் வரலாற்று சாட்சியாக இருந்து கொண்டிருக்கிறது. ஒசலான் தன் நாகரீகங்களின் வேர்கள் (Roots of Civilization) என்னும் நூலில் இதைப்பற்றி விரிவாக ஆராய்ந்தார். ஈராக்கின் இரு மலைத்தொடர்களின் நடுவே பெரும் நீரோட்டமாக அமைந்திருக்கும் இந்த பாரம்பரிய நதிகள் ஒரு வரலாற்றுக்குறிப்பின் படி முதல் நாகரீகமாக அறியப்படுகிறது. இதன் முதல் கட்ட வளர்ச்சிப்போக்கு என்பது சிக்கலான அரசியல் கட்டமைப்பை கொண்டிருந்து மனித குல வரலாற்றின் மிகப்பெரும் திருப்பு முனையாக இருக்கிறது. நாம் வரலாற்றில் அறிந்திர முடியாத ஒன்றின் வெளிப்பாடாக இவற்றின் தொடர்ச்சி இருந்து கொண்டிருக்கிறது. மேலும் சுமேரியர்கள் மற்றும் அவர்களின் அரசை பற்றி அறிய வேண்டுமானால் நாம் நடப்பு காலம் பற்றியும், நம்மைப்பற்றியும் முதலில் கற்றுக்கொள்ள வேண்டும். காரணம் மிக எளிமையானதே. வரலாற்று ஆய்வுகள் மற்றும் வரலாற்றை வரலாறாக பதிவு செய்தல் இவற்றின் நாம் மிகப்பெரும் பலவீனமாக இருக்கிறோம். அப்படிப்பட்ட பலவீனமே நம்மை வரலாற்றறிவை உட்கிரகிக்க தடையாக இருக்கிறது. ஒருவேளை இந்த இருநதிகள் தோற்றுவித்த சுமேரிய நாகரீகம் தான் உலகின் முதல் நாகரீகமாக கூட இருக்கலாம்.

அவை நம் கலாசார நினைவிலிருந்து எவ்வித வரலாற்று கேள்விகளுமற்று தூரமாகி போய்விட்டன. இந்நிலையில் சுமேரியர்கள் நம் காலத்தின் நேற்றாக இருக்கிறார்கள். அவ்வகையில் அவர்கள் நமக்கு, நம் கலாசாரத்திற்கு மிக நெருக்கமாக இருக்கின்றனர் என்றார் ஒசலான்.

முந்தைய வரலாற்று தரவுகளின் படி விவசாயம் மற்றும் கால்நடை வளர்ப்பு ஆகியவை யூப்ரடீஸ் நதிப்பகுதியில் இருந்திருக்கின்றன. இது நவகற்காலத்தை பிரதிபலித்தது. உணவு உற்பத்தி மற்றும் கால்நடை வளர்ப்பு கிராமப்புற வாழ்க்கையை நோக்கி அவர்களை நகர்த்தியது. கிராமம் அதன் சரியான வடிவத்தில் உருவான இடம் இது தான். இது மெசபடோமிய நாகரீகத்தின் வாழ்வியல் காட்சி படிமம். இவை பத்தாயிரம் ஆண்டுகள் முந்தைய வரலாற்றை உடையவை. இப்பிராந்தியத்தின் அல்லது இதனோடு தொடர்புடைய பிராந்தியங்களின் நாகரீக கூறுகள் பல மண்ணுக்குள் புதைந்து விட்டன. அவையும் நவ கற்காலத்தை சார்ந்தவை தான். அவற்றுள் வரலாற்றுக்கால குர்து பிரதேசமும் ஒன்று. இந்த புதைபாடுகளுக்குள் கிழக்கு அரேபிய பிரதேசமும் மாட்டிக்கொண்டது. அவற்றின் கலாசார புதுமைகள் தான் பிந்தைய கட்டத்தில் தூர பிரதேசங்களுக்கு இடமாற்றம் செய்யப்பட்டன. இவைகளின் சமூக விரிவாக்கம் கி.மு 7 ஆம் நூற்றாண்டிலிருந்து கி.மு 4 ஆம் நூற்றாண்டு வரையிலான பொருளாயத அடிப்படைகளை கொண்டது. இந்த கலாசாரங்கள் பாரம்பரிய, வளமான யூப்ரடீஸ் மற்றும் டைக்ரீடிஸ் நதிக்கரையால் வளர்க்கப்பட்டவை. மெசபடோமியாவின் நவ கற்கால சமூகங்கள் தங்கள் நாகரீகத்தை உயர்த்துவதற்கான பல்வேறு விதமான செயல்பாடுகளில் இறங்கின. ஓவிய கவிதைகள், செம்மறி ஆட்டுத்தோலை வைத்து ஆடை நெய்தல், தானியங்களை அரைத்தல், கோடறி மற்றும் உழுவதற்கான கலப்பையை உருவாக்குதல், செங்கல் சூளை, உலைகள், புனித தலங்களை உருவாக்குதல் போன்ற பல்வேறுவிதமான பணிகளில் இறங்கின. அவர்களின் மத நம்பிக்கைகள் வித்தியாசமாக இருந்தன. வித்தியாசமான குறியீடுகள், பெண் தெய்வ வழிபாடு போன்றவை தொடர்ந்திருந்தன. ஆக மெசபடோமியாவுடன் தொடர்புடைய பகுதிகள் "வரலாற்றின் விடியல்" என்று நம்பப்படுகின்றன.

உபய்த் மற்றும் உர்க் சமூகங்கள் அதாவது கி.மு ஐந்தாம் நூற்றாண்டிலிருந்து நான்காம் நூற்றாண்டு வரை மத்திய கிழக்கின் ஒரு பகுதியை ஆட்சி செய்த உபய்த் சமூகம் சதுப்பு நிலங்களில் பயிர் செய்து அதிக மகசூலை ஈட்டியது.பாசன கால்வாய்கள் அமைக்கப்பட்டதன் மூலம் விவசாயத்திற்கு தேவையான தண்ணீர் உரிய நேரத்தில் எவ்வித காத்திருப்பும் இல்லாமல் உடனடியாக விளைநிலங்களுக்கு போய் சேர்ந்தது. இம்மாதிரியான ச்ாதனைகளால் வரலாற்றாசிரியர்கள் சுமேரியாவை “வரலாறு சுமேரியாவிலிருந்து பிறந்தது “ என்பதாக குறிப்புணர்த்துகிறார்கள். ஆக நாகரீகத்தை நாம் பலவிதமான வழிகளிலும் வரையறுக்கலாம். அதில் முக்கியமான குணாதிசயம் என்பது மனித உழைப்பு. அன்றைய உடனடி தேவைகளுக்கான உற்பத்தி போக மற்றவை உபரியாக பராமரிக்கப்பட்டன. அவை ஒரு குழுவால் மேலாண்மை செய்யப்பட்டன. இவ்வாறான உற்பத்தி பரிமாற்றம் மனித உறவுகளை அறிமுகம் செய்தது மட்டுமல்லாமல் அவை சொத்து என்பதன் வடிவத்தையும் தோற்றுவித்தன. இதன் தர்க்க ரீதியான தொடர்ச்சி அக்கால நாகரீக மனிதனை பல்வேறுவிதமான கட்டிடங்கள், தொழில் மையங்கள் போன்றவற்றை தோற்றுவிக்க செய்தன. இவை அரசு என்பதன் அதிகார வடிவத்தை நோக்கி நகர்ந்தன. அரசானது மக்கள் மனதில் சமூக மேலாண்மையை ஏற்படுத்தியது. அதனோடு அரசியல் அதிகாரத்தனத்திற்கு முக்கிய கூறாக மாறியது. அடிமை உழைப்பு அன்றைய கட்டத்தில் மிகப்பெரும் உற்பத்திக்கருவியாக இருந்தது. அந்த கருவியானது சமூகத்திற்கு தேவையானவற்றை உற்பத்தி செய்வதுடன், உபரியாகும் பொருட்களை சேமிக்கவும் கற்றிருந்தது. மற்றொரு நிலையில் சுமேரிய சமூகத்தில் ஒழுக்கம், அறம் மற்றும் ஆன்மா குறித்த கருத்தாக்கங்கள் பரவி கிளைத்தன. இவை அந்த சமூகத்தை வேறொரு கட்டத்திற்கு நகர்த்தின. பல பெண் தெய்வங்கள் உருவாக்கப்பட்டன. அவை பிந்தைய கட்டத்தில் தெய்வீக அந்தஸ்தை பெற்றது.

ஆரம்பகால மெசபடோமிய நாகரீகத்தை பொறுத்தவரை, வரலாற்று வளர்ச்சிக்கு அதன் பங்களிப்பானது க்யூனிபாம் என்ற உயர்தர எழுத்துவகைகளை கண்டறிந்தது. கணிதம், வானவியல் மற்றும் நாட்காட்டி போன்றவற்றை கண்டறிந்தது ஆகியவற்றை குறிப்பிடலாம். இம்மாதிரியான செயல்பாடுகள் மூலம் சுமேரியர்கள் தங்களை உயர்த்திக்கொண்டார்கள்.

பிந்தைய காலகட்டத்தில் மெசபடோமியா நாகரீகம் நகர வாழ்க்கையில் நெடியோடு மாறியது. பல கைவினைப்பாடுகள், மையப்படுத்தப்பட்ட தொழில் நிறுவனங்கள் ஆகியவற்றை உள்ளடக்கியதாக மாறியது. தொன்மம் சார்ந்த கவிதைகள், பாடல்கள், இசை போன்றவைகள் அவர்களை அடுத்த கட்டம் நோக்கி நகர்த்தின. அடிப்படையில் இது நாகரீக சமூகத்தின் குறிப்பான தோற்றத்திற்கு தொடக்கம் குறிக்கிறது. மெசபடோமிய, சுமேரிய நாகரீகங்களின் அறிவுத்துறை சார்ந்த வரலாறுகள் பல அழிக்கப்பட்டு விட்டன. அவற்றின் எச்சங்கள் மட்டுமே தற்போது நிலவுகின்றன. மேலும் கிரீக் மற்றும் ரோம நாகரீகங்கள் சுமேரிய நாகரீகத்திற்கு ஆற்றிய பங்களிப்பிற்கான ஆதாரங்கள் வரலாற்றிலிருந்து மறைந்தோடி விட்டன. சமூகமயமாக்கல் செயல்முறை தொடங்கிய போது அவை தங்களை ஒருங்கிணைப்பதற்கான பிரக்ஞையை அடைந்தது. மனிதனின் தோற்றம் தொடங்கி அவனின் மூளையானது குறிப்பிட்ட நிலைக்கு வளர்ச்சி அடைந்த போது, அது தன்னை வளப்படுத்துவதற்காக சில கருவிகளை பயன்படுத்த தொடங்கியது. பின்னர் குழுக்களிடையே தொடர்புறுதல் பேச்சு வடிவத்தில் அசைவியக்கமாக ஆரம்பித்தது. அன்றைய நாகரீக மனித சமூகத்தின் முதல் புரட்சியே வாழ்வு பற்றிய உன்னதத்தை, வெளிப்பாட்டை அறிந்து கொண்ட நிகழ்வு தான் என்கிறார் ஓசலான். இந்த சமூக வரலாறு ஆயிரக்கணக்கான ஆண்டுகளுக்கு முந்தைய, அதாவது நாகரீகங்களின் தோற்றத்திற்கு முந்தையதுமாகும். ஆதிகால பாலியல்முறை, மிருகமுறை, திருமண உறவு முறை, குடும்ப அமைப்பு, தந்தைவழி சமூகம், பல்தெய்வ வழிபாட்டு முறை, ஓரிறை வழிபாடு, பூசாரி முறை, தீர்க்க தரிசனம் போன்றவை மனித இனத்தை குறிப்பிட சமூக ஒழுங்கிற்கு உள்ளாக்கி, அவனை உயிரியல் ரீதியான வேட்கையிலிருந்து விடுவிப்பதற்கான ஒன்றாக இருந்தது. மேலும் அதற்கான கலாசார விதிமுறையாகவும் இருந்தது. இதன் தொடர்ச்சியில் சடங்குள், வழிபாடுகள், பலிகள் ஆகியவை அவனின் சமூக பலத்தை வெளிப்படுத்துவதற்கான கூறுகளாகவும் இருந்தன. இம்மாதிரியான செயல்முறைகள், நடத்தைகள் ஆதிமனிதனை மிருகங்களிடமிருந்து வேறுபடுத்தி அவனுக்கு சரியான, தெளிவான வடிவத்தைக்கொடுத்தன. மேற்கண்ட முறைகள் தான்

அவனுக்கான கலாசார பாரம்பரியத்தை தோற்றுவித்தன. அதோடு நாகரீகத்தின் சரியான தோற்றப்பாடாகவும் இருந்தன.

நவகற்காலத்தில் விவசாய புரட்சியானது வர்க்க சமூக வெளிப்பாட்டின் இரண்டாம் கட்டமாகும். இதன் பொருளாதய, அறிவு சார் நடவடிக்கையானது பிந்தைய தொழில் புரட்சி காலம் வரைக்கும் நீடித்தது. இதன் முக்கிய கூறான விவசாய கட்டமைப்பு சுமார் ஆயிரம் ஆண்டுகாலம் நீடித்தது. முதலாவதாக விவசாயம் மற்றும் கால்நடை வளர்ப்பின் மூலம் பெறப்படும் பொருட்கள் உலகம் முழுவதிற்குமான மூலப்பொருட்களின் அடிப்படையை தோற்றுவித்தது. மேலும் தாதுக்களின் சுரண்டலையும் ஆரம்பித்து வைத்தது. இரண்டாவதாக நம்மின் பல கருத்துருக்கள், மொழி வெளிப்பாடுகள் போன்றவை இச்செயல்பாடுகளின் தாக்கமே. மேலும் ஐரோப்பா அல்லாத சமூகங்கள், மத்திய கிழக்கு சமூகங்கள் ஆகியவை குறிப்பிட்ட கட்டத்தில் தன்னம்பிக்கையை பெறுகின்றன. மேலும் தற்கால அரசியல் வாழ்க்கைக்கு தேவையான படிப்பினையை அவை வரலாற்றிலிருந்து பெறுகின்றன. மேலும் சுமேரிய நாகரீகத்தின் அல்லது சமூகத்தின் முக்கிய கூறாக பாலியல் பேதம் இருக்கிறது. பெண் அந்த நவ கற்கால யுகத்தில் உற்பத்தி சக்தியாக மிக முக்கிய பாத்திரம் வகித்தாள். விவசாயமும், மிருகங்களின் வீட்டுமயமாக்கலும் அவள் இல்லாமல் பரிணாமமடையவில்லை. நிலையான குடும்ப வாழ்க்கை முறையானது, குழந்தை வளர்ப்பு முறையோடு சம்பந்தப்பட்டு பெண்ணின் தேவை சார்ந்ததாக இருந்தது. மண்பாண்டம் செய்தல், நெசவுத்தொழில், தானியங்கள் அரைத்தல் போன்றவை மையச்செயல்பாடுகளாக இருந்தன. உறவு முறைகள் பெண்வழி அல்லது தாய்வழி சமூக அமைப்பு முறையில் இருந்தன. மேலும் சுமேரியர்கள் மத ரீதியான பல குறியீடுகளை கண்டறிந்தனர். மேலும் பெண் கடவுள்கள் அவர்களின் வாழ்வியலில் பெரும் தாக்கத்தை செலுத்தினர். மேலும் கோவில்களில் ஆண் பூசாரிகளுக்கு இணையாக பெண் பூசாரிகளும் இருந்தனர். ஆனால் குடும்பத்தில் இரண்டாம் இடத்தில் இருந்தனர். ஆனால் அதே நேரத்தில் சுமேரிய/ மெசபடோமிய சமூகத்தில் பெண்களின் இடம் வீழ்ந்து விடவில்லை. பிந்தைய தொடர்ச்சியில் சுமேரியர்களால் திருமணம் நிறுவனப்படுத்தலுக்கு உள்ளானது. திருமணத்தை நிறுவனமயமாக்கிய உலகின் முதல் நாகரீகம் சுமேரிய நாகரீகமே.

விவசாயத்தை அடிப்படையாகக் கொண்ட நவகற்காலத்தில் நாகரீக சமூகம் அதற்கான சொந்த விதிமுறைகளுடன் கூடிய நகரமயமாக்கலை தேர்ந்தெடுத்தது. இதன் தொடர்ச்சி தான் அரசு என்பதன் உருவாக்கம். மனித சமூகம் முன்னெப்போதும் இல்லாத வகையில் மறு கட்டமைப்புக்கு உள்ளானது. அதாவது பொருளாதார நலன்களை அடிப்படையாக கொண்ட படிநிலை சமூகம் தோற்றுவிக்கப்பட்டு மையப்படுத்தப்பட்ட அரசு என்பது உருவானது. நடைமுறை வாழ்க்கையானது மிகப்பெரிய மற்றும் சிக்கலான சமூக சூழலில் புதிய மனச்சித்திரத்தை தோற்றுவித்து புதிய நிறுவனங்களுக்கான தேவையை வலியுறுத்தியது. எழுத்து செயல்பாடு, பொருட்களை கணக்கிடுதல், காலநிலை மதிப்பீடு, மருத்துவம். கல்வி போன்ற துறைகள் சார்ந்து சிந்திப்பதற்கான தேவையை சுமேரிய சமூகம் தொடர்ந்திருந்தது.

நாகரீக சமூகத்தின் மிகப்பெரும் குணாதிசயமாக இருந்த சிந்தனையும், செயல்பாடும் சுமேரிய, மெசபடோமிய நாகரீகங்களில் இயங்கியல் அடிப்படையில் இருந்தது. அவர்கள் வானத்தை அனு என்றும், பூமியை என்கி என்றும் அழைத்தனர். அது ஆண், பெண் என்ற இருமையுடன் உவமைப்படுத்தப்பட்டது. என்கி ஆணோடு உவமைப்படுத்தப்பட்டது. அனு பெண்ணோடு தொடர்புபடுத்தப்பட்டது. இவை இரண்டின் புணர்தலில் உலகம் இயங்குகிறது என்பதை சுமேரியா, மெசபடோமிய மற்றும் பாபிலோனிய சமூகங்கள் நம்பின. மேலும் கி.மு இரண்டாயிரம் நூற்றாண்டில் பெண் தெய்வ வழிபாடு மற்றும் இது சம்பந்தமான தொன்ம சொல்லாடல்கள் அனைத்தும் படிப்படியாக மதிப்பிழக்க தொடங்கின. இந்த காலகட்டத்தில் தான் சமூகத்தின் மேலடுக்கில் ஆண் மையப்படத்தொடங்கினான். பெண்கள் தங்கள் சமூக அந்தஸ்தை இழக்கத்தொடங்கினர். அன்றைய நாகரீக சமூகம் மிகப்பெரும் கருத்தியல் மற்றும் அறவியல் மாற்றத்திற்கு உள்ளானது. இது தான் சுமேரிய, மெசபடோமிய, பாபிலோனிய நாகரீக சமூகத்தில் மிக முக்கிய காலகட்டம் என்கிறார் ஒசலான்.

ஒசலானின் சிந்தனைகளை பொறுத்தவரை அவர் பேரரசு மற்றும் காலனியம் அன்றைய நாகரீக சமூகங்களில் எவ்வாறு உருவானது என்பதைப்பற்றி விரிவாக ஆராய்ந்தார். சுமேரிய சமூகம் முழுவதையும் வெற்றிக்கொண்டு அவற்றை மையப்படுத்தப்பட்ட அக்காடிய அரசுடன் இணைத்தவர் சார்கன்.

சார்கன் பாபிலோனியாவின் மையப்பகுதியில் தன் ஏகாதிபத்திய அரசிற்கான தலைநகரை அமைத்தார். அது அப்பிரதேசத்தின் எல்லாவற்றையும் உள்வாங்கி கபளீகரம் செய்ய ஆரம்பித்தது. மேலும் அப்பிரதேச மக்களின் சொத்துக்கள், உடைமைகள் அனைத்தும் கொள்ளையடிக்கப்பட்டன. அதனை எதிர்த்த பலர் கைதிகளாக சிறையில் அடைக்கப்பட்டனர். இதனை தொடர்ந்து சார்கன் படிப்படியாக தன் அரச எல்லைகளை பரந்து பாயும் நீரோட்டமாக விரிவுபடுத்தத்தொடங்கினார். அவரின் நோக்கம் தன் அரச எல்லை என்பது உலகின் நான்கு மூலையாக இருக்க வேண்டும் என்பதே. ஆக சுமேரிய நாகரீகமானது சார்கானின் செயல்பாடு காரணமாக பல இனங்களை உள்ளடக்கிய, ஏகாதிபத்தியமாக மாறத்தொடங்கியது. சுமேரிய நாகரீகத்தின் இந்த மாறுபாடானது உலகின் மற்ற நாகரீகங்களின் தோற்றப்பாட்டிற்கு காரணமானது.இந்நிலையில் சார்கனின் அக்காடிய அரசானது கி.மு 2350 முதல் 2250 வரை நூறு ஆண்டுகாலம் நீண்டது. கி.மு 2000 ஆம் ஆண்டில் சுமேரிய அரசானது அமோரிய இனக்குழுக்களின் தொடர்ந்த தாக்குதல் காரணமாக பாதிப்புக்குள்ளானது. ஒரு கட்டத்தில் அமோரிய அரசனான ஹமுராபி தலைமையிலான படைகள் சுமேரிய பகுதிகளை கைப்பற்றியது. இதனால் சுமேரிய நாகரீகம் மற்றும் கலாசாரம் முழுவதும் அதன் கட்டுப்பாட்டில் வந்தது. பாபிலோனியாவை தன் தலைமையிடமாக கொண்ட ஹமுராபி சுமேரியாவின் எல்லாவித அதிகாரங்களையும் கையிலெடுத்துக்கொண்டார். மேலும் சுமேரிய மொழிக்கு பதிலாக அக்காடிய மொழி ஆட்சி மொழியானது. மேலும் அக்காடிய மொழியின் வேர் என்பது அசிரிய மற்றும் சால்டிய மொழிகளாகும். மேலும் அக்காடிய மொழி மெசபடோமியாவான இன்றைய ஈராக்கில் பேசப்பட்டு வருகிறது.

ஹமுராபியின் பாபிலோனியாவானது சுமேரியாவின் சகல வித கலாசார கூறுகளையும் உள்வாங்க தொடங்கியது. இதன்காரணமாக அதன் மூளையும் சகலவித உறுப்புகளுமாக பாபிலோனிய கலாசாரம் மாறியது. மேலும் அதன் முழு மொழிவளங்களும் பாபிலோனியாவாக மாறியது. அதன் இறையியல் மற்றும் இலக்கிய கோட்பாடுகள் அனைத்தும் பாபிலோனியாவாக மாறியது. இது உலக வரலாற்றின் பக்கங்கள் முழுவதும் நிறைந்தும் காலத்தொடர்ச்சியாக மாறியது. மேலும் அக்காலத்தில் கணிதம் மற்றும் வானவியலில்

குறிப்பிடத்தக்க கண்டுபிடிப்புகள் நிகழ்த்தப்பட்டன. மேலும் பல அசிரிய அரசுகளால் இது வளர்த்தெடுக்கப்பட்டது. மேலும் பிந்தைய பல ஏகாதிபத்திய அரசுகள் சுமேரிய நாகரீகத்தை நாசம் செய்தன. இவற்றின் கருத்தியல் மற்றும் கலாசார பங்களிப்புகள் மட்டுப்படுத்தப்பட்டன. இந்நிலையில் கி.மு முதலாம் நூற்றாண்டில் சுமேரியாவானது தன் மொழி உட்பட அனைத்தையும் இழந்தது. அதன் பரிணாமம் இன்னொரு கட்டத்தை நோக்கி நகர்ந்தது. இவ்வாறாக சுமேரிய நாகரீகம் உலக வரலாற்றில் பெருந்தாக்கத்தை செலுத்திய ஒன்றாக கி.மு 4000 முதல் கி.மு 2000 வரை தொடர்ந்தது. உலகின் வேறு எந்த நாகரீகமும் வரலாற்றில் இந்த அளவுக்கு மனித இனத்தின் மீது அதிக தாக்கத்தை செலுத்தவில்லை. மேலும் வேறு எந்த நாகரீகமும் சுமேரியா மாதிரி அடிமை சமூகத்தையும், அதன் மேல் கட்டுமான வடிவத்தையும் தோற்றுவிக்கவில்லை. வரலாற்றின் முன் சுவட்டில் சுமேரிய அதற்கான ஒட்டுமொத்த கருத்தியல், கலாசாரம், சமூக மற்றும் பொருளாதார கூறுகளை உள்ளடக்கிய ஒன்றாக இருக்கிறது. இது வரலாறு நமக்கு தரும் சிறந்த பாடமாகும்.

பண்டைய மத்திய கிழக்கில் அடிமை முறை சமூகத்தின் வளர்ச்சியும் விரிவாக்கமும்

பண்டைய மத்தியகிழக்கில், சுமேரிய நாகரீக சமூகத்தின் அபரிதமான பொருளாதார வளர்ச்சியானது அவர்களின் மேன்மைத்தன்மையை அடையாளமிட்டதுடன், அதன் அதிகார வெளிப்பாட்டிற்கும் காரணமாக இருந்தது. சுமேரிய ஆவணங்களில் உற்பத்தி மகசூல் என்பது 50 முதல் 100 டன் வரை கோதுமை மற்றும் பார்லியாக இருந்திருக்கிறது. எல்லா கைவினைஞர்கள் மற்றும் தொழில் வல்லுநர்களும் மிகை உற்பத்திக்காக தங்களின் முழு உழைப்பை செலுத்தியதுடன், வேகமான நகர்மயமாதலுக்கும் காரணமாயினர். அதன் மூலம் விரிவான சமூக அரசியல் மாற்றமும் நிகழ்ந்தது. இந்நிலையில் மிகையாக உற்பத்தியான பொருட்களை முறையாக பாதுகாப்பதில் பெரும் சிக்கல் ஏற்பட்டது. இதனால் பாதுகாப்பு வர்க்கம் என்ற தனி ஒரு வர்க்கம் உருவானது. பித்தளை தொழில்நுட்பம் அந்த தருணத்தில் முக்கிய இடத்தை பிடித்தது. அதன் மூலம் விவசாயத்திற்கு தேவையான மூலக்கருவிகள் தயாரிக்கப்பட்டன. மேலும் போர்க்கருவிகள் தயாரிப்பிற்கான உத்தரவாதம் இதன் மூலம் அளிக்கப்பட்டது. இந்த பித்தளை நுட்பத்திலான போர்க்கருவிகள் நகர சமூகத்திற்கு அரசியல் பலத்தை நிரூபிப்பதற்கான வாய்ப்பாக மாறியது. இந்த தொழில்நுட்பத்தின் தாக்கம் அரசியல் நிறுவனங்களில் மட்டும் பிரதிபலிக்கவில்லை. மாறாக சுமேரிய நாகரீகத்தின் எல்லாவித உற்பத்தி கூறுகளிலும் பிரதிபலித்தது.

சுமேரிய அதிகாரமானது அக்காடிய அரசனான சார்கோனின் ஆளுகைக்குள் வந்த போது அது படிப்படியாக ஏகாதிபத்திய தன்மைக்குள் வரத்தொடங்கியது. கி.மு 2500 ஆம் ஆண்டில் சுமேரிய நாகரீகமானது காலனியத்தன்மைக்குள் மாறிய

போது அது மேற்கு, கிழக்கு மற்றும் வடக்கு என எல்லா திசைகளை நோக்கியும் தன் இராணுவ அதிகாரத்தை விரிவுப்படுத்தத்தொடங்கியது. அரசியல், சமூக, பொருளாதார ரீதியாக அதன் விரிவாக்கமானது நாகரீகத்தன்மைக்கு புதிய உள்ளடக்கத்தை கொடுத்தது. அவற்றை பின்வரும் காரணிகள் மூலம் நாம் விளக்க முடியும்.

1. **விரிவாக்கம் என்பது மிகை உற்பத்தியை அடிப்படையாக கொண்டிருத்தல்:** இதன் அடிப்படையில் மூலப்பொருட்கள் மற்றும் உற்பத்திப்பொருட்களுக்கான சந்தை என்பது அதன் விகிதாசாரத்தை அதிகப்படுத்தியது. விற்பனையும், வரவும் மிகத்தெளிவாக பதிவாக்கம் செய்யப்பட்டதுடன், அதன் எண்ணிக்கை மற்றும் அளவும் கணக்கிடப்பட்டது.

2. **இராணுவரீதியான தொழில்நுட்பம் நிறுவப்பட்டது:** ஆயுத உற்பத்தியின் பெருக்கமானது, நன்றாக பயிற்றுவிக்கப்பட்ட, நன்றாக ஆயுத பலம் பொருந்திய இராணுவ கட்டமைப்பு வளர காரணமானதுடன், அதன் விரிவாக்கத்திற்கும் துணை புரிந்தது. இது அரசியல் மேட்டுக்குடித்தனத்தை தோற்றுவித்ததுடன், ஆயிரக்கணக்கான மனிதர்களை அடிமைகளாக்கி அவர்கள் மீது அதிகாரம் செலுத்தவும் காரணமானது. மேலும் இம்மாதியான வடிவம் வரலாற்றில் வேறெந்த நாகரீக சமூகத்திடமும் காணப்பட்டதாக தெரியவில்லை. நரபலியும், மிருக வதையும் இந்த சமூகத்தில் மிக சுலபமாக காணப்பட்டது.

3. **நகர அரசுகளிடையேயான மோதல்கள் மற்றும் அதன் நலன்கள் ஏகாதிபத்தியத்தை நோக்கி அவர்களை நகர்த்தின:** இந்த அரசுகளின் மோதல் சமூக ரீதியான ஏற்றத்தாழ்வை அதிகம் தோற்றுவித்தது. மேலும் இயற்கை தேவை அடிப்படையிலான விரிவாக்கத்திற்கும் , சமூக பொருளாதார ரீதியாக காலனிய அரசுகளின் தோற்றத்திற்கும் இடையே தர அளவிலான வித்தியாசம் இருக்கிறது. இவை இரண்டு முறைகளும் பிந்தைய கட்டத்தில் தெளிவான அடிமைகளை உருவாக்கின. இவற்றின் நோக்கம் உள்மோதலாக இருந்தாலும், அவற்றின் முற்றான நோக்கம் என்பது தங்களை வளப்படுத்திக்கொள்வது தான்.

4. மேற்கண்ட மூன்று காரணிகளும் சமூக அடிப்படையில் ஏற்றத்தாழ்வை தோற்றுவித்ததுடன், தன்னளவிலான விரிவாக்க கூறுகளையும் கொண்டிருந்தன. இவை சுமேரிய நாகரீகத்தின் மிகத்தூய்மையான குணாதிசயமாக மாறின.

மேலும் இவற்றின் விரிவாக்கத்திற்கு வேறு சிலவும் காரணமாக இருந்தன. கொள்ளையடித்தல், இயற்கை வளங்கள், தாதுக்கள் மீதான கட்டுப்பாடு, புதிய நகரங்களை உருவாக்கி அதன் மூலம் தொழில் காலனிகளை தோற்றுவித்தது ஆகியவற்றை குறிப்பிடலாம். உற்பத்திப்பொருட்களை சந்தைப்படுத்துவதன் மூலம் தங்களின் காலனியாக்கத்திற்கு மேலும் வலுசேர்த்தன. கருத்தியல் ரீதியான தகைபிற்காக பல கோயில்கள் எழுப்பப்பட்டன. தற்காலிகமான அல்லது நிரந்தர குடியேற்றங்கள் மற்றொரு விரிந்த பரவலாக்கத்திற்கு துணைபுரிந்தன. மேற்கண்ட அம்சங்கள் அனைத்துமே சுமேரிய நாகரீகத்தின் வரலாற்று உருவாக்கத்திற்கும், அதன் பரிணாமத்திற்கும் ஆகச்சிறந்த காரணிகள்.

மத்தியகிழக்கின் இரண்டாம் பெரிய நாகரீகமாகவும், வரலாற்று சிறப்பாகவும் கருதப்படுவது எகிப்திய நாகரீகம் மற்றும் அதன் பேரரசு. நவகற்காலத்திலிருந்து தொடங்கி கி.மு இரண்டாம் நூற்றாண்டின் பகுதி வரை எகிப்திய பயும் மற்றும் பதாரியன் கலாசாரமானது சிக்கலான நகர சமூகத்தை தோற்றுவித்தது மட்டுமல்லாமல், அதிகாரமிக்க ஆளும் வர்க்கமாகவும் நைல் நதிக்கரையை கி.மு நான்காம் நூற்றாண்டு வரை ஆட்சி செய்தது. மேலும் எகிப்திய நாகரீகமானது அரசியல் பொருளாதார நிறுவன அடிப்படையில் மெசபடோமிய நாகரீகத்தை ஒத்திருந்தது. எகிப்திய இறைக்கோட்பானது தந்தை, தாய், மகன் அடங்கிய புனித குடும்பமாக இருந்தது. புதிய அரசானது ஓரிறைக்கோட்பாட்டை முதன்மை வடிவமாக கருதியது. அதே நேரத்தில் சுமேரியர்கள் பூமியை பிரதானமாக கருதி அதன் வழி இறை உலகத்தை அடையாளம் கண்டனர். மேலும் இவை மிக வலுவான கருத்தியல் மேலாண்மையை இதன் மூலம் கொண்டிருந்தன. மேலும் தங்களின் காலனிய விரிவாக்கத்திற்கும் இதை பயன்படுத்திக்கொண்டன. இதன் தொடர்ச்சியில் நூபியா, லிபியா, சினாய் மற்றும் எத்தியோப்பியா போன்ற பிரதேசங்களையும் சேர்த்துக்கொண்டன. மேலும்

எகிப்திய நாகரீகமானது தன் தொழில்தொடர்புகளை மத்திய தரைக்கடலின் கிழக்கு பகுதி வரை நீட்டித்திருந்தது. அதன் ஆரம்ப கால தொழில்கள் நைல், செங்கடல், மத்தியதரைக்கடல் வழியாக நடைபெற்றது. இந்த தொழில்கள் தான் அதற்கு வரலாற்று ரீதியான சரியான நாகரீக அடையாள பதியத்தை அளித்தன. வட கிழக்கு ஆப்ரிக்காவின் வரலாறே பண்டைய எகிப்து நாகரீகத்தின் விரிவாக்கம் தான். அங்கு அடிமைமுறையின் விரிவாக்கம் மற்றும் அடிமை உழைப்பின் பரிணாமம் என்பது அந்த நாகரீக வரலாற்றில் பதிந்து நிற்கும் சுவடு. தற்கால ஆவணங்களே அதற்கான சாட்சி. இவை மத்தியகிழக்கு சமூகத்தின் மத மற்றும் அரசியல் அதிகாரத்தை பிரதிபலிப்பதுடன், பெரும் அளவிலான மனித உழைப்பு உறிஞ்சப்பட்டதன் வரலாற்றையும் நமக்கு தெரிவிக்கிறது. எகிப்திய வரலாற்றில் அடிமை முறை சமூகத்தின் தோற்றமும், வளர்ச்சியும் நமக்கு வரலாற்று ரீதியான தொடர்ச்சியாக இருப்பதோடு, சுமேரிய நாகரீகத்தின் தொடக்கமாகவும் இருக்கிறது. இன்றைய காலகட்டத்தில் அதன் எச்சங்கள் பண்டைய நாகரீக சமூகத்தின் தொடர்ச்சி தான்.

பண்டைய சுமேரிய மற்றும் எகிப்து நாகரீகத்தின் தொடர்ச்சியான வரலாற்றில் தான் அடிமை முறையும், காலனியாக்கமும் உருவானது என்கிறார் ஒசலான். நாடோடிமுறையற்ற நிரந்தர விவசாய வாழ்க்கை மற்றும் நாடோடி வாழ்க்கை முறை இரண்டுமே அடிமை முறை சமூகத்தை தக்க வைத்தன. அப்போதைய மற்ற சமூகங்கள் நகரமயமாக்கலுக்குள் வரவில்லை. அவற்றின் வாழ்க்கை கிராமம் சார்ந்ததாகவே இருந்தது. நகரமயமாக்கலுக்குள் இருந்த சமூகங்கள் நிலையான அடிமைகளை தக்கவைத்துக்கொண்டிருந்தன. மேலும் எகிப்தை பொறுத்தவரை அது இதனை தொடரவே விரும்பியது. அதற்காக மற்ற சமூகங்கள் மீது தன் நகர கருத்தாக்கத்தை திணித்தது. இதன் காரணமாக பல கிராமப்புற சமூகங்கள் இடம்பெயரத் தொடங்கின. நிரந்தர வாழ்க்கை முறை அவர்களுக்கு துயரம் நிரம்பியதாக மாறியதுடன், அதிகார வர்க்கங்களின் மேலாண்மை காரணமாக அதன் போக்கும் மாறியது. இந்த முரண்பாடுகள் தீர்மானகரமான தருணங்களாக இருந்து பண்டைய வரலாற்றின் இயங்கியல் செயல்முறையாக இருந்திருக்கின்றன. மேலும் புதிய வாழ்க்கை முறையை ஏற்றுக்கொள்ளல் என்ற இனக்குழு சமூகத்தின் கூறானது

நகர சமூகத்திற்கும் அதற்குமான முரண்பாட்டை மேலும் கூர்மையாக்கியது. நகர்மயமாக்கல் கி.மு மூன்றாம் நூற்றாண்டின் இடைப்பகுதியில் அதன் உச்சகட்ட நிலையை அடைந்த போது அது அரசுகளிடையேயான போரை மேலும் தீவிரப்படுத்தியது. கி.மு மூன்றாம் நூற்றாண்டின் இடைக்கட்டத்தில் மெசபடோமிய நாகரீகத்தின் தொழில்மையங்கள் சிரிய முதல் மத்திய அனதோலிய வரையிலும், ஈராக்கின் மித்தானி முதல் ஈரானின் ஏலாமைத் வரையிலும் தொடர்ந்தன. மேலும் இவற்றின் கலாசார இணைப்பானது அக்கால காலனிகளின் எல்லை விரிவாக்கத்திற்கும் காரணமாக இருந்தது. அந்த சமூகங்களில் வர்க்க வேறுபாடுகளின் முழு வளர்ச்சியானது வெவ்வேறு விதமான,வகையான அடையாளங்களை தோற்றுவித்தது. இதன் காரணமாக பல முரண்பாடுகள் உருவானது மட்டுமல்லாமல், அவை முதிர்ச்சியடைந்து நீண்டகால பகைமையாக, போராக மாறியது. இதன் விளைவாக புதிய வட்டார் அரசுகள் தோன்றின. சுமேரிய மற்றும் எகிப்திய நாகரீக சமூகத்தின் இந்த நிகழ்வுகளானது கி.மு இரண்டாம் நூற்றாண்டில் பொதியப்பட்ட வரலாற்று வரிகளாகவே இருந்தன. அடிமை முறை சமூகத்தின் சரியான தோற்றம் என்பது இந்த கட்டம் தான் என்கிறார் ஒசலான். இதுவே மத்தியகிழக்கு வரலாற்றின் முக்கிய வளர்ச்சி கட்டமாகும். மேலும் புதிய ஏற்றதாழ்வான சமூகங்கள் முந்தைய நாகரீகங்களின் உயர் கலாசாரத்திற்கு பொறுப்பாயின. மேலும் அவை மத்தியகிழக்கின் மேன்மைமிக்க கலாசாரங்களுக்கு புதிய வட்டார நிறத்தையும் கொடுத்தன. ஆனால் அதே நேரத்தில் அவை மனித குல வரலாற்றில் அடிமை முறைக்கான ஆழமான இயங்கு ஊர்தியாக இருந்தன. இது நவீன அடிமை சமூகத்தை நாம் மதிப்பிடுவதற்கான சிறந்த உள்ளார்ந்த பார்வையாக நம் முன் நிற்கிறது.

இனக்குழு கூட்டமைப்பு, வட்டார மற்றும் பிராந்திய அரசுகள்

பண்டைய சுமேரிய, மெசபடோமிய, மற்றும் எகிப்து நாகரீகங்களின் நீண்டகால வளர்ச்சியில், அதன் இருப்பில் அடிமை சமூகங்கள் அதற்கான பரவலோடு இருந்தன. அதன் தொடர்ச்சியில் வறுமைக்குள்ளாக்கப்பட்ட சமூகங்கள் சூழலின் கட்டாயம் காரணமாக மிகப்பெரிய ஏகாதிபத்திய நகரங்களில் புலம்பெயரத் தொடங்கின. மேலும் இனக்குழு கூட்டமைப்பில் மேட்டுக்குடியாக இருந்த சமூகங்கள் அதிகாரங்களிடையே சமரசத்திற்கு சென்றன. மேலும் அவை ஏகாதிபத்திய சமூகங்களுடனும், மற்ற இயல்பான சமூகங்களுடனும் சமரசத்தையும், சமநிலையையும் கடைபிடித்தன. அதே நேரத்தில் இந்த மேட்டுக்குடி சமூகங்கள் ஏகாதிபத்தியம் சார்ந்த அடிமை சமூகத்தில் தரகு வணிகர்களை கொண்டதாக இருந்தன. மற்றொரு பகுதி சமூகங்கள் சிறிய நகரங்களுக்கு இடம்பெயர்ந்தன. இத உதாரணங்களாக பைலோஸ், உகாரித், கார்சிமிஸ், சம்சத், எப்லா, ஹரன் மற்றும் மாரி ஆகிய நகரங்கள் இருக்கின்றன. முந்தைய நவ கற்கால சமூகத்தை போல் அல்லாமல் இவை யுக்தி பூர்வமாக வழிகளையும், கடந்து செல்கிற வர்த்தக வழிகளையும் கொண்டிருக்கின்றன. அவை பிந்தைய கட்டத்தில் முழுவசதி பெற்ற நகரங்களாக, பெருநகரங்களாக வளர்ந்தன. மரங்கள், உலோகங்கள், ஆடைகள், ஆடம்பர பொருட்கள் போன்றவை வெளிவர்த்தகத்தில் முக்கிய இடம் வகித்தன. மேலும் தங்கமும், வெள்ளியும் பணத்திற்கான பரிமாற்ற பொருட்களாக இருந்தன. மேலும் வர்த்தக கடிதங்கள் வணிக நடவடிக்கைகளில் முக்கிய இடம் வகித்தன.

பண்டைய மத்திய கிழக்கு நாகரீக சமூகங்களில் இனக்குழு கூட்டமைப்பு என்பது வட்டார அரசுகளின் வரலாற்றில் முக்கியமான ஒன்றாகும். இம்மாதிரியான சமூக

ஒழுங்கமைப்பானது நகர சமூகத்தின் உருவாக்கத்திற்கு முன்னோடியான ஒன்று என்கிறார் ஒசலான். அவருடைய பார்வையில் இனக்குழுக்கள் தான் நாகரீக சமூகத்தை சரியாக தீர்மானிக்கின்றன. அவை தான் அரச கட்டமைப்பிற்கான வடிவத்தை அளிக்கின்றன. மேலும் இவை அவற்றின் சொந்த தகுதி அடிப்படையில் நீண்டகால சமூக ஒழுங்கமைப்பிற்கு காரணமாக இருக்கின்றன. மேலும் இந்த இனக்குழு கூட்டமைப்பானது பல்வேறு விதமான குழுக்களுக்கிடையே ஏற்படும் மோதல்களை தீர்த்து வைக்கும் மத்தியஸ்தராக செயல்பட்டது. மேலும் நகர சக்திகளின் தாக்குதல்களிலிருந்து கிராமப்புற இனக்குழுக்களை பாதுகாக்கும் நடவடிக்கையிலும் இந்த கூட்டமைப்பு ஈடுபட்டது. மேலும் இனக்குழு கூட்டமைப்பின் இந்த செயல்பாடுகள் தற்காலிக நிலையில் இருந்த போது, மையப்படுத்தப்பட்ட இராணுவ சக்திகள் நகரங்களை மையமாக கொண்டிருந்தன. மேலும் இனக்குழு கூட்டமைப்பானது தங்களுக்கு எதிரான அக மற்றும் புற அழுத்தங்களை வெற்றிகரமாக எதிர்கொண்டது.

இன மற்றும் இனக்குழுவாதம் இன்றைய மத்திய கிழக்கில் வலுவான சமூக காரணிக்கு தோற்றமாக அமைகிறது. மத்திய கிழக்கின் ஆயிரம் ஆண்டு கால வரலாற்றை நாம் நோக்கும் போது இனக்குழு சமூகம் என்பது இனக்குழு கட்டமைப்பாக இருக்கிறது. இன்னும் ஆட்சி அதிகாரத்திலும், மற்ற விவகாரங்களிலும், ஆட்சியாளர்களை தீர்மானிப்பதிலும் இந்த இனக்குழு கூட்டமைப்பு முக்கிய இடம் வகித்தது. மேலும் இனத்தோற்றம் அதற்கான வரலாற்று குறிப்புடன் சிறந்த முறையில் பகிரப்பட்டால் அது பிந்தைய கட்டத்தில் அங்கு மிக வலுவான, தீர்மானகரமான வரலாறாக இருந்திருக்கும். அதன் திசையும் இனக்குழுக்களின் தீவிர செயல்பாடு காரணமாக மாறியிருக்கும். ஆனால் வரலாற்றின் கசப்பான பழிவாங்கலாக வலுபெற்ற நகரங்களாக ஆக வேண்டியவை காலப்போக்கில் சிதிலமடைந்தன. மற்றவை எல்லாம் ஒளிர்விட்டன. அதே நேரத்தில் இந்த விவகாரங்களில் அதிக பங்கு வகித்தவர்கள், ஊடகங்களின் பார்வைக்கு வர வர தவறியவர்கள் பெண்களாக இருந்தனர். அக்கால ஆணாதிக்கத்தின் வெளிப்பாடு இது. பெண் இரண்டாம் நிலை சமூக அந்தஸ்துக்கு வர ஆரம்பித்த நிலையில் அவளின் பங்களிப்பு இருட்டடிப்பு செய்யப்படுவது அன்றிலிருந்தே தொடங்கியது. வரலாறு அவர்களின்

கைவிரல்களை விட்டு நழுவி போயிருந்தது. தானிய உற்பத்தி, தோட்டக்கலை, சிறிய அளவிலான கால்நடை வளர்ப்பு, விறகு பொறுக்குதல் மற்றும் துணி உற்பத்தி ஆகியவற்றின் வரலாறு அன்றைய நாகரீக சமூகத்தில் பெண்கள் சார்ந்ததாக இருந்தது. ஆனால் அவை வரலாற்றின் எழுத்தாக்கத்திலிருந்து திட்டமிட்டு நழுவியது.

மத்திய கிழக்கின் இனவரலாறு தொடங்கிய கட்டத்தில் அன்றைய நாகரீக சமூகத்தில் பெண்கள் சமூக அமைப்பில், அந்தஸ்தில் குறிப்பிட்ட பங்கு வகித்தார்கள். இந்நிலையில் இன வரலாற்றின் வளர்ச்சி போக்கில் சமூக அரங்கில் பெண்களின் பிரதிநிதித்துவம் குறைக்கப்பட்டது. காரணம் அந்நேரத்தில் ஆணாதிக்கம் என்பது முக்கிய சமூக அரசியல் அதிகாரமாக வளர்ச்சிப்பெற்றது. இதனால் சமூகத்தின் மேற்கட்டுமான நிலையில் இருந்து பெண்கள் முற்றிலுமாக விலக்கப்பட்டார்கள். இதனால் வரலாற்றின் எழுத்தாக்கம் என்பது "பெண்கள் அற்ற வரலாறாக" அமைந்தது. மேலும் வரலாற்று ரீதியாக பாலின வேறுபாடு என்பது நாகரீக வரலாற்றில் பொதுப்புத்தியாக மாற்றம் பெற்றது. மேலும் இனக்குழு கூட்டமைப்பை பொறுத்தவரை அது ஏற்றதாழ்வான நகர சமூகத்தின் வளர்ச்சியின் வடிவமா? என்றொரு கேள்வி இங்கு எழுகிறது. நவகற்கால சமூகத்தின் தொடர்ச்சியிலிருந்து நாம் பார்க்கையில் வேறுபட்ட பல குழுக்கள், பல மொழி பேசும் மக்கள் இவைகளின் தொடர்ச்சியாக இனக்குழு சார்ந்த அரசுகள் உருவாகும் போது மேற்கண்ட கேள்வி சரியானதே. மேலும் இனக்குழு வாழ்க்கை முறையில் அதாவது மேய்ச்சல் மற்றும் விவசாயம் சார்ந்த வாழ்க்கை முறையில் முரண்பாடுகள் ஏற்பட்டன. இவை தொடர்ந்த நிலையில் போராக மாறின. இவை அவற்றின் வாழ்க்கை முறையை பாதுகாத்து கொள்ள வளமான நகரங்கள் மீது தாக்குதல் தொடுத்தன. இந்த இடத்தில் இனக்குழுக்களின் பலம் என்பது முக்கியமானது. ஆனால் இனக்குழுக்களுக்கிடையில் குடும்ப அல்லது கோத்திர உறவு முக்கியமாக இருந்தது. மேலும் இனக்குழு நிலையில் கதைகளும், பாடல்களும் முக்கியமாக இருந்தன. இவை எல்லாம் அவற்றின் குணாதிசயங்களை பரவலாக்கம் செய்தன. இனக்குழுக்கள் பற்றிய அடையாளமாகவும் இவை இருந்தன. மத்திய கிழக்கை பொறுத்தவரை நாகரீகங்கள் வரலாற்று செயல்முறையில் முன்னணி புவி-கலாசார பிராந்தியமாகவும்

இருந்தது. அவை உலகில் முதன் முறையாக அடிமை முறை சமூகத்தை தோற்றுவித்தன. இவை வெறும் எகிப்து மற்றும் மெசபடோமிய நாகரீகங்களை மட்டும் தோற்றுவிக்கவில்லை. மாறாக அனதோலியா, ஈரான் மற்றும் கிழக்கு மத்திய தரைக்கடல் பிரதேச நாகரீகங்களையும் தோற்றுவித்தன. அவை கி.மு இரண்டாம் நூற்றாண்டிலிருந்து முதல் நூற்றாண்டில் இடைப்பகுதி வரை நிலவில் இருந்தன. மேலும் இதிலிருந்து பல துணை நாகரீகங்களும், அரசுகளும் உருவாயின. ஹிட்டிஸ், ஹுரியன், மிட்டானி, கிரிட்டான் போன்ற பெயரில் அவை அறியப்பட்டன.

ஹிட்டிஸை பொறுத்தவரை மத்திய அனதோலிய நாகரீகத்தின் பகுதியாகும். கி.மு 1700ல் ஹிட்டி அரசு உருவானது. இந்த நாகரீகத்தின் தடங்கள் நெசிடிக் சிற்பங்கள் வழி அசிரிய தொழில் காலனிகளோடு தொடர்பு நீண்டிருந்தன. இந்நோ ஐரோப்பிய ஹிட்டிகள் தொடக்கத்தில் சுமேரிய மற்றும் அக்காடிய சிற்பங்களை கொண்டிருந்தன. அவற்றின் அரசியல் மற்று மத கலாசாரம் என்பது சுமேரிய மற்றும் மெசபடோமிய நாகரீகத்தின் எச்சமாக இருந்தன. மேலும் ஹிட்டிய அரசெல்லையானது மிகப்பெரும் தொழில் எல்லையாக மட்டுமல்லாமல், தாதுவளங்கள் திட்டமிட்டு கட்டுப்பாடில், சுரண்டிலில் ஒரு குறிப்பிட்ட நபர் அல்லது சமூகம் பயன்பெறும் மாதிரியான கொள்ளைபோகும் இடமாகவும் இருந்தன. இவை பாபிலோனிய நாகரீகத்தின் போட்டியாளராக இருந்தன. மேலும் ஹிட்டிகளின் மதமானது சுமேரிய மற்றும் ஹுரியன் நம்பிக்கைகளின் கலப்பாகும். மேலும் ஹிட்டி மதமானது நூற்றாண்டுகளின் முடிவில் சமூக கட்டமைப்பில் மாற்றம் கொண்டிருந்தது.

ஹுரிய அரசானது மெசபடோமியாவின் மேல்பகுதியிலிருந்து, அனதோலியாவுக்கு அருகாமை வரை நீண்டிருந்தன. மேலும் ஹுரியன்கள் ஹிட்டிகள் மற்றும் மற்ற இனக்குழுமங்களோடு நிலையான தொடர்பில் இருந்தனர். மேலும் டைகிரிஸ் மற்றும் டாரஸ் மலைப்பகுதிகளோடு ஹுரியன்கள் தொடர்பில் இருந்தனர். அதே காலகட்டத்தில் சுமேரிய ஆவணங்களில் ஹுரியன்களின் பெயர்கள் மற்றும் இடப்பெயர்கள் பதிவு பெற ஆரம்பித்தன. இது அக்கால நாகரீகங்களுக்கிடையே கலாசார பரிவர்த்தனை சிறந்த முறையில் இருந்தது என்பதை

விளக்குகிறது. இது ஒருவகையில் ஹுரியன்களுக்கு சுமேரியா தான் மத்திய நாகரீகமாக இருந்தது என்பதை குறிப்பிடுகிறது.

கிழக்கு மத்திய தரைக்கடல் நாகரீகப்பகுதியானது மிகுந்த வளமான விவசாய பூமியாக இருந்ததோடு மட்டுமல்லாமல், கிழக்கு அரேபியாவின் மேற்கு எல்லையோரம் இருந்தது. இவை முந்தைய கற்கால மற்றும் நவகற்கால சமூகத்தின் தொடர்ச்சியாகும். கி.மு நான்காம் நூற்றாண்டிலிருந்து கி.மு மூன்றாம் நூற்றாண்டு வரை தொடர்ந்திருந்தது. மேலும் எகிப்து மற்றும் மெசபடோமிய நாகரீகத்தோடு இவை வர்த்தக உறவை சங்கிலியாக தொடர்ந்திருந்தன. பொனிஷியா நகரமானது அன்றைய கட்டத்தில் தொழில்மையமாகி ஒட்டுமொத்த நாகரீகத்தின் பிரதிபலிப்பாக இருந்தது. தொடக்க கட்டத்தில் அவை இனக்குழுக்களின் கலாசார குழுமமாக இருந்தன. மேலும் பண்டைய கிழக்கு மத்திய தரைக்கடல் நாகரீகத்தின் தொன்மங்கள் மற்றும் மதங்கள் சுமேரிய தொன்மத்தையும், அசல்தன்மையையும் உட்கொண்டிருந்தன. அவர்களின் தெய்வமான பால், சுமேரிய, ஹுரிய மற்றும் எகிப்திய தெய்வங்களின் எச்சமாக இருந்தன. மேலும் இவற்றின் தலைமை தெய்வமாக, இந்த தெய்வங்களுக்கு எல்லாம் தந்தையாக அவர்கள் எல் என்ற தெய்வத்தை கருதினார்கள். கிரேக்கம், ரோமன், பைசாண்டியம் மற்றும் அரபு இஸ்லாமிய நாகரீகங்கள் போன்றவற்றின் கூறுகளை பொனிஷியர்கள் உள்வாங்க தொடங்கினார்கள். மத்திய தரைக்கடலின் கடற்கரை தொடர்ச்சி என்பது ஜெருசேலம், டமாஸ்கஸ், அலப்போ போன்ற விவசாய நகரங்களோடு பிணைப்பு கொண்டிருந்ததோடு மட்டுமல்லாமல், இவற்றை இரண்டாம் விவசாய நகரங்களாக உருவாக்கவும் செய்தன. மேலும் அரேபிய பாலைவனம் மற்றும் அனதோலிய ஆகியவற்றின் தொலைதூர வர்த்தக உறவு மையமாகவும் இவை இருந்தன.

பொனிஷிய நாகரீக சமூகங்களில் உயிர்பலி சடங்கு முக்கியத்துவம் வாய்ந்த ஒன்றாக இருந்தது. ஆபிரகாம் தன் மகனை பலி கொடுக்க முயன்றார் என்ற மதரீதியான பிரதி தொன்மத்தை பொனிஷியர்களும் பின்பற்றினர். ஆபிரகாமின் பலி சடங்கு வரலாறு புரட்சிகர இறக்குமதியின் அளவீடாகும். பொனிஷிய மதங்களில் இது பரவலாக நடைபெற்றது.

பொனிஷிய மதக்குருக்கள் வெளிப்படையாகவே இது குறித்து பிரசாரம் செய்தனர். இந்த நடைமுறை அன்றைய கால மதங்களின் தீவிரத்தன்மையை வெளிப்படுத்தின. எல்லாவற்றையும் விட மேலாக கானன்களின் வான தெய்வமான எல்லுக்கு அவர்களின் சொந்த சமூகங்களின் ஆதரவு கிடைத்தது. அன்றைய அடிமை முறை சமூகத்தின் பிரதிபலிப்பாக அவர்கள் இதை பார்த்தார்கள்.

கிரிதன் நாகரீகமானது மத்திய கிழக்கில் கி.மு இரண்டாயிரம் ஆண்டில் தோன்றிய ஒன்றாகும். இது பல நூற்றாண்டுகளாக எகிப்து, மேற்கு ஆசியா, கானன் போன்றவற்றுடன் தொடர்பு கொண்டு, அவற்றுக்கான சொந்த கலாசாரத்தை முன்னெடுத்தது. இந்நிலையில் கி.மு 1500 வாக்கில் கிரிதன் அரசானது மைசினியன்களால் கைப்பற்றப்பட்டது. இந்த படையெடுப்பானது மைசினியன்கள் அடுக்குமுறையான அரசு அதிகார கட்டமைப்பு ஏற்படுத்த முனையும் தருணத்தில் நிகழ்த்தப்பட்டது. இவ்வாறாக ஐரோப்பிய நாகரீகத்தின் உள்ளக அலகானது மத்திய கிழக்கு நாகரீகங்களின் மேற்கு திசையை நோக்கி நகர்ந்தது. அதன் நான்கு திசைகளாக எகிப்து,பொனிஷியா, அனதோலியா மற்றும் கிரிதி ஆகியவை இருந்தன.

கி.மு இரண்டாயிரம் நூற்றாண்டில் அன்றைய சுமேரிய நாகரீகங்களின் முக்கிய அடையாளக்கூறாக இருந்த அடிமை முறை சமூகம் மறைந்த போது மத்திய கிழக்கு நாகரீகங்களின் அடுத்த கட்டம் உருவாக தொடங்கியது. பாபிலோனிய மற்றும் அசிரிய பேரரசானது சுமேரிய நாகரீகத்தின் மரபுகளை பெரிதும் உள்வாங்க தொடங்கியது. அக்காலத்திய பாபிலோனிய எழுத்துக்கள் சுமேரிய நாகரீகத்தின் மரபுகளை உள்வாங்கியதாக, முறைப்படியாக, மிகக்கவனமாக உருவாக்கப்பட்டன. ஹமுராபி தலைமையிலான அமோரிய அரசானது கி.மு பத்தொன்பதாம் நூற்றாண்டில் பாபிலோனிய நாகரீகத்தின் மிக சக்திவாய்ந்த அரசாக இருந்தது. பாபிலோனியா தான் உலகின் முன்னோடியான அதிகாரமிக்க அரசாக இருந்தது. அதன் தொன்மம் சார்ந்த கோபுரமானது பண்டைய காஸ்மோபாலிடன் கலாசாரத்தை பிரதிபலிப்பதாக இருந்தது. அசிரிய பேரரசின் இராணுவ, மற்றும் சர்வாதிகார ஆட்சியானது சுமேரிய நாகரீகத்தின் அசல் தன்மையை பிரதிபலிப்பதாக இருந்தது. கி.மு பதினான்காம் மற்றும் ஏழாம் நூற்றாண்டிற்கு இடைப்பட்ட காலகட்டத்தில் அசிரிய இராணுவ

பலமானது மத்தியகிழக்கின் ஒவ்வொரு இனத்தையும் கலாசார ரீதியாக அழிக்க தொடங்கியது. மேலும் அக்காலகட்டத்தில் அசிரிய இராணுவ தொடர்ச்சியானது அன்றைய மத்தியகிழக்கு பிரதேசங்களின் சிறிய நிலப்பிரபுத்துவ அரசுகள் மற்றும் இனக்குழு எழுச்சிகள் ஆகியவற்றை அடக்கத்தொடங்கியது. இந்த அடக்குமுறை அந்த நாகரீக கட்டமைப்பை புதிய திசைகளை நோக்கி நகர்த்தியது. அசரிய போர்களின் போது பெருவாரியான நாடுகடத்தல்கள் நிகழ்த்தப்பட்டன. இவ்வாறாக அசிரிய நாகரீகமானது அடிமைமுறை சமூகத்தை தொடர்ந்ததோடு மட்டுமல்லாமல், அதனை பரவலாக்கம் செய்யவும் தூண்டியது. மேலும் வர்த்தக முறையையும் நிறுவனம் ஆக்கியது.இந்நிலையில் அசிரிய அரசு மற்றும் இராணுவ அதிகாரமானது கி.மு 612ல் முடிவுக்கு வந்தது. ஆனால் அவை விட்டுசென்ற அடையாள பதியங்கள், பாரம்பரிய சொத்துகள் போன்றவை இன்றும் அவற்றின் வரலாற்றை பின்னோக்கின்றன. ஆரம்ப கால கிறிஸ்தவம் அவற்றின் தடயங்களை தன்னாக்கம் செய்தது. குறிப்பாக நினிவா நகரத்தில் அவை கட்டியெழுப்பிய நூலகம் அக்காலகட்டத்தில் மிக்க அறிவுச்சுரங்கமாக இருந்தது. இவ்வாறாக அசிரிய மற்றும் பாபிலோனிய நாகரீக அரசுகளின் முடிவுக்கு பின்னர் அடிமை சமூக முறை வழக்கொழிந்தது.

ஆரம்பகால இஸ்லாம் - ஒசலானின் பார்வையில்

ஆரம்ப கால இஸ்லாம் குறித்து அநேக இஸ்லாமிய மற்றும் மேற்கத்திய தத்துவவியலாளர்கள், வரலாற்றாசிரியர்கள் ஆராய்ந்திருக்கிறார்கள். குறிப்பாக தாரிக் அலி, தாரிக் காலித், மான்கெமரி வாட், டாக்டர் மார்கோலியத் போன்ற அறிஞர்கள் விரிவாக ஆராய்ந்திருக்கிறார்கள். இவர்களின் வரலாற்று ரீதியான ஆய்வு என்பது விருப்பு வெறுப்பற்ற எவ்வித முன்முடிபுகளற்ற நிலையில் இருந்தது. மத்திய கிழக்கின் நாகரீக வரலாற்றிலிருந்து தொடங்கி அரேபிய பாலைவனத்தின், இஸ்லாமின் ஆரம்ப காலத்தோடு இயைந்த ஒன்றாக, அதன் தொடர்ச்சியை அணுகிய ஒன்றாக இருந்தது. ஆரம்பகால இஸ்லாமின் வரலாறு, சமூக, மற்றும் அரச பொருளாதார கட்டமைப்பு சார்ந்து இவர்களின் ஆய்வு பார்வை இருந்தது. இவர்களின் வரிசையில் ஒசலானும் ஆரம்ப கால இஸ்லாம் பற்றி விரிவாக ஆராய்ந்தார். இஸ்லாமின் ஆரம்பகால வரலாற்று நிர்பந்தத்தை, நபியின் தோற்றத்தை, அதன் பரிணாமத்தை, அரச கட்டமைப்பை, தொடர்ச்சியில் உருவான இராணுவ நலன்களை பற்றி ஆழமான முறையில் அவரின் ஆய்வு முறை இருந்தது.

ஒசலானை பொறுத்தவரை இஸ்லாம் என்பது அதன் ஆரம்பத்தில் இருந்து கோட்பாட்டு ரீதியான தர்க்கமுறையும், நடைமுறை ரீதியான வளர்ச்சியுமாகும். அவரை பொறுத்தவரை இப்போது வரை இஸ்லாம் என்பது திணிக்கப்பட்ட இறுக்கமான கருத்தியல் சட்டகமோ அல்லது நிறுவன ரீதியான சீர்திருத்தங்களின் அனுபவமோ இல்லை. மாறாக அசலான, புரொஜொக்டரில் பலதிசைகளிலும் பரந்து விழும் நிழல் மாதிரியான பார்வையாக இருக்கிறது. இஸ்லாத்தின் ஆரம்பகாலத்தில் அது மிகப்பரந்த ஒன்றாக இருக்கவில்லை. மாறாக அளவில் மிகச்சிறிய கடுகு மாதிரியே இருந்தது. முஹம்மது நபியின் தொடர்ச்சியான

பிரயத்தனமே அதனை வளர்த்தெடுத்தது. அதற்காக நீண்ட, கடும் நெருக்கடி சார்ந்த போராட்டங்களை அவர் எதிர்கொள்ள வேண்டியதிருக்கிறது. அவரின் முதன்மையாக நோக்கம் அன்றைய அரேபிய பாலைவனத்தில் நிலவில் இருந்த இனக்குழுக்களின் தந்தை வழி கருத்தியலை வெற்றிக்கொள்ள வேண்டும் என்பதே. மத்திய கிழக்கின் பாரம்பரிய வரலாற்று அடிப்படையில் மோசஸ் தான் ஹிப்ரு இனக்குழுக்களை ஒருங்கிணைக்க வேண்டி ஓரிறைக்கொள்கையை அறிமுகப்படுத்தினார். முஹம்மதுவும் அதே வழியில் தன் பிராந்தியம் சார்ந்த இனக்குழுக்களை ஒருங்கிணைக்க விரும்பினார். ஆனால் இந்த இனக்குழு கட்டமைப்பை உடைப்பதற்கு அவருக்கு மிகச்சிரமமாக இருந்தது. இந்த இனக்குழுவாதமே தன் நோக்கத்தையும், இலட்சியத்தையும் அடைவதற்கு அவருக்கு பெரும் இடையூறாக இருந்தது.

இஸ்லாத்தின் ஆரம்பகாலகட்டத்தில் மெக்காவின் காபா ஆலயத்தில் இனக்குழுக்களின் 360 சிறிய தெய்வ விக்கிரங்களும், மூன்று பெரிய தெய்வ விக்கிரங்களும் இருந்தன. மெக்கா நகரம் காலத்தின் தொடர்ச்சியில் பெரிய வணிக நகராக உருவான நிலையில் இதனை அப்புறப்படுத்துவது மிக சாத்தியமான ஒன்றாக இருந்தது. ஆனால் அதே நேரத்தில் வணிக சமூகத்தின் நாகரீக செல்வாக்கு மற்றும் இனக்குழுக்களின் புராதன கலாசாரத்திற்கும் இடையே பதட்டம் விருத்தியடைந்தது. இந்த முரண்பாடும், பதட்டமும் பொருளாயத மற்றும் சமூக நலன்களின் அடிப்படையை கொண்டிருந்தன. ஒருபக்கம் நாகரீக அடிப்படையிலான சமூக மாற்றத்தை முன்னோக்கிய செயல்பாடுகளும், மறுபக்கம் இனக்குழு சொந்த முரண்பாடுகளின் நிலையான தொடர்ச்சியும் ஒன்றை ஒன்று ஊடாட்டமாக இருந்தன. பெரும் போராட்டம் ஒன்றின் முன்னோட்டமாக இது குறிப்பிட்ட காலம் வரை இருந்தது. நபியின் சிந்தனை தாக்கம் என்பது தன்னை சுற்றியிருந்த மூன்று பெரிய நாகரீகங்களின் தொடர்ச்சியாக இருந்தது. வடக்கின் பைசாண்டியம், கிழக்கின் வலிமையான சசானியம் மற்றும் கிழக்கு ஆப்ரிக்காவின் எத்தியோப்பியா. அவர் வணிக ரீதியாக டமாஸ்கஸ்,ஜெருசேலம், ஏமன் போன்ற பிரதேசங்களுக்கு பிரயாணம் செய்தார். அந்த தருணத்தில் நெஸ்டோரிய கிறிஸ்தவ பாதிரியார்களை அவர் சந்தித்தார். மேலும் அவருக்கு அருகாமையில் யூத இனக்குழுக்கள்

வாழ்ந்து வந்தன. இதன் மூலம் அவர்களின் நம்பிக்கைகுறித்தும், வரலாறு குறித்தும் அவர் அதிகமாக அறிந்து கொள்ள முடிந்தது. அதே நேரத்தில் மெக்காவின் காபா ஆலயத்தில் நபி கண்ட இனக்குழுக்களின் தெய்வங்கள் அவர்களின் சட்டபூர்வமான, ஆத்ம ஆதிக்கம் சார்ந்த ஒன்றாக இருந்தது. இந்நிலையில் அவரை சுற்றி பலவிதமான கருத்தியல் சார்ந்த பிரிவினர் இருந்தனர். அவர்களில் ஓரிறை கொள்கையை அடிப்படையாகக் கொண்ட ஹனிபியன் என்ற சிறிய இனக்குழுக்களும் இருந்தனர். வரலாற்று ரீதியாக இதை அணுகும்போது இது அடிமை முறையிலிருந்து நிலப்பிரபுத்துவ காலகட்டத்திற்கு நகரும் தருணமாகும். செமிடிக் நாகரீக மரபை பொறுத்தவரை அது எகிப்து மற்றும் சுமேரிய நாகரீகத்தை நோக்கியே தன் பயணத்தை தொடர்ந்திருக்கிறது. ஒரு தெளிவான வரலாற்று மரபை உள்வாங்கியதாக இருந்தது அதன் பயணம். இதற்கான சிறந்த உதாரணம் என்பது அக்கடியர்கள். இந்நிலையில் ஹிப்ருக்கள் எகிப்துக்கு இதே விஷயத்திற்காகத் தான் சென்றார்கள். மேலும் செமிடிக் இனங்கள் தங்களை அழகு என்று பொருள் படும் அரபு என்று அழைத்துக்கொண்டன. மேலும் "அணிவகு. நீ வெல்வாய்" என்ற வரலாற்று ரீதியான வாக்கியத்தோடு தங்களை முன்னகர்த்தின.

ஆரம்பகால இஸ்லாத்தின் மற்றொரு முக்கிய கூறு இறைவனை குறிப்பிடும் அல்லாஹ் என்ற சொல்லாகும். அல்லாஹ் என்ற வார்த்தை அக்காலகட்டத்திய சூழ்நிலையில் மிக முக்கியமானதாக இருந்தது. இந்த சொல்லின் சமூகவியல் சூழலை குறித்து ஆராய்ந்த ஒசலான் அதனை சுமேரிய மற்றும் அசிரிய நாகரீகத்தோடு பின்னோக்கி பார்க்கிறார். அவர்களின் கடவுளான எல் என்பதை தான் செமிட்டிய இனக்குழுக்கள் அல்லாஹ் என்று அழைத்தன என்கிறார் ஒசலான். நாகரீகத்தின் செல்வாக்கில் இந்த சொல்லானது புனித இருப்பை குறிப்பதாக இருந்தது. அரேபிய தீபகற்பத்தில் அந்த இனங்கள் இதை பல பெயர்களால் குறிப்பிட ஆரம்பித்தன. இதன் வரலாற்று தொடர்ச்சியை கவனமாக ஆராயும் போது இனக்குழுக்கள் இயற்கையையும், அரச தலைமையையும் பிரித்தறிந்த காலகட்டத்தில் தான் இறைவன் பற்றிய புரிதல் அவற்றுக்கு ஏற்பட்டிருக்கிறது. இதன் தொடர்ச்சியில் அரசன் என்பவன் இனக்குழுக்களின் தலைவன் எனவும், அல்லாஹ் இயற்கையின் ஆளுநர் எனவும் பிரித்தறியப்பட்டது. இந்த இரண்டும் தான் அரேபிய இனக்குழுக்களின் அடிப்படை

கருத்தியல் அடையாளமாக இருந்தன. இந்நிலையில் அரசன் இனக்குழுக்களின் ஆத்ம மற்றும் வலுவான அரசியல் தலைவனாக இருந்தான். அதே நேரத்தில் இறைவன் இயற்கை ஆள்பவனாக, அதன் மீது அதிகாரம் செலுத்துபவனாக இருந்தான். இயற்கை சார்ந்த உற்பத்தி மற்றும் மறு உற்பத்தி என்ற சுழற்சி முறைக்காக இனக்குழுக்கள் அதிகமும் இறைவனை தான் நம்பி இருந்தன. இதன் வளர்ச்சி முறையில், இன்னொரு கட்டத்தில் இயற்கையானது பூமி மற்றும் சொர்க்கம் என்ற இரண்டாக பிரிக்கப்பட்டது. அதன் காரணமாக கடவுள் பற்றி புதிய கருத்துரு உருவாக்கப்பட்டது. அல்லாஹ் சொர்க்கத்தின் அதிபதி ஆனார். அதே நேரத்தில் ஷேக் என்ற மன்னர் இனக்குழுக்களின் அதிபதி ஆனார். அது சொத்து, மற்றும் அதன் அதிபர் என்ற புதிய புரிதலை ஏற்படுத்தின. சொர்க்கத்தின் அதிபதி என்பதை குறிக்கும் மாலிக் என்ற சொல் முலுக் அதாவது சொத்து, அதிபதி என்பதன் வேர்ச்சொல்லில் இருந்து உருவானது) இந்த சொற்கள் எல்லா செமிடிக் மொழிகளிலும் பொதுவாக காணப்படுகிறது.

நாகரீக காலகட்டத்தில் ஆரம்பத்தில் புதிய கருத்துருக்கள் எல்லாம் மாய அர்த்தத்தில் கருதப்பட்டன. அவை சமூக எதார்த்தமாக இருந்தபோதும் கூட. எதார்த்தமும், கருத்துருவும் ஒன்றை ஒன்று அடையாளப்படுத்திக்கொண்ட ஒன்றாகும். இந்நிலையில் இயற்கைக்கும், சமூக சூழ்நிலைகளுக்கும் இயைந்த தத்துவ மற்றும் தர்க்க இயல் உருவாகத்தொடங்கியது. இதன் தொடர்ச்சியில் ஓரிறை கொள்கை கொண்ட மதங்களின் தத்துவங்கள் உச்சநிலையை அடையத்தொடங்கின. மனித இனமு புதிய முறைக்குள் நுழைய ஆரம்பித்தது. பகுத்தாயும் பல சொற்கள், வார்த்தையாடல்கள் உருவாகத்தொடங்கின. மதத்தலைவர்கள் அவற்றை நடைமுறை கருவிகளாக மாற்றத்தொடங்கினார். இந்த சூழலில் அல்லாஹ் என்ற சொல்லாடல் சமூக மத நிறுவனத்திற்கு அடிப்படையான ஒன்றாக மாறியது. இது சுமேரிய, எகிப்து மற்றும் பார்சி மரபில் தொடர்ந்திருந்தது. மையப்படுத்தப்பட்ட சமூகங்கள் அதிகாரத்திற்கு வந்த போது, ஓரிறைக்கொள்கை கொண்ட மதங்கள் அதனை நோக்கி மாறத்தொடங்கின. இந்த கருத்தியலின் பரிணாமம் பூமியின் அரசன் எனவும், சொர்க்கத்தின் அதிபதி எனவும் இரண்டாக உருவானது. இந்த கருத்தாக்கம் சுமேரிய மற்றும் எகிப்து நாகரீகங்களிலும் தொடர்ந்திருந்த நிலையில்

அங்கு எப்போதும் கடவுள் - மனிதன் என்ற இருமை கோட்பாடு மையம் கொண்டிருந்தது. அங்கு தான் பரோவா மற்றும் நம்ரூத் ஆகிய அரசர்கள் தங்களை கடவுளராக அறிவித்துக்கொண்ட தொன்ம நிகழ்வுகள் நடைபெற்றன. இந்த குணாதிசயத்தின் நீட்சியில், அங்கு அடிமை முறை வேர்கொண்டிருந்தது என்பது தெளிவாகிறது.எகிப்திய பிரமிடுகளும், சுமேரிய கல்லறைகளும் அவர்கள் அங்கிருந்த அரசர்களுக்கு ஊழியம் செய்பவர்களாக இருந்தனர் என்பதை குறிப்பிடுகின்றன. இந்நிலையில் வரலாற்று காலகட்டத்தின் தொடர்ச்சியில் கடவுள் - அரசன் என்ற உறவு முறை தகர்க்கப்பட்டது. உலகின் மூன்று பெருமதங்களின் தந்தையான இப்ராஹீம் என்ற ஆப்ரகாம் தன்னுடைய முதன்மையான சமூக செயல்பாடாக இந்த அதிகார முறையை தகர்க்க விரும்பினார். அதன் படியே செயல்பட்டு வெற்றிக்கொண்டார். அரசனுக்கு குடிமக்கள் செய்யும் உதவியாக குழந்தைகளை, குறிப்பாக பெண் குழந்தைகளை உயிருடன் புதைக்கும் பழக்கம் வழக்கில் இருந்தது. இதையும் ஆபிரகாம் மாற்றினார். மேலும் ஆபிரகாமை பொறுத்தவரை அவர் அல்லாஹ் என்ற சொல்லோடு அதிக உறவுடையவராக இருந்தார். மேலும் மனிதன் கண்டிப்பாக அல்லாஹ் போன்ற இறைவனாக முடியாது என்றார். மனிதன் அவ்வாறு ஆக முடியாத நிலையில் அவன் அதனின் பகுதியாக கூட ஆக முடியாது என்றார். இந்நிலையில் அல்லாஹ் பற்றிய கருத்துரு வரலாற்றடிப்படையில் மூன்று கட்டங்களாக வளர்ச்சி பெற்றது. ஒன்று சுமேரிய மற்றும் எகிப்திய நாகரீக காலகட்டத்தில் மேல் எழுந்தது . இதன் தொடர்ச்சியில் ஆபிரகாமின் காலகட்டம். இரண்டாவது மூஸா என்ற மோஸஸின் காலகட்டம். மூன்றாவது இயேசுவின் காலகட்டம். இவற்றின் தொடர்ச்சியில் அரேபிய தீபகற்பத்தின் இனக்குழுக்கள் தங்கள் தலைமை தெய்வமாக அல்லாஹ் என்பதை எடுத்துக்கொண்டன. அவர்களின் தலைமை இடமாக மெக்கா நகரம் இருந்தது. அவர்களின் இயற்கை குறியீடாகவும் அது இருந்தது. இனக்குழு வாழ்வியலின் தொடர்ச்சியில் ஒரு பகுதியாக அவர்கள் இந்த கருத்துருவை நிறுவினார்கள். மேலும் கிறிஸ்துவின் வரலாற்றில் கன்னிமேரி என்பது அன்றைய ஆணாதிக்க கருத்தியலின் தொன்ம குறியீடு. அதாவது விந்தணுவற்ற பிறப்பு முறை மேற்கண்ட கோட்பாட்டின் பிரதிபலிப்பு தான்.

நபியின் வாழ்வின் இடைக்கட்டத்தில் ஓரிறைக்கோட்பாட்டை முன்வைத்து இனக்குழு கட்டமைப்பை தகர்ப்பதற்கான கட்டாயம் ஏற்படுகிறது. ஆனால் சூழலின் நிர்பந்தம் காரணமாக அது சிறிதுகாலம் தடைபட்டது. அதன் பிறகு மெக்காவிலும், அதற்கு அருகிலும் இனக்குழுக்களின் கோவில்களை, சிலைகளை தகர்த்ததன் மூலம் புதிய சமூக ஒழுங்கும், மத கட்டமைப்பும் நிறுவப்பட்டது. இந்நிலையில் இனக்குழுக்களுக்கும், இஸ்லாம் என்ற புதிய ஒழுங்கை ஏற்றுக்கொண்டவர்களுக்குமான மோதல் அதிகரித்தது. இந்நிலையில் நபி மெக்கா என்ற வணிக நகரத்தை விட்டு மதீனா என்ற பெரும் நகரத்திற்கு செல்ல நேர்ந்தது. இங்கு தான் புதிய மதம் சார்ந்த வலுவான அரசமைப்பு உருவாவதற்கான அடித்தளம் இடப்பட்டது. இந்நிலையில் அன்றைய காலகட்டத்தில் அரபுலகில் இஸ்லாம் வேகமாக பரவியது. அந்த தருணத்தில் கிறிஸ்தவம் அதன் அசல்தன்மையை பெரும்பாலும் இழந்திருந்தது. ஆனால் அது ரோம பேரரசு மூலமும், பைசாண்டிய அரசு மூலமும் நவீனமயமாகி இருந்தது.இந்நிலையில் இஸ்லாம் ஐரோப்பாவுக்கு எதிராக இராணுவ பரப்புரை செய்தது. அதன் காரணமாக கிழக்கிற்கும், மேற்கிற்கும் நம்பிக்கை அடிப்படையில் ஒத்ததன்மைகளை காண முடியாத நிலைமை ஏற்பட்டது. இந்நிலையில் இஸ்லாத்தின் வரலாற்று பங்கு என்ன? மேலும் அது பழைய நாகரீகத்தை மீட்டுருவாக்கம் செய்ததா? அல்லது வெற்றிடத்தை நிரப்பியதா? அல்லது இது வரலாற்றின் விநோதமா? என்பது மாதிரியான கேள்விகள் எழுகின்றன. ஒருவகையான பார்வையில் இஸ்லாம் நிலப்பிரபுத்துவ காலகட்டத்தின் புரட்சிகர, வித்தியாசமான மனப்போக்காகும். அதே நேரத்தில் கிறிஸ்தவம் என்பது அதே காலகட்டத்தின் பரிணாம மற்றும் புரட்சிகர கூறாகும். இரு மதங்களும் கருத்தியல் ரீதியாக ஏறத்தாழ ஒரே மாதிரியான கட்டமைப்பை உடையவை. புதிய ஏற்பாடும், குர் ஆனும் இரு மதங்களின் தோற்றம் பற்றிய முடிவான ஆதாரங்களை அளிக்கின்றன. புதிய எற்பாடும் மற்றும் பிற கிரந்தங்களும் சுமேரிய மற்றும் எகிப்து தொன்மவியல்களின் வேர்களிலிருந்து உருவானவை. மேலும் நபி தன் கருத்தியலை மற்றவர்கள் முன் வெளிப்படுத்தும், எடுத்துரைக்கும் திறனை அதிகம் பெற்றிருந்தார்.இது அன்றைய சூழலில் மிக சாத்தியமான ஒன்றாக இருந்தது. அதன் தொடர்ச்சியில் அவருக்கு வெற்றியும் கிடைத்தது.

மத்திய கிழக்கின் மறுமலர்ச்சி வரலாற்றை நோக்கும் போது முஹம்மது நபியின் கடந்த காலத்தை நோக்குவது மிக முக்கியமாகும். அது கடந்த மற்றும் தற்கால சர்வாதிகார மற்றும் ஏதேச்சதிகார கூறுகளிலிருந்து விலகியதாகும். அவரின் கோட்பாடு அவரின் பெயரை குறிப்பிட்டு எதேச்சதிகாரிகளாக இருந்தவர்களின் வரலாறிலிருந்து முற்றிலும் வேறுபடுகிறது. இஸ்லாம் அதன் ஆரம்ப நிலையில் அதனை பின்பற்றியவர்களால் முற்றிலும் சமரசத்திற்குள்ளானது. மேலும் அவரின் கோட்பாடுகளும், போதனைகளும் இறுதிகட்டத்தில் திரிபுக்குள்ளாயின. அவரின் குடும்பம் மற்றும் நண்பர்கள் பலர் பாதிக்கப்பட்டனர். மேலும் அவர் மரணித்த தருவாயில் அவரின் உடல் மூன்று நாட்கள் கழித்தே அடக்கம் செய்யப்பட்டது. (இது பற்றிய வரலாற்று ரீதியான விவாதங்கள் இன்றும் நடந்து வருகின்றன) மேலும் நபியின் பேரனான ஹுசைன் உமய்யாக்களால் கொல்லப்பட்ட நிகழ்வை வரலாற்றின் மாபெரும் துயரம் என்கிறார் ஒசலான். இது இஸ்லாத்தின் தோற்ற நிலையில் பெரும் துரோகத்தை ஏற்படுத்தியது. ஆக இஸ்லாத்தின் வரலாறு மற்றும் எதார்த்தம் புதிய வழியில் பரிணாமம் செய்யப்பட வேண்டும் என்கிறார் ஒசலான். ஆக மத்திய கிழக்கு வரலாற்றின் தொடர்ச்சியில் பல திரிபுப்படுத்தப்பட்ட வரலாற்று சொல்லாடல்களால் அதிகம் பாதிக்கப்பட்டிருக்கிறது. ஆக அடிப்படையான சீர்திருத்தங்களே அதன் தனி நபரை இந்த சாத்தியமான சூழல்களை நோக்கி நகர்த்தும். ஆக எல்லாவித சகாப்தங்களும், நாகரீகங்களும் அதற்கான சொந்த கருத்தியல் அடையாளத்தைக்கொண்டிருக்கின்றன. அதை ஒசலான் கருத்தியல் அடையாளம் (ideological identity) என்கிறார். ஆக சுமேரிய நாகரீக தொன்மத்தின் அடிப்படையில் அரபு வம்சத்தை சேர்ந்த முஹம்மது நபி அவருக்கான சொந்த கருத்தியலை உருவாக்கினார். மேலும் பாபிலோனிய மற்றும் ஹிப்ருக்களின் காலத்தில் மூன்றாம் முறையாக இந்த கருத்தியல் மாற்றமடைந்து வேறுபட்ட மரபுகளாக மாறியது. ஆக செமிடிக் மரபுகளின், மதங்களின் தோற்றத்திற்கு சுமேரிய நாகரீகத்தின் தாக்கம் அதிகமாக இருந்திருக்கிறது. இந்நிலையில் இஸ்லாத்தின் பரிணாமம் அதன் நாகரீகத்தின் வேர்களை கண்டறிய வேண்டும். அதன் மூலம் அடுத்த கட்டம் நோக்கி நகர்த்தப்பட வேண்டும் என்பதே ஒசலானின் நிலைபாடு.

குர்து இனவியல், தேசிய மற்றும் ஜனநாயக இயக்கங்கள்

குர்துகளின் நீண்ட போராட்ட வரலாற்றிலிருந்து நாம் நிறைய படிப்பினைகளை கற்றுக்கொள்ள வேண்டியதிருக்கிறது. இயக்கம் சார்ந்த திரட்சி என்பது சமூக குழுக்களை பொறுத்தவரை சில தருணங்களில் அது வரலாற்று கட்டாயமாக இருக்கிறது. ஒரு தேசிய இயக்கம் ஏற்படுத்தும் தாக்கம் அந்த பிராந்தியத்தின் நீடித்த அடையாளமாக, வரலாற்று பதிவாக இருக்கிறது. இம்மாதிரியான சமூக நிகழ்வுகளை பொறுத்தவரை தன்னிச்சையான மற்றும் உணர்வு பூர்வமான செயல்பாடுகளை வித்தியாசப்படுத்துவதில் நமக்கு சிக்கல் இருக்கிறது. காரணம் அதன் சார்பியலான தன்மை தான். ஒரு செயல்பாடு எங்கே ஆரம்பிக்கிறது. எங்கே முடிகிறது என்பதை நம்மால் சரியாக கணிக்கமுடிவதில்லை. சமூக வடிவம் என்பது அந்த சமூகத்தின் மொத்த உணர்வின் வெளிப்பாடு மற்றும் அனுபவம். ஆக சமூக இயக்கத்தில் அந்த அனுபவம் உயிரோட்டமானதாகவும், தன்னிச்சையானதாகவும் இருக்கும்.

இரு கருத்தியல் ரீதியான கண்ணோட்டங்கள் சமூக இயக்கங்களின் அடிப்படைகள் மீது தாக்கம் செலுத்துகின்றன. முதலாவதாக குறிப்பிட்ட சமூக இயக்கங்களின் கொள்கை. அது குறிப்பிட்ட சமூகத்தின் சட்டகமாக இருக்கிறது. அதாவது விதிகளும், ஒழுங்குகளுமான கட்டமைப்பு, இரண்டாவதாக செயல் ஆற்றல். இது ஏற்றுக்கொண்ட செயல்பாடுகளும், விதிகளும், வருங்காலத்தை நோக்கிய பார்வைகளுமாகும்.அதே நேரத்தில் எல்லா செயல்பாடுகளின் பொருளாயத சட்டகமானது, உற்பத்தி சாதனங்கள், சமூக, அரசியல் மற்றும் இராணுவ நிறுவனங்களால் தீர்மானிக்கப்படுகிறது. எல்லா வரலாற்று சகாப்தங்களும் அதற்கான சொந்த சமூக இயக்கங்களை கொண்டிருக்கின்றன. முதலாளித்துவ சகாப்த இயக்கங்களானது தேசிய உந்துசக்திகளால் தீர்மானிக்கிறது. சிறிய சமஸ்தானங்கள்,

குறுநில மன்னர்கள், குறுகிய மனம் படைத்த நிலப்பிரபுத்துவ ஆட்சியாளர்கள் எல்லாம் சிறிய விவகாரங்களுக்கு பெரிய முக்கியத்துவத்தை அளிக்கின்றனர். முதலாளித்துவ நலன்கள் என்பவை சிறிய எல்லைகளையும், அதே நேரத்தில் பெரிய சந்தைகளையும் கோருகின்றன. இந்த காலகட்டத்தில் சமூக இயக்கங்கள் தேசிய நோக்கங்களை நோக்கி நகர்ந்து வருகின்றன. வரையறுக்கப்படாத தேசிய சந்தைகள், தேசிய கலாசாரம், தேசிய மொழி, தேசிய வரலாறு மற்றும் தேசிய அரசு ஆகியவை புனித இலட்சியங்களாக மாறின. இந்த தருணத்தில் ஆளும் வர்க்கத்தின் நலன் என்பது சமூக இயக்கத்தின் ஒருங்கிணைந்த ஒன்றாக மாறும். அப்படி இருக்கும் நிலையில் எல்லா அற மதிப்பீடுகளும் தேசிய சந்தை அல்லது தேசிய அரசுக்கு உகந்ததாக இருந்திருக்கும். இங்கு அடிப்படை பிரச்சினை என்பதே தேசிய தராதரம் பற்றிய சர்வதேச விதிமுறை. ஆகவே சமூக இயக்கங்கள் என்பவை பொதுவாழ்க்கை மற்றும் பொது நலனுக்கு உகந்ததாக இருக்க வேண்டும்

என்பது தான். இங்கு அடிப்படை என்பதே தேசிய தராதரத்தின் அடிப்படையில் பார்க்கப்படுகிறது. இதன் தொடர்ச்சியில் இந்த மனோபாவம் முடிவற்ற கருத்தியல்நிலையில் தான் கொண்டு போய் முடிகிறது. மேலும் வரலாற்றில் சமாதானத்தை, மனித இயலை மற்றும் அற காரணத்தை போதிப்பதற்காக நிறைய இயக்கங்கள் உருவாயின. மேலும் ஒடுக்கப்பட்ட, அடக்கப்பட்ட மக்களுக்கான குரல்களாகவும் பல குழுக்கள் தோன்றியிருக்கின்றன. இவை எல்லாம் அந்த காலகட்டத்தில் குறிப்பிட்ட சமூகத்தை பிரதிநிதித்துவம் செய்த ஒன்று தான். இது வரலாறு முழுவதும் நடைபெற்றிருக்கிறது. உலக வரலாற்றில் முதன் முறையாக இனக்குழுக்கள் அடிமைத்தனத்திற்கும், ஆயுதம் தரித்த கொள்ளையர்களால் சூறையாடலுக்கும் உட்பட்ட போது அவர்களுக்கான விடுதலை இயக்கம் தானாகவே உருவானது. அவர்களின் முதல் புலம்பல் இவ்வாறு இருந்தது." எங்களின் வலி, அடிமைத்தனம் மற்றும் சுரண்டலுக்கான மூல காரணம் என்ன? இதை எந்த கடவுளிடம் நாங்கள் முன்வைப்பது? இவ்வாறாக புனித அரசுகள் கேள்விக்குள்ளாக்கப்பட்டு வருங்கால ஒடுக்கப்பட்ட மக்களுக்கான இயக்கத்தின் விதை அப்போது தூவப்பட்டது.

தீர்க்கதரிசனம், தத்துவப்பள்ளிகள் மற்றும் அனுபூத பிரிவுகள் சமூக இயக்கங்களின் வரலாற்றில் முக்கிய இடம் வகித்தன. அதுவே கருத்துகளுக்கும், நம்பிக்கைகளுக்குமான புவி ஈர்ப்பாக இருந்தன. இடைக்காலத்தில் பல விதமான பிரிவுகள், மற்றும் மத இயக்கங்கள் ஆகியவை ஒடுக்கப்பட்ட மக்களின் சாரமாக இருந்தன.

இன்றைய உலகமயமாக்கல் கட்டத்தில், குறிப்பாக இன்றைய உலகச்சந்தையானது அறிவியல் மற்றும் தொழில்நுட்பரீதியான வளர்ச்சியின் உந்துதலில் இருக்கும் நிலையில் தேசிய சந்தைகளும், அரசுகளும் வளர்ச்சியின் வடிவத்தில் மிகப்பெரும் தடைகளாக இருக்கின்றன. அதீத தேசியத்தில் நாம் நிறைய அரசியல் மற்றும் பொருளாதார முறைமைகளை பார்க்கிறோம். பிராந்திய கூட்டமைப்புகள் கூட இதன் வடிவத்தில் செயல்படுகின்றன.ஆக சர்வதேச சமூகம் வலுவான நேரங்களை பார்க்க போவதில்லை. மேற்கண்ட விஷயங்களின் தொடர்ச்சியில், குர்திஷ் சமூகம் சுதந்திர தேசிய சந்தையை உருவாக்க முடியாது. அது தேசிய அரசை நோக்கி கூட நகர முடியாத நிலைமையில் இருக்கிறது. ஒசலானின் பார்வையில் குர்திஷ் யுக்திகள் கூட இப்படியான கண்ணோட்டங்களை எதிர்மறையாக பாதிக்க கூடிய நிலையில் இருக்கின்றன என்பதாகும். காரணம் அவர்களின் போராட்டம் சரியான திசை வழியில் செல்லாமல் ஒருகட்டத்தில் சிதறலாக்கமாக இருந்தது. காரணம் சுயநிர்ணயத்துக்காக போராடும் ஓர் இனத்திற்கு நிபந்தனைகளும், முன்நிபந்தனைகளும் இருக்க வேண்டியது மிக அவசியம். காரணம் நவீன சமூகம் என்பது அதன் சுயம் சார்ந்த அரசியல், பொருளாதார மற்றும் சமூக வளர்ச்சி சார்ந்த நெருக்கடிகளை அதன் மூலம் மட்டுமே நிறைவேற்ற முடியும். இந்நிலையில் குர்து சமூகம் நவீன தொடர்பு ஊடகங்களை அதன் மொழிதரத்திற்காகவும், தேசிய கலாசாரத்திற்காகவும் பயன்படுத்திக்கொள்ள வேண்டும். சில நாடுகளின் அரச கட்டமைப்பானது மிகுதியான கலாசார உரிமைகளையும், வளர்ச்சிக்கான வாய்ப்புகளையும் தேசிய சமூகத்திற்கு அளிக்கிறது. ஆனால் துரதிஷ்டவசமாக குர்திய கலாசாரம் மற்றும் மொழியானது பொதுவெளியில் வருவதிலிருந்து, அதில் குவியப்படுவதிலிருந்து தடுக்கப்பட்டுள்ளது.

ஒவ்வொரு காலகட்டத்திலும், குர்துகள் உற்பத்தியிலும், வளர்ச்சியிலும் பெரும் பங்களிப்பை செய்துள்ளனர். நவகற்காலத்தில் அவர்கள் விவசாய புரட்சியிலும், கால்நடை இனப்பெருக்கத்திலும் குர்துகளுக்கு இயங்கியல் ரீதியான பொறுப்பு இருந்தது. குர்துகள் கிழக்கின் முதல் மதம் சார்ந்த சமூகம். அவர்கள் தான் நம்பிக்கை முறைமையையும், தொன்மவியலையும் அங்கு வளர்த்தெடுத்தனர். குர்துகளின் வலுவான இனக்குழு கட்டமைப்பு மற்றும் அவர்களின் தொன்று தொட்ட மரபான வழக்கங்களை கைவிட மறுக்கும் மனோபாவம் ஆகியவை காரணமாக அவர்கள் சுமேரிய காலனியாதிக்கத்தையும், அடிமைத்தனத்தையும் எதிர்த்தனர். அக்கால நிறைய இனக்குழுக்கள் அடிமைமுறையாக மலைகளில் வாழ்வதையே விரும்பினர். அவர்கள் பிற்கால சொராஷ்டிர போதனைகளில் இருந்து தான் விடுதலைக்கான உணர்வை மிக தாமதமாக பெற்றனர். இதே அடிப்படையில் பண்டைய இனக்குழு காலகட்டத்தில் நிறைய விடுதலை இயக்கங்கள் தோன்றின. இதன் தொடர்ச்சியில் குர்துகள் இடைக்காலத்தில் அவர்களின் விடுதலைக்கான போராட்டத்தை முன்னெடுத்தனர். அது சொராஷ்டிரம், அலிவிசம், மணிச்சியம் வழியாக இருந்தது. அதுவே அக்காலகட்டத்தில் அவர்களின் விடுதலைக்கான கூறாக இருந்தது. அவர்களின் போராட்டம் என்பது அக்காலகட்டத்தில் நிலப்பிரத்துவ அடிமைத்தனத்திற்கு எதிரானதாக இருந்தது. நிலப்பிரபுத்துவத்தை அடிப்படையாகக்கொண்ட ஆளும் வர்க்கம் குறிப்பிட்ட கட்டத்தில் மக்களை விட்டு அந்நியப்படத்தொடங்கியது. ஒழுக்க நெறிப்பிறழ்வுகள் சமூகம் முழுவதிலும் ஊடுருவின. முதலாளித்துவம் உருவான போது, குர்துகள் புதிய அறிவார்ந்த தேசிய விடுதலை இயக்கத்தையும், தேசிய அரசு பற்றிய கருத்தாக்கத்தையும் எதிர்கொண்டனர். குர்து மக்களிடையே மக்கள் இயக்கமானது புதிய வடிவத்தை எடுத்தது.

குர்து சமூகத்தின் இருப்பின் தொடர்ச்சியில், முதலாளித்துவ காலனியாக்கத்தின் விளைவானது, அவர்களின் சமூக இயக்கத்திற்கான புதிய வடிவத்தை தோற்றுவித்தது. இந்நிலையில் குர்துகளிடையே பூர்ஷ்வா வர்க்கம் வளராத நிலையில், அவர்களின் மனோபாவமானது, அசிரிய மற்றும் அர்மேனிய தேசிய பூர்ஷ்வாக்களுக்கு எதிராக இருந்தது. அதே நேரத்தில் குர்துகள் குர்திஸ்தான் என்ற கருத்தியல் மீது உணர்ச்சி பூர்வமாக

கட்டுண்டு இருந்தனர். மேலும் குர்துகளின் கருத்தியல் குறைபாடு காரணமாக அவர்களிடையே நவீன வேலைத்திட்டங்கள் மற்றும் இயக்கங்கள் உருவாகாமல் இருந்தன. மேலும் நிலப்பிரபுத்துவத்தின் ஆளுகையின் கீழ் இருந்த தொடக்க கால தேசிய இயக்கங்கள் குர்துகளிடையே பெரும் இழப்புகளையும், தோல்விகளையும் ஏற்படுத்தின. பல தருணங்களில் ஆளும் வர்க்கம் கலகக்காரர்களின் குடும்பங்களை தன் கட்டுப்பாட்டில் கொண்டு வந்தது. இதன் காரணமாக ஆளும் வர்க்கம் போராடும் மக்களை அடக்குவதற்கு இந்த குடும்பங்களை கருவியாக பயன்படுத்திக்கொள்ள தொடங்கியது. இதன் சிறந்த உதாரணமாக 1806 சுலைமானியா பகுதியில் இருந்த பாபன்சேட் இனக்குழுவை கருதலாம். இதன் உறுப்பினர்கள் பிந்தைய கட்டத்தில் ஆளும் வர்க்கத்தின் மிக மோசமான தரகர்களாக மாறிப்போனார்கள். மேலும் தொடர்ந்த உதாரணமாக பெட்ரிக்கன் இனக்குழுவை எடுத்துக்கொள்ளலாம். இவர்கள் ஆரம்பகால தேசிய இனத்தலைவர்கள் இருந்த நிலையில், ஒரு கட்டத்தில் அது தோல்வியுற்றதன் விளைவாக முடங்கிப்போய் ஆளும் வர்க்கத்தின் கூட்டாளிகளாக மாறிப்போனார்கள். பின் எந்த அரசியல் இயக்கத்தையும் அவர்கள் உருவாக்கவில்லை.

முதல் உலகப்போர் குர்துகளின் வாழ்வியலிலும், தொடர்ந்த சுயநிர்ணய போராட்டத்திலும் மிகப்பெரும் தாக்கத்தை ஏற்படுத்தியது. அப்போது போராட்ட களத்தில் ஈரானில் இஸ்மாயில் சிம்கோ, ஈராக்கில் மஹ்மூத் பர்சானி, துருக்கியில் ஷேக் செயித் ஆகியோர் இருந்தனர். ஆனால் இவர்கள் ஏகாதிபத்தியத்திற்கு எதிராக நிலையான போராட்ட செயல்திட்டத்தை உருவாக்கத் தவறிவிட்டனர். ஒரு வேளை இவர்கள் குர்து போராட்டத்தின் வெற்றிப்பெறாத சாதக தலைவர்கள். மேலும் இவர்கள் தீவிர செயல்பாடுகளுக்கு எதிராக எளிய அரசியல் வேலைத்திட்டத்தையே முன்வைத்தனர். இது காலப்போக்கில் குர்து மக்களுக்கு எவ்வித பலனையும் பெற்றுத்தரவில்லை என்கிறார் ஒசலான். மேலும் தொடக்க கால தேசிய போராட்டம் அரசியல் கட்சியின் வடிவத்தில் உருவான போது அது குர்து ஜனநாயக கட்சியின் வடிவில் (Kurdish Democratic party) தோற்றம் கண்டது. கே.டி.பியானது அரசியல் ரீதியாக அதற்கான தகுந்த கட்சியாக இருந்த போதிலும் காலப்போக்கில் அது தேசியப்போராட்டத்தை அடுத்தக்கட்டத்திற்கு நகர்த்த

தவறியது. ஒரு கட்டத்தில் அவர்கள் மற்ற குர்து ஜனநாயக இயக்கங்களை எதிர்க்கத்தொடங்கினர். கே.டி.பி மற்றவர்களை தங்கள் நலன்களுக்கு எதிராக போட்டியாளர்களாக கருதினர். இதனால் அவர்களின் போராட்டக்கருத்தியல் தளம் நீர்த்து போய் குர்துகள் வாழும் பிராந்தியங்களில் எல்லாம் அவர்களின் சோதனையாளர்களாக கே.டி.பி மாறிப்போனது என்கிறார் ஓசலான். இதுவே பிந்தைய கட்டத்தில் குர்து தொழிலாளர் கட்சியை தாம் ஏற்படுத்துவதற்கான நிர்பந்தத்தை உருவாக்கியது என்கிறார் ஓசலான். இதை ஆரம்பித்த பிறகு குர்து மற்றும் துருக்கிய சமூகத்தின் மிகப்பெரும் சவால்களையும், நெருக்கடிகளையும் ஓசலான் எதிர்கொண்டார். ஆனால் இந்த நெருக்கடிகள் தான் அவருக்கு அடுத்தக்கட்டத்தை நோக்கி தன்னையும், தன் கட்சியையும் நகர்த்துவதற்கான உத்வேகத்தை அளித்தது.

குர்து சமூகத்தில் நிலப்பிரபுத்துவ மேட்டுக்குடி வர்க்கம் முதலாளித்துவத்துடன் உறவுகொள்ள ஆரம்பித்த பிறகு குட்டி பூர்ஷ்வா வர்க்கம் அம்மாதிரியான உறவு முறைகள் மீது சாய ஆரம்பித்தது. இதன் காரணமாக ஐரோப்பிய பூர்ஷ்வா தேசிய இயக்கம் மாதிரியான செயல்கட்டமைப்பிற்கு குர்து தேசிய இயக்கங்கள் மாறின. இந்நிலையில் குர்து உயர்தரவர்க்கம் சந்தைமயமாக்கலுக்கு எதிராக போராடவில்லை. மாறாக அவர்களின் சொந்த நலனுக்காக மட்டுமே செயல்பட்டார்கள். அவர்களை தரகர்கள், முகவர்கள் என்று அழைப்பது பொருத்தமாக இருக்கும் என்றார் ஓசலான். ஆனால் அவர்களின் சமூக தகுதியும், சமூக சூழ்நிலையும் வளர்ந்து வரும் நகரமயமாக்கல் காரணமாக முதலாளித்துவ உற்பத்தி விதிகள் தான் தீர்மானிக்கின்றன. இதே நேரத்தில் அரச அதிகாரமும் நகர்புற மத்தியத்தரவர்க்கத்தின் பங்களிப்பாளராக இருக்கிறது. அதே நேரத்தில் குட்டி பூர்ஷ்வா வர்க்கம் நகர மற்றும் கிராமப்புறங்களில் வேகமாக பரிணாமம் கொள்ளத்தொடங்கியது. கிராமப்புறத்தவரோ அல்லது நகர மத்தியதர வர்க்கத்தினரோ இந்த தேசிய போராட்டத்தில், கலாசார உரிமைக்காகவோ அல்லது மொழி உரிமைக்காகவோ போராடவில்லை. மாறாக அவர்கள் தரகு வர்க்கத்தை அல்லது அதற்கு இணையான குட்டி பூர்ஷ்வாக்களை சார்ந்திருக்கின்றனர். அவர்களுக்கு சொந்த தேசிய கலாசார குறிக்கோள்கள் எதுவும் தேவையில்லை.மேலும் அவர்களின் வசதியான இருப்பு என்பது சொந்த மக்களின் இருப்பை சார்ந்து அமையவில்லை.

சாதாரண மக்கள் உன்னத லட்சியத்திற்காக போராடும் போது அவர்கள் நிலப்பிரபுத்துவ கட்டமைப்பிற்காகவும், அதிகாரவர்க்க நலனிற்காகவும் செயல்படுகின்றார்கள். இதனால் இருபதாம் நூற்றாண்டின் இரண்டாம் அரைப்பகுதியில் எதார்த்த சோசலிசம் மற்றும் ஏகாதிபத்தியத்திற்கு எதிரான சிந்தனைகளும், உணர்வுகளும் எல்லா குர்து பிரதேசத்திலும் ஏற்பட்டன. இதனை அடிப்படையாக வைத்து பல தேசிய இயக்கங்கள் உருவாயின. அவற்றின் கருத்தியல்கள் லெனினியத்தை அடிப்படையாகக் கொண்டிருந்தன. குர்திஸ்தானின் எல்லா பகுதிகளிலும், எல்லா இயக்கங்களிலும் தேசிய விடுதலைக்காக ஒசலானின் கட்சியான பி.கே.கே குறிப்பிட்டத்தக்க பங்களிப்பை ஆற்றியது. அதன் வீச்சு பிந்தைய கட்டத்தில் மத்தியகிழக்கு பிராந்தியம் முழுமைக்குமாக பரவியது. அது உருவாக்கிய குர்து தேசிய இன பிரக்ஞை மத்திய கிழக்கு அரசுகளுக்கு மிகப்பெரும் சவாலாக இருந்தது. இதனால் ஒசலான் அந்த அரசுகளுக்கு மிகப்பெரும் நெருக்கடியாக தோன்றினார்.இதன் காரணமாக ஒசலான் துருக்கி அரசின் தேடுதல் வேட்டைக்கு ஆளானார். இறுதியாக கென்யாவில் பிடிக்கப்பட்டு துருக்கி கொண்டு வரப்பட்டு அங்கு தனிமை சிறையில் அடைக்கப்பட்டார்.

குர்து இனப்பிரச்சினை - சில குறிப்புகள்

குர்து விவகாரத்தை பொறுத்தவரை சிலர் குர்து போராட்டம் ஒரு தேசிய பிரச்சினை என்கிறார்கள். சிலர் அதை முரண்பாடாக எடுத்துக்கொள்கின்றனர். சிலர் அதை தீர்க்க முடியும் என்கிறார்கள். எல்லா அரசியல் மற்றும் கருத்தியல் சார்ந்த நிலைபாட்டைக்கொண்டவர்கள் இதை தீர்க்க முடியும் என்று நம்புகிறார்கள். எந்த மனிதனும் கருத்தியல் இல்லாமல் வாழ முடியாது என்கிறார் ஒசலான். அதாவது குறைந்தபட்சம் உலகப்பார்வை இல்லாமல் கூட இருக்க முடியாது. இது அடிப்படையான மனித இயல்பே. இந்த சூழலில் கருத்தியல் என்பது நான்கு வகையான பிரிவுகளின் கீழ் வருகின்றது. 1. தொன்மவியல் 2. மதம் 3. தத்துவம் 4. அறிவியல் பார்வை. அன்றாடத்தின் நிகழ்வுகளோடு ஒத்தமையக்கூடிய மனிதன் இந்த வகைப்பாட்டிற்குள் தான் வருகிறான். முந்தைய வரலாற்று மனிதர்கள் எல்லோருமே தொன்மவியலோடு சம்பந்தப்பட்டவர்கள் தான். இன்னொரு நிலையில் மதம் அல்லது இறையியல் அணுகுமுறையில், நவீன அறிவின் படி, அது உலகப்பார்வை என்பதை விட அம்மக்களின் உளவியல் நிபந்தனையாக இருக்கிறது. தத்துவம் என்பது லௌகீக நிகழ்வு மையத்தை அதன் எளிமையான குணகங்களோடு விளக்கும் ஒன்று தான். இது காரண-காரிய செயல்பாட்டை ஆராய்கிறது. இந்த காரண காரிய செயல்பாடு பண்டைய அடிமைமுறை சமூகத்தில் வழக்கில் இருந்தது. பிந்தைய கட்டத்தில் முதலாளித்துவ நாகரீகத்தில் அறிவியல் ரீதியான முறை வளர்ச்சி பெற்றது. இது அனுபவரீதியான மற்றும் நடைமுறை ரீதியான கருதுகோள்களுடன் தொடர்பு கொண்டது. அருவமான தத்துவார்ந்த கோட்பானது அனுபவரீதியான மற்றும் உள்வாங்கலான ஆதாரத்தோடு இருக்கும் நிலையில் அங்கு அறிவியல் ரீதியான அணுகுமுறை தேவைப்படுகிறது. இங்கு

தூய அறிவு என்பது சாத்தியமில்லை. காரணம் அவை அறிவியல் ரீதியான அணுகுமுறைக்கு இணக்கமற்றதாக இருக்கிறது. அறிவு எப்போதுமே முழுமையற்றதாக இருக்கிறது. மதங்கள் மற்றும் தொன்மவியல் சார்ந்த விளக்கங்கள் சிலருக்கு மற்றவர்கள் சார்ந்த நம்பிக்கைகளோடு தொடர்பு கொண்டதாக இருக்கிறது. ஆக எந்த கருத்தியல்களும் அறிவியல் ரீதியான பார்வைகளோடும், அனுபவவாதம் மற்றும் உட்கிரகிப்பு சார்ந்ததாக இருக்க வேண்டும். இவை இல்லாத நிலையில் அது மிகப்பெரும் வெற்றிடத்தையே ஏற்படுத்தும்.

பண்டைய காலத்திலும் அல்லது இடைக்காலத்திலும் குர்துகள் போதுமான நிலையில் அவர்களின் கருத்தியல் நிலைப்பாட்டோடு இயைந்திருக்கவில்லை. மாறாக வரலாற்றின் அநேக தருணங்களில் அவர்கள் பலரின் ஆக்கிரமிப்பிற்கு உட்பட்டும், ஆட்சியாளர்கள் மாறிய கட்டத்திலும் இருந்தனர். குர்துகளை பொறுத்தவரை கருத்தியல் என்பது ஆக்கிரமிப்பாளர்களின் நிலைபாட்டை நியாயப்படுத்துவதிலும், அவர்களின் ஒடுக்குமுறை கலாசாரம் சார்ந்தும் இருந்தது. அதே நேரத்தில் நவீன காலத்தில் குர்துகளின் மத அல்லது தொன்மவியல் சார்ந்த கோட்பாடுகள் தான் குறிப்பிட்ட கட்டத்தில் அவர்களுக்கு மிகப்பெரும் துணையாக இருந்தன. ஆனால் அந்நிய ஆக்கிரமிப்பாளர்களின் தொடர்ந்த கருத்தியல் தாக்கம் காரணமாக குர்து கலாசாரத்தையோ அல்லது அடையாளத்தையோ வெளிப்படுத்துவது என்பது மிகப்பெரும் தேச அவமதிப்பாக பார்க்கப்பட்டது. ஆக குர்து வரலாற்றின் அறிவியல் ரீதியான சொல்லாடல்களுக்கு நாம் ஐரோப்பிய நாகரீகத்தை தான் பார்க்க வேண்டும். மேலும் வல்லாதிக்க அரசுகள் காரணமாக குர்து பிரச்சினைகளைப்பற்றி விவாதிப்பது என்பது அபாயகரமானதாகவும், அவர்களால் ஏற்றுக்கொள்ள முடியாத ஒன்றாகவும் ஆகி இருக்கிறது. அதாவது குர்து, குர்திஷ் மற்றும் குர்திஸ்தான் என்று பேசுவதே அவர்களுக்கு சவாலான ஒன்றாகவும், தண்டனைக்குரிய குற்றமாகவும் பார்க்கப்படுகிறது. துருக்கியில் இதன் தாக்கம் மிகவும் அதிகம். தேசிய இனம் சார்ந்த கருத்தியல் பிரக்ஞை உருவாவதை கூட துருக்கி அனுமதிப்பதில்லை.

குர்து பிரச்சினையின் கருத்தியல் நிலைபாடானது எதிர்மறையாகவே பார்க்கப்படுகிறது. அதன் கருதுகோள் ஒரே

ஒரு குர்து தன்மை தான் நிலவுகிறது என்பதாகும். அதுவே மதிப்பு மிகுந்ததாகவும், மாற்ற முடியாததாகவும் இருக்கிறது என்பதன் நீட்சி அது. மேலும் கருத்தாக்க அடிப்படையில் குர்து பிரச்சினையின் கண்ணோட்டம் என்பது பலம், கடுமையாக்கம், உறுதித்தன்மை மற்றும் மற்ற தகுதிகளை சார்ந்தது. இந்த கூறுபாடுகள் தேசிய கண்ணோட்டத்தின் பகுதியாகும். மேலும் எந்த சமூகமும் மாறுதலுக்குட்பட்டதே. அந்த மாற்றங்கள் கூட அபூர்வமாக நிகழ்வதில்லை. சமூகங்கள் இயங்கியல் ரீதியான பரிணாமங்களுக்குட்பட்டு காலம் மற்றும் புவியியல் ரீதியான பரந்த சட்டகங்களுக்குள் இருக்கின்றன. காலம் மற்றும் புவியியல் கூறானது நம்மை வரலாற்றை வித்தியாசப்படுத்தவும், ஒப்பிடவும் செய்கிறது.

நவகற்காலத்தில் சமூகங்கள் நன்றாக இருந்திருக்கின்றன. நூற்றுக்கும் குறைவான எண்ணிக்கையில் மனிதர்கள் வேட்டையாடும் குழுவில் இருந்திருக்கின்றன. மொழி மற்றும் கலாசாரத்தின் வளர்ச்சி மட்டுப்படுத்தப்பட்ட நிலையில் தான் இருக்கின்றது. குர்து பிரதேசங்கள் தொல்லியல் மற்றும் மொழியியல் ஆய்வின் படி நவகற்காலத்தின் அடைவாக இருந்திருக்கின்றன. மேலும் இந்த பகுதிகள் தான் நாகரீகங்களின் தொட்டில் என்றும் ஒரு தொல்லியல் குறிப்பு காணப்படுகிறது.

முதலாளித்துவ காலகட்டம் சமூகங்களின் இனக் குழுத் தன்மையை மாற்றியது. தேசிய அரசுகள் தேசிய சந்தை, பொது கலாசாரம் மற்றும் மொழி என்ற அடிப்படையில் மாறின. நடப்பு எல்லா சமூகங்களும் இந்த விதிகளின் அடிப்படையில் தேசிய அரசுகளை உருவாக்கின. இதன் தொடர்ச்சியானது குர்து சமூகங்களை வெளிப்படையாக பாதித்தது. அதன் தேசியத்தன்மை பாதிப்புக்குள்ளானது. இப்போது குர்துகளுக்கு இரு வாய்ப்புகளே உள்ளன. பொதுவான சொந்த தேசத்தை கட்டமைத்து மற்ற இனக்குழுக்களை உள்ளடக்கிய ஓர் அரசை உருவாக்குவது அல்லது தற்போதைய நிலையில் பிற இனக்குழுக்களுடன் சேர்ந்து மற்ற நாடுகளில் வாழும் குர்து இனங்களிடம் இருந்து அந்நியப்பட்டு தங்களின் வாழ்க்கைப்போக்கை அமைத்துக்கொள்வது. பொதுவாக எந்த ஒரு இனக்குழு அல்லது தேசியம் அடிப்படையில் பலமான ஒன்றல்ல. மாறாக அது வரலாற்று செயல்முறையின் படி தன் அடிப்படை கட்டமைப்பை

மாற்றிக்கொள்ளும் நிலையில் தான் பலமான ஒன்றாக மாறும். ஒவ்வொன்றுமே பரிணாமம் கொள்ளும் நிலையில், இனங்கள் என்பவை வரலாற்றின் விதிகளுக்கு உட்பட்ட ஒன்று தான். குர்து என்ற பெயரின் முதல் வரலாற்றுத் தொடக்கம் சுமேரிய காலகட்டத்தில் உருவாகி விட்டதாக ஒசலான் குறிப்பிடுகிறார். முற்சேர்க்கையான குர் என்ற சுமேரிய வார்த்தையின் அர்த்தமானது மலைகள் என்பதாகும். தி என்ற பிற்சேர்க்கையின் அர்த்தம் இணைவு என்பது. ஆக சுமேரிய மொழியின் படி குர்து என்ற சொல்லின் முழுமையான அர்த்தம் மலைகளுடன் சம்பந்தப்பட்ட மனிதர்கள் என்பதாகும். காலத்தொடர்ச்சியில் இந்த பெயரே நிலைத்து இன்றும் மலைவாழ் இனக்குழுக்கள் என்ற அடிப்படையில் தான் குர்துகள் அழைக்கப்படுகிறார்கள். பெரும்பாலும் அரசுகள் என்றுமே தேசியம் மற்றும் மக்களால் உருவாக்கப்படுவதில்லை. மாறாக இனக்குழுக்களின் அல்லது மக்கட்தொகுதியின் ஒடுக்குமுறை மற்றும் சுரண்டும் அதிகார வர்க்கங்களால் தான் உருவாக்கப்படுகிறது. வரலாற்றில் எப்போதுமே ஆதிக்க அரசுகளாக அறியப்பட்டவை அனைத்துமே சுரண்டும் மற்றும் ஒடுக்குமுறை அரசுகளாகவே இருந்து வந்திருக்கின்றன.

குர்துகளை பொறுத்தவரை அவர்கள் எப்போதுமே சொந்த ஒடுக்குமுறை மற்றும் ஆதிக்க அரசுகளால் ஆளப்பட்டதில்லை. மாறாக அந்நிய ஆக்கிரமிப்பாளர்கள் அல்லது அவர்களின் முகவர்கள் ஆகியோரால் தான் ஆளப்பட்டிருக்கிறார்கள். சில தருணங்களில் அவர்கள் அந்த அரசுகளின் பங்காளிகளாக அறியப்பட்டிருக்கிறார்கள். பெரும்பாலும் அந்த அரசுகளின் பினாமிகளாக தான் செயல்பட்டிருக்கிறார்கள். (விதிவிலக்கான தருணங்கள் தவிர) இதுவே அவர்களின் அதிகாரபூர்வ வரலாறாக இருக்கிறது என்கிறார் ஒசலான். அதே நேரத்தில் குர்து வரலாறு பொதுவான மொழியையும், கலாசாரத்தையும் உருவாக்குவதில் வெற்றியடைந்திருக்கிறது. மேலும் தேசியம் என்ற கருத்துருவத்தை அணுகும் முறையில் ஒசலான் எதார்த்த சோசலிச (Real Socialism) கோட்பாட்டை முன்வைக்கிறார். இதன் அடிப்படையில் அரசு மற்றும் தேசியம் இரண்டுமே பூர்ஷ்வா வர்க்கத்தின் வடிவம் என்கிறார் ஒசலான். அரசு என்றுமே மக்கள் நலனுக்காக செயல்படாது. மாறாக ஜனநாயக அரசு (Democratic Government) என்ற கருத்துருவை ஒசலான்

முன்வைக்கிறார். அது தான் மக்கள் நலனுக்கான அல்லது ஒடுக்கப்படும் மக்களுக்கான அரசாக இருக்கும் என்பது ஓசலானின் நிலைபாடு. சில நேரங்களில் வெறும் அரசு என்பது சில விஷயங்களில் தீர்வாக அமையலாம். ஆனால் அதுவே நிரந்தர தீர்வாக மாறாது. இந்நிலையில் இருபதாம் நூற்றாண்டின் எல்லா விடுதலை இயக்கங்களும் அவர்களின் சொந்த அரசுகளை உருவாக்குவதற்காக தான் போராடின. தேசியப்பிரச்சினையின் தகுந்த தீர்வு என்பது மக்களுக்கு பயன்தரும் வகையில் சுதந்திரம் மற்றும் சம உரிமை அடிப்படையிலான பொதுவான பிராந்திய அரசியல் குழுக்களை ஏற்படுத்தி அதன் மூலம் பொதுவான தேசிய மதிப்புகளை வளர்த்தெடுப்பதாகும். ஆதிக்க அரசுகளின் அழிப்பு நடவடிக்கைகள் வரலாற்று முழுவதும் நடைபெற்றிருக்கின்றன. அறிவியல் பூர்வமான நடவடிக்கைகள் மற்றும் அதன் பரிணாமங்கள் மட்டுமே இதற்கான மாற்றாக இருக்க முடியும். இதனை ஓசலான் ஜனநாயக நாகரீக முறை (System of democratic civilization) என்கிறார். மேலும் அறிவியல் மற்றும் தொழில்நுட்பத்தை ஓசலான் அறமற்ற நிலையில் அது மிகப்பெரும் அபாயம் என்கிறார். அது வெறுமனே அரசியல் பொருளாதாரத்திற்கு திட்டமிடும் ஒன்றாகும். அதுவே மாபெரும் இரு உலகப்போர்களுக்கு, பல உள்நாட்டு போர்களுக்கு வழி வகுத்தது என்கிறார். ஆக அறிவியல் மற்றும் தொழில்நுட்பத்திற்கு அறம் என்பது இன்றியமையாத ஒன்றாக இருக்க வேண்டும் என்பது ஓசலானின் நிலைபாடு.

லௌகீக வரலாற்றின் தொடக்கத்திலும், அதன் பரிணாமத்திலும் மத்திய கிழக்கின் பெரும் மரபார்ந்த, பூர்வீக இனமாக இருக்கும் குர்துகளின் தேசிய சுயநிர்ணய போராட்டமானது வரலாற்று வலுவாக, மிகப்பெரும் துயரங்களையும், ஒடுக்குமுறைகளையும், பேரிழப்புகளையும் சந்தித்து வந்திருக்கிறது. ஆனால் இன்றைய நிலையில் ஓசலான் போன்ற மாபெரும் அறிவார்ந்த இராணுவ புரட்சியாளர்களையும், ஜவாத் மெல்லா போன்ற அரசியல் சிந்தனையாளர்களையும் உட்கொண்டு வளர்ந்து கொண்டிருக்கிறது. இது பிராந்திய நிலை என்பதை தாண்டி உலகளாவிய கவனத்தைப் பெற்றிருக்கும் நிலையில் மிகப்பெரும் விடுதலை இயக்கமாக முன்னகர்ந்திருக்கிறது. இதன் அரசியல் செயல்பாடுகள் மற்றும் போராட்டங்கள் மிகத்தெளிவாக இருக்கும் நிலையில், வரலாற்றின், காலத்தின் பக்கங்களில் அதற்கான தீர்வு உருவாகும்

என்பது தெளிவு. மத்திய கிழக்கு வரலாற்றில் குர்துகள் மட்டும் தான் மிகப்பெரும் தேசிய இனமாக, உலகளாவிய வரலாற்று சக்திகளாக உருவெடுத்திருக்கிறார்கள். இதன் தொடர்ச்சியில் ஒசலானின் அறிவார்ந்த மற்றும் பௌதீக ரீதியான வரலாற்று பங்களிப்பு மறுக்க முடியாததும், காலத்தின் சுவடுகளில் வலுவாக இருப்பதுமாகும். தங்களின் சொந்த தேசத்திற்காக போராடும் அவர்களின் துயர வரலாறு, அவர்களுக்கான ஜனநாயக அடிப்படையிலான தேசத்தை கட்டமைக்கும் மகிழ்ச்சியான நாளுக்கு கொண்டு செல்லும் என்பதில் சந்தேகமில்லை.

அப்துல்லா ஒசலான்

தாரஸ் மற்றும் சக்ரோஸ் மலைகளுக்கு நடுவே

அப்துல்லா ஓசலானுடன் ஒரு நேர்காணல்

பேராசிரியர் முனீர் ஹசன் மஹ்மூத்

அரபு பல்கலைகழக பேராசிரியர் முனீர் ஹசன் மஹ்மூத் நான் வளைகுடாவில் பணிபுரிந்த காலத்தில் எனக்கு அறிமுகமானவர். என் சிந்தனைபோக்குகளிலும், வாசிப்பிலும் பெரும் மாற்றங்களை ஏற்படுத்தியவர். உலகளாவிய பல அறிவுஜீவிகள் பல்கலைகழக கருத்தரங்கிற்காக வருகை தந்த சூழலில் அவர்களிடம் என்னை அறிமுகப்படுத்தி அவர்களோடு நான் அறிமுகப்படவும், உரையாடவும் வாய்ப்பு ஏற்படுத்தியவர். அந்த உரையாடல்கள் என் முந்தைய நூலான கீழைச் சிந்தனையாளர்கள் ஓர் அறிமுகம் என்பதில் இடம்பெற்றிருக்கிறது. இந்த நேர்காணல் முனீர் ஹசனால் 2009 ஆம் ஆண்டு துருக்கியின் இம்ராலி நகரில் ஓசலான் சிறைமாற்றம் செய்யப்படுவதற்கு சற்று முன்னதாக எடுக்கப்பட்டது. நீண்ட போராட்டத்திற்கும், கடும் முயற்சிக்கும் பின்னர் முனீர் ஹசன் ஓசலானை சிறையில் நேரில் சந்திக்க அனுமதியளிக்கப்பட்டது. இந்த நேர்காணல் பின்னர் அரபு மாத இதழ் ஒன்றில் வெளிவந்தது. என் வேண்டுகோளுக்கு இணங்க அவர் அதன் ஆங்கில மொழியாக்கத்தை தந்து உதவினார். அதன் தமிழாக்கம் இது.

- ***முனீர் ஹசன் மஹ்மூத்: ஓசலான், நீண்ட எதிர்பார்ப்புகளுக்கும், காத்திருப்புகளுக்கும், கடும் போராட்டத்திற்கும் பின்னர் உங்களை சந்திப்பதில் மகிழ்ச்சியடைகிறேன். உங்கள் நியாயமான உரிமை போராட்டம் பாராட்டுக்குரியதும், செயலார்ந்தமானதாகும். முதலாவதாக உங்களைப்பற்றி சொல்லுங்கள்.***

அப்துல்லா ஓசலான்: ஒரு மாறுதலான காலகட்டத்தை நோக்கி நாம் சென்று கொண்டிருக்கும் நிலையில் இந்த போராட்டம் அவசியமானது. துயரங்களும், வாழ்வியல் அழுத்தங்களும் விரவிக்கிடந்த சூழலில் இன்றைய துருக்கியின் கிழக்கு பகுதியான ஓம்ரேலியில் 1948ல் பிறந்தேன். அது வசந்தகாலமாக இருக்கவில்லை. காரணம் குர்து சுயநிர்ணய போராட்டத்திற்கான தேடல்களும், தொடர்ந்த எழுச்சிகளும் குர்து சமூகத்தில் விரவிக்கிடந்த காலம் அது. இளமையிலே எனக்குள் நாம் எதற்காக போராடுகிறோம். நம் இருப்பு என்பது என்ன? நம் இனத்தின் வரலாறு என்ன? என்ற கேள்விகள் எல்லாம் என்னை சுற்றிக்கொண்டே வந்தன. இந்த காலகட்டத்தில் நான் அன்காராவில் உயர்படிப்பை முடித்திருந்தேன். அதனைத் தொடர்ந்து தியார்பகிரில் சிறிதுகாலம் அரசு பணியில் இருந்தேன். அதன் பிறகு அதனை கைவிட்ட நிலையில் என் சிந்தனையும், கவனமும் தேசியம், இனம், நாகரீகம், சமூக மாற்றங்களின் வரலாறு, அடிமை சமூகம், நிலப்பிரபுத்துவம், முதலாளித்துவம் மற்றும் கீழை மரபு சார்ந்த தத்துவங்கள் இவற்றின் மீது தான் அதிகமும் இருந்தது. அது சார்ந்த தேடல்களில் தீவிரமாக ஈடுபட்டேன். நூல்கள் பல கிடைக்கப்பெற்றன. அதனுள் உள்ளார்ந்து வாசிக்கத் தொடங்கினேன். குறிப்பிட்ட கட்டத்தில் அன்றைய துருக்கியிலும், மத்திய கிழக்கின் மற்ற குர்து பகுதிகளிலும் நிலவியிருந்த விடுதலை போராட்ட இயக்கங்கள் மீதும் அவர்களின் மந்த செயல்பாடுகள் மீதும் எனக்கு ஒருவித கவலையும், வெறுப்பும் ஏற்பட்டது. அதனைத்தொடர்ந்து குர்து விடுதலைப் போராட்டத்தை முன்னெடுக்க ஒரு தீவிரச் செயல்பாடு தேவைப்படுவதாக எனக்குத் தோன்றியது. அதன் ஒரு கட்டமாக என் சகோதரர்களுடனும், நண்பர்களுடனும் நான் ஆலோசித்தேன். அதே காலகட்டத்தில் குர்து ஜனநாயக கட்சியானது ஆதிக்க அரசுகளின் கைப்பாவையாக செயல்பட்டு வந்தது. மேலும் ஒருகட்டத்தில் அவர்கள் குர்துகளுக்கு எதிராகவும் சென்றார்கள். இதனால் எங்களைப் போன்றவர்களுக்கு உடனடி வரலாற்றுத்தேவை ஏற்பட்டது. அதன் விளைவாக 1978ல் நாங்கள் விடுதலைப்போராட்டத்தை இன்னும் தீவிரப்படுத்துவதற்காக குர்து தொழிலாளர் கட்சியை ஆரம்பித்தோம். அது தான் குர்து வரலாற்றில் தீவிர போராட்டத்தை முன்னெடுத்த இயக்கம்.

- **முனீர் ஹசன் மஹ்மூத்: குர்து தொழிலாளர் கட்சியை நீங்கள் தொடங்கிய பின்னர் துருக்கிக்கு எதிரான போராட்டத்தை தீவிரப்படுத்தினீர்கள். இதன் காரணங்கள் மற்றும் பின் விளைவுகள் ?**

அப்துல்லா ஒசலான்: துருக்கியை பொறுத்தவரை வரலாற்றில் குர்துகள் என்றுமே இருந்ததில்லை என்பது தான் அவர்களின் நிலைபாடு. துருக்கிய அரசும் குர்துகளை நிராகரிக்கிறது. துருக்கிய கல்வியாளர்களும் குர்து வரலாற்றை நிராகரிக்கிறார்கள். தாங்கள் குர்துகள் அல்ல என்று சுயமாக நிராகரிப்பவர்களை தான் துருக்கிய அரசு ஏற்றுக்கொள்கிறது. அவர்கள் 70000 துருக்கிகள் தூய துருக்கிய மொழியை பேசவில்லை என்கிறார்கள். அடிப்படையில் குர்துகளை தான் அவ்வாறு சொல்கிறார்கள். துருக்கியின் பிடிவாதமான, முன்முடிபான கருத்தியல் நிலைபாடு எங்களுக்கு மிகப்பெரும் முட்டுச்சந்தாக இருக்கிறது. அவர்கள் உண்மையில் குர்துகளிடம் தான் உரையாட வேண்டும். இதனடிப்படையில் தான் நாங்கள் 1984ல் துருக்கிக்கு எதிராக எங்களின் ஆயுதப்போராட்டத்தை தீவிரப்படுத்தினோம். இரு தரப்பிலும் ஆயிரக்கணக்கான மக்கள் உயிரிழந்தார்கள். பலர் மேற்கத்திய நாடுகளுக்கு புலம் பெயர்ந்தார்கள். வரலாற்றின் தேவை நமக்கு நிர்ப்பந்தமாக இருக்கும்போது அதை செயல்படுத்துவது இன்றியமையாத ஒன்றாக இருக்கிறது. அதனை நாங்கள் இனப்போராட்டமாக 1984ல் முன்னெடுத்தோம்.

- **முனீர் ஹசன் மஹ்மூத்: எப்படி உங்களுக்கு இந்த போராட்டத்தை இவ்வளவு நீண்டகாலமாக தொடர்ந்து முன்னெடுக்க முடிகிறது?**

அப்துல்லா ஒசலான்: துருக்கியில் யார் தன்னை குர்து என்றழைக்கிறார்களோ அவர்கள் குர்து தொழிலாளர் கட்சியை சார்ந்தவர்கள் என்றழைக்கப்படுவது வழக்கமாக இருந்தது. இதன் மூலம் PKKயை ஒழித்து விட்டால் பேச்சுவார்த்தைக்கான வாய்ப்பே இல்லை. நான் குர்துகளுக்கான இயக்கத்தை தொடங்கிய போது துருக்கியர்களின் அறிவீனத்தை பயன்படுத்திக்கொண்டேன். இது தான் மிக முக்கியமான விஷயம். குர்துகள் மீதான துருக்கியின் ஒடுக்குமுறை. அலைகழிப்பு ஆகியவை குர்துகளை சரியான தேசிய விடுதலைப் போராட்டத்தை நோக்கி அழைத்துச்சென்றது.

● **முனீர் ஹசன் மஹ்மூத்: உங்கள் போராட்ட வாழ்க்கை உலகின் பிற போராளிகளை போல் அல்லாமல் மிக வித்தியாசமானது. நீங்கள் உங்கள் வாழ்நாளில் துருக்கியின் நெருக்கடி காரணமாக பல நாடுகளுக்கும் அடைக்கலம் தேடி சென்றீர்கள். அந்த அனுபவம் எப்படி இருந்தது? பெரும் போராட்ட வரலாறு ஒன்று உங்களை பின் தொடர்ந்து வந்து கொண்டிருந்தது. அதனை குறித்து?**

அப்துல்லா ஒசலான்: குர்துகளின் வரலாற்று ரீதியான, பாரம்பரிய, நியாயமான சுய நிர்ணய போராட்டத்திற்கான, சொந்த தேசத்திற்கான போராட்டம் குறித்து நீங்கள் அறிந்திருப்பீர்கள். 1984ல் நான் குர்து தொழிலாளர் கட்சியை ஆரம்பித்த பிறகு ஏகாதிபத்தியத்தின் எதிர் தாக்குதல்கள் மிகவும் கடினமாக இருந்தன. அதனை நாங்கள் வெற்றிகரமாக எதிர்கொண்டோம். ஒரு நோக்கத்தை அடைவதற்கான செயல்திட்டம் மிக வலுவாக இருக்கும் போது அதில் தோல்வி ஏற்பட்டாலும், நடைமுறை ரீதியாக அது வெற்றிக்கான போராட்டமே. இதன் முன்தொடரலில் நாங்கள் பல இழப்புகளை சந்தித்தோம். துருக்கிய அரசுக்கு எதிராக மிகப்பெரும் சிவில் இராணுவ போர்களை நடத்தினோம். இந்நிலையில் 1995ல் துருக்கி எங்களுக்கு எதிராக மேற்கத்திய நாடுகளின் உதவியை கோரியதால் அவர்கள் தங்களுக்கான கூட்டு வலுவை ஏற்படுத்திக்கொண்டார்கள். இதன் காரணமாக எங்களின் சுயநிர்ணயத்திற்கான இராணுவ போராட்டத்தில் சற்று பின்னடைவு ஏற்பட்டது. அதனால் 1996ல் நான் துருக்கியை விட்டு சிரியாவுக்கு செல்ல நேர்ந்தது. இந்நிலையில் சிரியாவில் உள்நாட்டு போர் நடந்து கொண்டிருந்தது. அதனால் சிரிய அரசு எங்களை கண்டுகொள்ளவில்லை. இதனைத்தொடர்ந்து துருக்கி என்னை காரணமாக வைத்து சிரியாவுக்கு நெருக்கடி கொடுக்க ஆரம்பித்தது. இந்நிலையில் சிரியாவிடம் நான் மேற்கொண்டு எதனையும் கோரவில்லை. எதையும் கோர முடியாத நிலையாக எங்களின் அரசியல் நிர்ப்பந்தம் இருந்தது. பின்னர் கிரேக்க அரசிடம் அரசியல் தஞ்சம் கேட்கலாம் என்ற எண்ணம் இருந்தது. ஆனால் அது நிறைவேறவில்லை. இதனைத்தொடந்து நானும் நண்பர்களும் ரஷ்யாவிற்கு சென்றோம். எங்களின் ரஷ்ய நுழைவு குர்து போராட்டத்திற்கும், அதன் புவி அரசியலை கோட்பாட்டு ரீதியாகவும், தர்க்க ரீதியாகவும் வளர்த்தெடுக்க மிகப்பெரும் உதவியாக இருந்தது. அங்கு பல மார்க்சிய

மற்றும் தேசிய கோட்பாடு சார்ந்த அறிவுஜீவிகளை சந்தித்தேன். அவர்களுடனான உரையாடல் எங்களின் போராட்டத்திற்கும், அதன் முன்னகர்விற்கும் பெரும் ஊட்டத்தை அளித்தது. பின்னர் ரஷ்யாவின் வெளியுறவு கவுன்சில் என்னை அழைத்து அரசியல் தஞ்சம் குறித்து பேசியது. பின்னர் தான் அது துருக்கியின் வெளியுறவு செயல்தந்திரம் என்பதை புரிந்து கொள்ள முடிந்தது. அப்போது துருக்கியானது ரஷ்யாவுடன் செசன்யா விவகாரம் மற்றும் ரஷ்யா முஸ்லிம்கள் குறித்து ஓர் ஒப்பந்தத்திற்கு வந்திருந்தது. அதனின் தொடர்ச்சியாக ரஷ்ய பிரதமர் எங்களை அங்கிருந்து வெளியேற பணித்தார். அதன் காரணமாக நாங்கள் கென்யாவிற்கு செல்ல நேர்ந்தது. எங்களின் ஒவ்வொரு நகர்வுகளையும், அசைவுகளையும் அப்போது துருக்கிய உளவுத்துறை கண்காணித்துக் கொண்டிருந்தது. இருந்தாலும் எங்களின் சுய நிர்ணய மற்றும் தேசக் கனவுகளுக்கான போராட்ட உறுதி மட்டும் உளவியல் ரீதியாக வலுவிழக்கவில்லை.

- **முனீர் ஹசன் மஹ்மூத்: உங்களின் துயரமான பதில் என்னை நெகிழச்செய்கிறது. இனி தான் இப்போது இங்கு நீங்கள் இருக்கும் நிலை பற்றிய கேள்விக்கு வருகிறேன். இதுவே முக்கியமான தருணம் என்று நினைக்கிறேன். அது உங்களை காலமும், நிலவியலும் புரட்டிப்போட்ட ஒன்றின் வரலாறு. இந்த ஓம்ராலி சிறைக்கு வந்ததன் கதையை சொல்லுங்கள் ஒசலான்.**

அப்துல்லா ஒசலான்: ரஷ்யாவை பொறுத்தவரை நான் கற்றுக் கொண்ட இன்னொரு விஷயம் புரட்சி மற்றும் எதிர் புரட்சி பற்றியதாகும். அது 1917ல் நடந்த அக்டோபர் புரட்சியிலிருந்து எனக்கு தொடக்கம் குறித்து தந்தது. குறுகிய கால நலன்களால் தீர்மானிக்கப்படும் உயர்ந்த லட்சியங்கள் மற்றும் வாழ்க்கை வழி முறைக்குமான இடைவெளியை குறித்து என்னை அதிகம் சிந்திக்க வைத்தது. இருபதாம் நூற்றாண்டு பிம்பங்கள் தகர்வதை நம் கண் முன்னால் காண முடிந்தது. தனிநபரின் உரிமைகள் அவன் சமூக குழுவாக இருத்தலில் இருந்தே பிறக்கிறது என்பதையும் அறிந்து கொண்டேன். இந்நிலையில் 1998ஆம் ஆண்டு நவம்பர் 12ல் நான் ரோம் சென்றேன். என்னுடைய ரோம் நுழைவுக்கு கம்யூனிச குழுக்களில் இருந்து வந்த ரேமன் மொந்தல்வி என்ற கட்சியின் உறுப்பினர்கள் தான் பெரும்

உதவி புரிந்தார்கள். அவர்கள் தான் நாடாளுமன்ற ஒப்புதல் பெறக்காரணமாக இருந்தார்கள். அதன் காரணமாக அங்கு சில காலம் என்னால் இருக்க முடிந்தது. பல படிப்பினைகள் அதன் மூலம் எங்கள் போராட்டத்திற்கு கிடைத்தன. மேலும் இத்தாலிய வாழ்க்கை எனக்கு ஒருவித சிறை அனுபவத்தையும் கொடுத்தது. நான் குர்து இனப்பிரச்சினைக்கு தீர்வு காண வேண்டும் என்ற முடிவில் இருந்தேன். ஆனால் ஜெர்மனியின் புற அழுத்தம் காரணமாக என் விவகாரத்தை மிக விரைவாக முடிக்க வேண்டிய கட்டாயம் இத்தாலிக்கு ஏற்பட்டது. நான் தங்கியிருந்த வீட்டை சுற்றி நன்கு பயிற்சி பெற்ற போலீஸ் அதிகாரிகள் இருந்தார்கள். ஒருவித வீட்டுச்சிறை அனுபவமாக இருந்தது அது. மேலும் அங்கிருந்த போலீஸ் அதிகாரிகள் எனக்கு உளவியல் ரீதியான அழுத்தம் கொடுத்தார்கள். மேலும் அன்றைய இத்தாலிய அரசு என்னை மற்ற நாடுகளிலிருந்து அரசியல் புகலியாக வாங்க முயற்சித்தது. அந்த நேரத்தில் அவர்களுக்கு இந்த பிரச்சினைக்கு ஜனநாயக முறையிலான தீர்வு காண்பதில் ஆர்வம் இல்லாமல் இருந்தது. ஐரோப்பா இந்த விவகாரத்தில் சிறந்த தீர்வை கொடுக்க வேண்டும் என்பது என்னுடைய தீர்க்கமான எண்ணமாக இருந்தது. ஆனால் நிலைமை இதற்கு நேர்மாறாக இருந்தது. மத்திய கிழக்கில் குர்து போராட்டம் தீவிரமடைந்த நிலையில் இத்தாலிக்கு அது முரண்பட்ட நெருக்கடியாக இருந்தது. அதன் காரணமாக இத்தாலிக்கு என்னை வெளியேற்றுவதாக அதற்கான ஒரே வாய்ப்பாக இருந்தது. நான் நான்கு மாதங்கள் ஐரோப்பாவின் மூன்று தலைநகரங்களில் இருந்தேன். அங்கு ஐரோப்பிய ஜனநாயக வாதிகள் மற்றும் வழக்கறிஞர்கள் குர்து விவகாரம் மற்றும் அவர்களின் விடுதலைக்கு தீர்வு காண்பதில் ஆர்வமற்று இருந்தார்கள். மேலும் குறைந்த பட்சம் மனிதாபிமான நடவடிக்கை கூட எடுப்பதற்கு தயங்கினார்கள். ஐரோப்பாவின் வெளியுறவுக்கொள்கையின் படி துருக்கி மற்றும் மத்தியகிழக்கில் அவர்களுக்கான பல ஒப்பந்தங்கள் இருந்தன. அதனால் அவர்கள் குர்து விவகாரம் தங்கள் அரசியல் நலன்களுக்காக ஆயுதம் என்பதை நன்கு புரிந்துகொண்டிருந்தனர். ஆகவே இதனை முழு முதலான முரண்பாடாக பார்த்தனர். அமெரிக்கா கூட இம்மாதிரியான முடிவில் இருந்தது. அதனைத்தொடர்ந்து பிரிட்டன் கூட இம்முடிவிற்கு வந்தது. மேலும் இஸ்ரேலிய உளவுத்துறையான மொசாத் என்னை கண்காணித்துக் கொண்டிருந்தது. நான் இதை

மாஸ்கோ மற்றும் ரோமில் இருக்கும் போது நன்றாக புரிந்து கொண்டேன். அதாவது என் தலைமையிலான குர்து மக்கள் கட்சியை நிர்மூலமாக்குவதன் மூலம் குர்து போராட்டத்தை பலகீனமாக்கலாம் என்பது அவர்களின் உள்ளார்ந்த முடிவு. மேலும் அவர்கள் துருக்கியுடன் 1956ல் போட்டிருந்த ஒப்பந்தம் காரணமாக குர்து விவகாரத்தில் தீவிர ஆர்வம் கொண்டிருந்தார்கள். என்னை ஐரோப்பிய நாடுகளிலிருந்து வெளியேற்றுவதற்காக துருக்கியானது தன் ராஜ்ஜிய ரீதியான செயல்தந்திரங்களை கையாளத்தொடங்கியது. நான் மாஸ்கோவில் இருந்து வெளியேறிய நிலையில் ரஷ்யாவுடன் இயற்கை எரிவாயு ஒப்பந்தம் ஒன்றை துருக்கி ஏற்படுத்திக்கொண்டது. இந்நிலையில் எனக்கான விதியை ஐரோப்பிய கூட்டு சதியாளர்கள் சிஐஏ உதவியுடன் முன் கூட்டியே தீர்மானித்திருந்தார்கள். இத்தாலியில் இருந்து வலுக்கட்டாயமாக விமானத்தில் என்னை ஏற்றி கிர்கிஸ்தானுக்கு அனுப்பி வைத்தார்கள். அங்கு ஒரு வாரம் நான் இருந்தேன். மேலும் அங்கிருந்து என் பிடிவாதம் காரணமாக கிரேக்க தலைநகர் ஏதென்ஸ் வந்தடைந்தேன். அங்கு குர்து மக்கள் கட்சியின் பிரதிநிதிகள் எனக்கு வேண்டிய உதவியை செய்தார்கள். அப்போது எனக்கு உதவியாளராக ஓய்வு பெற்ற இராணுவ அதிகாரியான நக்செய்ஸ் இருந்தார். அவர் குர்துக்கள் மீது மிகுந்த அனுதாப பார்வையை கொண்டவராக இருந்தார். குர்து போராட்டம் குறித்து என்னிடம் அதிகம் உரையாடக்கூடியவராக இருந்தார். அவரிடம் கிரேக்க அதிபரிடம் என் விவகாரம் குறித்து ஏதாவது பேச முடியுமா? என்றேன். அதற்கு அவர் “தேர்தலுக்கு முன்பாக அதிபர் எதையும் காது கொடுத்து கேட்கமாட்டார்” என்றார். அன்றைய தினத்தில் கிரேக்க வெளியுறவுத்துறை அதிகாரி ஒருவர் என்னை பேச வருமாறு அழைத்தார். பின்னர் இன்று மாலை நான்கு மணிக்குள் நீங்கள் இங்கிருந்து வெளியேற வேண்டும். இல்லாவிட்டால் பலப்பிரயோகம் செய்ய வேண்டியதிருக்கும் என்றார். என்னிடம் தென் ஆப்ரிக்கா பாஸ்போர்ட் தரப்பட்டது. அது 1999 பிப்ரவரி 15 ஆக இருந்தது. அந்த தருணங்கள் எனக்கு தூரத்தில் நிகழப்போவதன் சாட்சியாக இருந்தன. மேலும் ஹெலிகாப்டரில் நான் ஏதென்ஸ் விமான நிலையத்திற்கு கொண்டு செல்லப்பட்டேன். விமான நிலையத்தில் நடந்த காட்சிகள் ஏற்கனவே நன்கு ஒத்திகை பார்க்கப்பட்ட நாடகமாக இருந்தன. அமெரிக்க சிஐஏ இதற்கான ஏற்பாடுகளை

மிகத்தெளிவாக செய்திருந்தது. விமானத்தில் வலுக்கட்டாயமாக திணிக்கப்பட்டேன். பின்னர் விமானம் புறப்படவில்லை. ஏதோ இயந்திர கோளாறு இருந்தது. பின்னர் வேறொரு இராணுவ விமானத்தில் ஏற்றப்பட்டேன். மறுநாள் காலையில் கென்யாவின் நைரோபி விமான நிலையத்தில் கொண்டு செல்லப்பட்டேன். அங்கு உயரமான, வெள்ளை நிற மனிதர்கள் காத்திருந்தார்கள். அவர்கள் கையில் உயர்ரக தானியங்கி ஆயுதங்கள் இருந்தன. அப்போது தான் தெரிந்தது அவர்கள் துருக்கியின் உயர் ராணுவ அதிகாரிகள். என்னை சூழ்ந்து கொண்டு விமானத்தை விட்டு இழுத்து விமானத்தளத்தில் தள்ளினார்கள். என் கையில் இருந்த அனைத்து பொருட்களையும் வாங்கிக்கொண்டார்கள். என்னை ஒட்டு டேப்பினால் இறுகக்கட்டினார்கள். கண்கள் துணியால் கட்டப்பட்டன. அங்கிருந்து விமானம் துருக்கியை நோக்கி பயணம் செய்தது. வழியில் எகிப்து மற்றும் சைப்ரஸில் தரை இறங்கியிருந்தது. பின்னர் துருக்கியின் இஸ்தான் புல் விமான நிலையத்திற்கு கொண்டு வரப்பட்டேன். அங்கிருந்து உடனடியாக இம்ராலி தீவிற்கு கொண்டு செல்லப்பட்டேன். அப்போது என் கண்கள் மீது கட்டப்பட்டிருந்த துணியை இராணுவ அதிகாரி ஒருவர் நீக்கினார். அவரிடம் நான் “இது உங்களின் வெற்றியல்ல. உங்களை பணித்து அவருக்கு சாதகமாக செயல்பட சொன்னவர் உண்மையில் உங்களை ஏமாற்றுகிறார். அவர்கள் இரட்டை யுக்திகளை கடைபிடிக்கிறார்கள். நான் துருக்கி வெறுப்பு பிரசாரத்தை ஒரு போதும் செய்யவில்லை. என் தாய் கூட துருக்கிய வழி வந்தவர் தான். சமாதானம் மற்றும் சகோதரத்துவம் மட்டுமே முன்னோக்கி செல்லும் இயல்பு கொண்டது. நிச்சயமாக, சந்தேகமின்றி இந்த இலக்குகளை அடைய போராடுவேன் என்றேன். முதலில் பேச வேண்டாம் என்று தான் நினைத்தேன். ஆனால் பின்னர் புரிந்து கொண்டேன். நான் மௌனமாக இருப்பதன் மூலம் என்ன நிகழப்போகிறது என்பது மறைக்கப்படலாம். விமானத்திலிருந்து என்னை இழுத்து வந்தவுடன் நான் அவர்களிடம் கேட்டேன். “நீங்கள் என்னை கொல்லப்போகிறீர்களா? நீங்கள் அந்த வாய்ப்பை இன்னும் பெறவில்லை. வாயை மூடு இல்லாவிட்டால் அல்லது நாங்கள் மூட வைப்போம். பின்னர் ராணுவ அதிகாரிகளிடம் விசாரணைக்காக கொண்டு வரப்பட்டேன். அவர்கள் என்னிடம் பல கேள்விகளை கேட்டார்கள். என்னை அடிக்கவோ அல்லது

துன்புறுத்தவோ இல்லை. ஆனால் உளவியல் ரீதியான சித்திரவதையாக அது இருந்தது. பின்னர் பத்து நாட்கள் தனிமைச்சிறையில் அடைக்கப்பட்டேன். அந்த அனுபவம் போரை விட மிகக்கொடியதாக இருந்தது. பின்னர் நீங்கள் இப்போது காணும் சிறைத்தன்மை வந்தது. இந்த அறை மிகக்குறுகியதாக இருக்கிறது. காற்று வருவதற்கு சிறு துவாரம் தான். கடுங்குளிரில் வாடிய நாட்கள் உண்டு. தொடக்கத்தில் பார்வையாளர்கள் யாரும் அனுமதிக்கப்படவில்லை. வெளியே நடப்பதற்கு கூட நான் அனுமதிக்கப்படவில்லை. இப்படியாக கடந்து போன பத்து வருடங்களின் மொத்த அனுபவமும் எங்களை நிலைகுலைய செய்யவில்லை. மாறாக வரலாற்று ரீதியாக தொடரும் குர்துகளின் இனப்போராட்டத்திற்கு ஒரு தீர்வு ஏற்படும் என்றொரு நம்பிக்கையை தான் அது கொடுத்தது.

● **முனீர் ஹசன் மஹ்முத்:** குர்து விவகாரத்தை ஐரோப்பிய நாடுகள் இன்றும் மத்திய கிழக்கு மற்றும் ஐரோப்பா இடையேயான முரண்பாட்டை வளர்ப்பதற்கும், மத்திய கிழக்கை அரசியல், சமூக, புவி பொருளாதார ரீதியாக ஸ்திரமற்ற நிலைக்கு கொண்டு செல்வதற்கான கருவியாகத்தான் பயன்படுத்தி வருகின்றன என்றொரு பார்வை இருக்கிறது. இது பற்றிய உங்கள் எண்ணம்...

அப்துல்லா ஒசலான்: ஐரோப்பாவின் இந்த செயல்தந்திரம் வரலாற்று காலம் முதலே இருந்து வருகிறது. நெப்போலியன் எகிப்தை கைப்பற்றிய நிகழ்வு தான் இதற்கான தொடக்கம் குறித்தது. அதன் தொடர்ச்சியில் ஐரோப்பாவின் அரசியல் நிகழ்மயமாக மத்திய கிழக்கு மாறிவிட்டது. அவர்கள் இந்த ஆயுதத்தை பயன்படுத்தி எங்களை பறித்துக்கொண்டார்கள். மேற்குலகம் இன்னும் குர்து போராட்டம் தொடர வேண்டும் என்றே விரும்புகிறது. அதன் மூலம் இருபக்கமும் அதன் ராஜ்ஜிய தந்திரங்களை செயல்படுத்த முடியும். மற்றொரு புறத்தில் அது ஈரான், ஈராக், துருக்கி போன்ற நாடுகளுடன் வெளிப்படையான உறவை மேற்கொண்டிருக்கிறது. நிலைபாடு மற்றும் யுக்தி ஆகிய இரண்டும் ஐரோப்பிய நாடுகளுக்கு அதன் நலன்களை தக்க வைப்பதற்கான கருவியாக தான் காலங்காலமாக இருந்து வருகின்றது. ஐரோப்பா கொசாவா, மெசிடோனியா, மற்றும் போஸ்னியா போன்ற நாடுகளின் விவகாரங்களில் தலையிட்டு

அதற்கான தீர்வுகளில் இறங்கியிருக்கிறது. அதே நிலைமையை, செயல்தந்திரத்தை அவர்கள் குர்து விவகாரத்திலும் கடைபிடிக்க முடியும். ஆனால் குர்து போராட்டம் தொடரவேண்டும் என்பதே ஐரோப்பாவின் உள்ளார்ந்த விருப்பம். அது தீர்மானகரமான முடிவுடன் தன் அருகாமையர்களை அணுகி வருகின்றது. ஆக என்னை ஒப்படைக்க வேண்டும் என்று ஒரு கட்டத்தில் அவர்கள் முடிவு செய்தது, குர்து விடுதலைப் போராட்டத்தையும், அதன் தலைமையையும் அழிக்க வேண்டும் என்ற திட்டம் சார்ந்த தந்திரம் தான். பிந்தைய கட்டத்தில் அவர்கள் குர்து தொழிலாளர் கட்சியின் கலைப்பினால் ஏற்பட்ட வெற்றிடத்தை நிரப்ப வேண்டும் என்பதற்காக தாராள ஜனநாயக குர்து கட்டமைப்பை ஏற்படுத்த விரும்பினார்கள். ஜெர்மனி இதன் புறச்சுற்றாக இருந்தது. அவர்கள் துருக்கியின் அன்வர் பாஷாவின் காலத்தில் இதனை நடைமுறைப்படுத்தினார்கள். அதே நேரத்தில் ஈராக்கிய குர்துகள் இதன் மூலம் எவ்வாறு அநுகூலம் அடைவது என்பதை நன்றாக அறிந்து வைத்திருந்தார்கள். ஆனால் மேற்கண்ட எல்லா முயற்சிகளும் இறுதியில் தோல்வியை தழுவின. ஆக குர்து விடுதலை இயக்கம் சமநிலையாக்கம் செய்யப்பட முடியவில்லை. அதன் மிகப்பெரும் பலவீனம் என்பது அதிகாரம் மற்றும் சட்டவிரோத செயல்பாடுகள் மீது அவநம்பிக்கை கொள்ளும் வகையிலான சிவில் கட்டமைப்பை உருவாக்கத் தவறியது தான். நான் இம்ராலி சிறையில் தொடர்ந்து கொண்டிருக்கும் இந்த காலத்தில் அனதோலியாவிற்கும், மெசபடோமியாவிற்கும் இடையேயான சமாதானத்திற்கு நான் பெரும் முயற்சி எடுத்தேன். இது போரை விட மிகக்கடினமாக இருந்தது. சமாதானம் என்பது பல்வேறு வகையான கலாசார அடையாளங்களை ஏற்றுக்கொள்வதன் மூலம் பிராந்தியத்தில் மறுமலர்ச்சியையும், தொடர்ந்த ஜனநாயக மேம்பாட்டையும் ஏற்றுக்கொள்வதாக இருந்தது. என்னுடைய சமாதான முயற்சியானது பல தரப்பில் இருந்தும் நல்ல வரவேற்பை பெற்றுத்தந்தது. இன்னும் சிலர் துருக்கியுடனான சமாதானத்தை புரிந்து கொள்ள முற்படவில்லை. குர்து விவகாரம் என்பது குடியரசில் மிக நீண்டதும், மிக சிக்கலானதுமாகும். இந்த இம்ராலி சிறையை பொறுத்தவரை ஓர் அரசியல் தலைவர் மற்றும் தனிநபர் என்ற முறையில் நான் மூன்றாம் முறையாக பிறந்திருக்கிறேன். முதல் தடவையாக என் உயிரியல் பிறப்பு. அது துருக்கியின் விவசாய கிராமம்.

இரண்டாம் தடவை என்பது குர்து தொழிலாளர் கட்சியை ஆரம்பித்த தருணத்தில் ஓர் அரசியல் தலைவராக. ஆக என் சிறைவாசத்தின் அர்த்தம் குடியரசும் மக்களும் மறு பிறப்பு அடைந்திருக்கிறார்கள் என்பது தான்.

- **முனீர் ஹசன் மஹ்மூத்: உங்கள் சிறைவாசத்தின் முக்கிய விளைபொருள் என்பது நீங்கள் மத்திய கிழக்கு நாகரீகங்கள் மற்றும் தேசியம் குறித்து எழுதிய சிறைக்குறிப்புகள் தான். இதைப்பற்றிய உங்கள் எண்ணம் உங்களுக்கு நன்மையை தந்திருக்கும் என்று நம்புகிறேன். மேலும் குர்து விவகாரத்தின் அரசியல் அல்லது புவியியல் தீர்வாக எதைக் கருதுகிறீர்கள்?**

அப்துல்லா ஒசலான்: என் சிறைவாழ்க்கை ஒரு கட்டத்தில் என் அரசியல், தத்துவ மற்றும் வரலாற்று சிந்தனைகளின் பிறப்பிடமாக, அதனை எழுத்தாக்கம் செய்யும் தளமாக ஒரு கட்டத்தில் மாறியது. ஏற்கனவே மத்திய கிழக்கின் வரலாறு மற்றும் நாகரீகங்கள் குறித்து ஆழ்ந்து படித்த அனுபவம் எனக்கு உண்டு. குறிப்பாக குர்து வரலாற்றின் நாயகனான ஷரப் கான் பித்லிசியின் ஷரப்நாமாவை நான் விரும்பி, கூர்ந்து படித்தேன். குர்து வரலாற்றை விவரிக்கும் முதலாவதும், முக்கியமானதுமான நூல் இது. அதன் அடிப்படையில் மிகத்தீவிர சிந்தனைப் போராட்டத்தில், மூளை அடைக்கப்பட்டிருந்த சூழலில் உள் நுழையும் பூச்சி மாதிரி என் சிந்தனைகள் ஆக்கங்களாக வெளிவந்தன. அதன் மூன்று வார்ப்படங்கள் தான். Roots of civilization, Defending civilization மற்றும் The PKK and the kurdish question in the 21st century. இவை என் பத்தாண்டு கால இம்ராலி சிறைவாழ்க்கையின் முக்கிய தருணங்கள். மேலும் இந்த தருணத்தில் குர்து விவகாரத்தின் பகுதியாக, எல்லோருக்கும் தேவைப்படுவது சமூக வாழ்க்கையை மறுகட்டமைப்பு மற்றும் மறுதொடக்கம் செய்வது தான். அது மாதிரியே அரசு, பொருளாதாரம், அரசியல், நீதி, கலை மற்றும் அறம் முதலானவை எல்லாம். ஆனால் அவர்கள் இந்த சிக்கல்களுக்கு வெளியே தீர்வை தேடிக்கொண்டிருக்கிறார்கள். இந்நிலையில் என் சிறைவாசம் ஏதோ ஒரு நிலையில் என்னை வினைஊக்கியாக மாற்றியிருக்கிறது. நான் குர்து மக்களின் விடுதலைக்கான பிரக்ஞை பூர்வமான விருப்பத்தின் மீது நிற்கிறேன். இந்த விருப்பம் போரின் வடிவில் நீண்டகாலம் தொடர்ந்தது. தற்போது

சமாதானத்தின் செய்தி வந்திருக்கிறது. போர் அதன் தூய வடிவில் எதிரிகள் யார் என்பதை தீர்மானிக்கிறது. ஆனால் சமாதானம் என்பது நேர்மறையான இலக்குகளை கொண்டது. சீர்திருத்தம், குடியரசு, ஜனநாயகமயமாக்கல் மற்றும் மதசார்பின்மை ஆகியவை சமாதான கோட்பாட்டின் அடையாளங்கள். இந்நிலையில் தற்போதைய சூழல் ஸ்திரமாயிருக்கிறது. மேலும் கிரிமினல்களின் அக மற்றும் புறம் சார்ந்த ஊழல் நடவடிக்கைகளுக்கு உள்ளாகி இருக்கிறது. இந்த நீண்டகால போரில் 40,000 பேர் உயிரிழந்தார்கள். பில்லியன் டாலர்கள் செலவழிக்கப்பட்டன. இருந்தும் குர்து போராட்டமும், அதன் சுயநிர்ணயமும் இன்னும் கேள்வியாகவே இருந்து கொண்டிருக்கிறது. சூழ்நிலையும், காலநிலையும் இதை நோக்கி கனிந்து வருகின்றது. குர்துகள் வரலாற்று மற்றும் புவி கலாசார ரீதியாக தனித்த இனமாக இருந்து வருகிறார்கள். சமாதான தீர்வு என்பது இதனை அங்கீகரிப்பதன் மூலம் தான் சாத்தியம் என்பது என் நிலைபாடு. காலத்தை தாண்டிய எதுவுமில்லை என்றே நினைக்கிறேன்.

- **முனீர் ஹசன் மஹ்மூத்: உங்கள் இருபத்து ஐந்து வருட போராட்ட வாழ்க்கையின் மிக முக்கிய துயரமாக துருக்கி நீதிமன்றம் உங்களுக்கு மரண தண்டனை விதித்த நிகழ்வை குறிப்பிடலாம். பின்னர் அது ஐரோப்பிய மனித உரிமை நீதிமன்றத்தால் ஆயுள் தண்டனையாக குறைக்கப்பட்டது. மேலும் துருக்கிய நீதிமன்றத்தில் உங்கள் குற்ற வாக்குமூலம் என்பது வரலாற்று முக்கியத்துவம் வாய்ந்தது. என்னை பொறுத்தவரை ரஷ்ய வரலாற்றில் புகாரினை அடுத்த ஒன்றாக இதனை குறிப்பிடலாம்.**

ஒசலான்: துருக்கிய நீதிமன்றம் எனக்கு மரணதண்டனை விதிக்கும் என்பது நான் எதிர்பார்த்த ஒன்று தான். காரணம் விமான நிலையத்தின் புற நடவடிக்கைகள் எனக்கு அதை தெளிவுபடுத்தின. அப்போதே அதைப்பற்றி எனக்கு தெரிந்திருந்தது. எங்கள் மக்களின் விடுதலை போராட்டம் இதனால் நின்றுவிடாது என்ற நம்பிக்கை அப்போது எனக்கு அழுத்தமாக இருந்தது. அதனால் துருக்கிய நீதிமன்றம் எனக்கு மரண தண்டனை விதித்த தருணத்தில் நான் கவலை கொள்ளாமல் இருந்தேன். அங்கு நான் என் சுய சிந்தனை மற்றும் தர்க்கம் சார்ந்து சில கருத்துக்களை

முன்வைத்தேன். நான் வாய்மொழியாகவும், எழுத்து பூர்வமாகவும் வெளிப்படுத்தியவை அனைத்தும் நீதிமன்றத்தால் ஆழ்ந்து கவனிக்கப்பட்டன. ஆனால் துரதிஷ்டம் அதன் முடிவு தான் நேர்மாறாக இருந்தது. அங்கு சில விஷயங்களை குறிப்பிட்டேன். அதாவது எங்களின் படைபலம் வலுவாக இருக்கும் தருணத்தில் அதன் முடிவு மோசமாக இருக்கும். நான் இந்த இடத்தில் உண்மை சொல்லப்படுவதற்கான தேவை இருந்தால் நான் துருக்கி மற்றும் துருக்கிய தேசத்திற்காகவே சேவை செய்ய விரும்புகிறேன். ஆனால் என் மக்களை நீங்கள் குர்து என்று அங்கீகரிக்கும் தருணத்தில் மட்டுமே". இதன் தொடர்ச்சியாக, போர் என்பது மிக முக்கியமான முரண்பாடான சூழலில் இருந்து தோன்றாவிட்டால் அது ஒரு வகை பைத்தியக்காரத்தனமே. மேலும் அர்த்தமற்ற பயங்கரமாகவும் அது இருக்கும். அது வன்முறையாக மனித நலன்களின் பகுதியாக ஒரு போதும் மாறக்கூடாது. மேலும் எங்களின் மிகுதியான எதிர்ப்புணர்வு என்பது மனித உரிமையும், ஜனநாயகமும் நிலைநாட்டப்படும் போது நிற்பதற்கான சாத்தியம் இருக்கிறது. அது தொடர்ந்த உரையாடல்கள் மூலம் தீர்க்கப்பட வேண்டும். எங்களை போன்ற தீவிர லட்சியத்திற்காக, சமாதான வழிமுறையை விரும்பும் ஓர் இயக்கத்தையோ அல்லது மக்களையோ நீங்கள் பார்க்க முடியும் என்று நான் நினைக்கவில்லை" மேற்கண்ட எல்லா வரிகளும் என் நீதிமன்ற பிரகடனத்தில் தெளிவாகவும், அழுத்தமாகவும் இருந்தன. இந்நிலையில் நீதிமன்றம் எனக்கு மரணதண்டனை விதித்தது. இதனை எதிர்த்து நான் என் வழக்கறிஞர்களின் ஆலோசனைப்படி ஐரோப்பிய மனித உரிமை நீதிமன்றத்தில் முறையீடு செய்தேன். அவர்கள் என் முறையீட்டை ஏற்றுக்கொண்டு என் தரப்பு வாதத்தையும், நியாயத்தையும் கவனமாக பரிசீலித்தனர். அங்கும் இதே விஷயங்களை தான் குறிப்பிட்டேன். இதனைத்தொடர்ந்து ஐரோப்பிய நீதிமன்றம் மரண தண்டனையை ஆயுள் தண்டனையாக குறைத்தது. நான் வாழ வேண்டும் என்று ஐரோப்பா முடிவு செய்திருக்கிறது போலும். எங்கள் குர்து மக்களுக்கான லட்சிய போராட்டத்தின் வெற்றியாகவே இதனை பார்க்கிறேன். அதன் வீச்சு இன்னும் குறையவில்லை. வெள்ளைப்புறா விரைவில் பறந்து விடும் என்றே நினைக்கிறேன்.

அரசியல் சார்ந்த சில அடிப்படை கலைச்சொற்கள் குறித்த விளக்கம்

சமூகம் மற்றும் கலாசாரம்: சமூகம் என்பது பிரக்ஞை பூர்வமான கூட்டமைப்பு பல்வேறு விதமான மனித இருப்பு சார்ந்த கருவிகளை பயன்படுத்தி, ஒரு பொது நோக்கத்திற்கான வேலை செய்வதாகும். அவர்கள் சேர்ந்து வாழ்ந்து அவர்களுக்கான பொருட்களை உற்பத்தி செய்து அவற்றை பாதுகாக்கின்றனர். இந்நிலையில் அவர்களுக்கு பொதுவான பிரக்ஞை தேவைப்படுகிறது. கலாசாரம் என்பது இந்த பிரக்ஞையோடு தொடர்புடைய ஒன்றாகும். அந்த சமூக குழுக்கள் தங்களின் தேவைகளுக்காக, தொடர்புறலுக்காக,ஒரே மாதிரியான செயல்களை ஏற்படுத்திக்கொள்ளும் சமூக நடைமுறை தான்.

இனக்குழு, இனம் மற்றும் கோத்திரம்: கி.மு 12000 ஆண்டில் மனித குழுக்கள் நாடோடித்தன்மைக்கொண்டதாக இருந்தன. பின்னர் அவர்கள் பயிரிடவும், கால்நடை வளர்ப்பிலும் தங்களை மாற்றிக்கொண்டார்கள். நாளடைவில் அவர்களின் எண்ணிக்கை அதிகரித்த தருணத்தில், அவர்களிடையே நிலைப்புத்தன்மை ஏற்பட்டது. குடும்பங்கள் அதிகரித்த நிலையில் அப்படியான குடும்பங்கள் இணைந்து இனக்குழுக்களாக மாறின. கி.மு 6000க்கு பிந்தைய கட்டத்தில் மிகப்பெரிய இனக்குழு சமூகங்கள் உருவாகி, அவற்றிற்கிடையே நிறுவனம் சார்ந்த நிலைப்புத்தன்மை ஏற்பட்டது. விவசாய குடியான சமூகங்கள் இந்த தருணத்தில் முக்கிய பங்கு வகித்தன. அவ்வப்போது இந்த சமூகங்கள் மற்ற எதிரிடையான சமூகத்திடம் இருந்து தங்களை பாதுகாத்து வந்தன. அதன் காரணமாக இவை அதன் எல்லைப்பரப்பை விரிவுப்படுத்த வேண்டிய கட்டாயம் ஏற்பட்டது. ஆக இந்த சமூகங்கள் தங்களை வளர்த்துக்கொள்ள ஆரம்பித்த தருணத்தில் அவற்றின் புறவய ரீதியான உறவுமுறைகள் விரிவடைய ஆரம்பித்தன. பின்னர் இதன் வடிவம் சமூக வர்க்கங்களாக

மாற ஆரம்பித்தது. அவற்றிற்கான மொழியும் காலப்போக்கில் உருவாக ஆரம்பித்தது. இவை விரிவடைந்த நிலையில், அதன் எல்லைப்பரப்பும் வினையாக்கம் செய்த நிலையில் அவை இனமாக உருவெடுத்தன. இனக்குழுவின் முதன்மை அலகே கோத்திரம்.

தேசிய இனம் மற்றும் தேசிய அரசுகள்: தேசியமும், தேசிய இனங்களும் முதலாளித்துவ சமூகம் உயர்ந்து வந்ததன் வெளிப்பாடுகள். முதலாளித்துவ ரீதியான பொருளாதார உற்பத்தி முறை ஒழுங்குப்படுத்தப்பட்ட தொழில்முறையை உருவாக்குகிறது. உள்நாட்டு சந்தைகள் அதன் வடிவத்தை அடைகின்றன. மேலும் இனக்குழு அமைப்புகள் அரச கட்டமைப்பிற்கு மாறுகின்றன. அந்த இனக்குழுக்கள் ஒரே மாதிரியான கலாசாரத்தையும், பொதுவான மொழியையும் உட்கொண்டிருக்கின்றன. இவை இரண்டும் அவற்றிற்கு பொதுவான தேசிய அடையாளத்தைக் கொடுக்கின்றன. இந்த மாற்றங்கள் பழைய சிற்றரசு முறையை பாதிக்கின்றது. இவை புதிய வடிவிலான அரச முறையை ஏற்படுத்துகின்றன. இந்த அரசுகள் தேசியத்தின் எல்லா குழுக்களை சேர்ந்தவர்களின் நலன்களை பிரதிபலிக்கும் ஒன்றாக மாறி, ஒரே அரசியல் குடையின் கீழ் வருகின்றன. இவையே தேசிய அரசுகள் என அழைக்கப்படுகின்றன.

நாகரீகங்கள்: பொதுவான குறிக்கோள்கள் மற்றும் கலாசாரத்தை உள்ளடக்கிய தேசிய இனங்களின் கூட்டமைப்பே நாகரீகங்கள் என்று அழைக்கப்படுகின்றன. இம்மாதிரியான விளக்கங்கள் அரசியல் சிந்தனையாளர்கள் சிலரால் கொடுக்கப்பட்டு, பரவலாக ஏற்றுக்கொள்ளப்பட்ட ஒன்றாக இருக்கிறது. சுமேரிய, அசிரிய மற்றும் மெசபடோமிய நாகரீகங்களே உலகின் முன்னோடி நாகரீகங்கள்.

குடிமைத்துவம்: குடிமைத்துவம் என்பது ஒரு நாட்டின் ஓர் அரசியல் சமூகத்தின் அங்கத்துவத்தை குறிப்பதாகும். அரசியல் சமூகங்கள் அந்த பிராந்தியத்தில் பரவலாகும் போது இதன் வெளிப்பாடும், நிர்பந்தமும் முக்கியமாகிறது. காலனிய அரசுகள் இதனை உருவாக்குவதில் தீர்மானகரமான சக்தியாக இருக்கின்றன.

ஜனநாயகம் மற்றும் சட்டத்தின் ஆட்சி: ஜனநாயகம் என்பது அது சூழ்ந்திருக்கிற அரசியல் சமூகத்தை தாராளமாக்குவதும், மக்களை சமமாக நடத்துவதுமாகும். இம்மாதிரியான சமூகங்கள் வளர்வதற்கும் அவற்றின் செயல்பாடுகளில் பங்கு கொள்வதற்கும் அவர்களை சுயமாக அனுமதிக்கின்றன. மேலும் ஜனநாயகத்தில் மனித உரிமைகளும், சிவில் உரிமைகளும் அதன் துணை அலகுகளாக இருக்கின்றன. ஒரு கட்டத்தில் இவை அவற்றிலிருந்து சரியாக பிரிக்க முடியாத ஒன்றாக கூட மாறுகின்றன.

மேலும் அரசு என்பது சட்டத்தினாலும், அதன் அடிப்படை கோட்பாட்டினாலும் கட்டமைக்கப்பட்டுள்ளது. ஆக சட்டமும் அதன் ஒழுங்கும் இந்த சட்டகத்தில் உருவாக்கப்பட்டு அதன் அடிப்படைகள் இந்த அரசினால் ஆட்கொள்ளப்படுகின்றன. இது தான் சட்டத்தின் ஆட்சி என குறிக்கப்படுகின்றது.

நிர்வாக சமூகம், மரபு சமூகம் மற்றும் சிவில் சமூகம்: நிர்வாக சமூகம் என்பது ஒரு நாட்டில் அரசிற்காக அதன் நிறுவனங்களுக்காக அதன் விதிமுறைகளை கடைபிடித்து வாழும் சமூகமாகும். இவர்கள் உயர்மட்ட முடிவெடுக்கும் அதிகாரம் கொண்டவர்கள், கிராம பாதுகாவலர்கள், அரசு பணியாளர்கள் மற்றும் பொதுத்துறை ஊழியர்கள். இவர்கள் முழுவதும் அரசு சார்ந்த விதிமுறை வாழ்க்கைக்கு பழக்கப்பட்டவர்கள். அந்த அரசு தான் அவர்களை ஆட்கொள்ளுகிறது.

மரபு சமூகம் என்பது அரசிற்கு வெளியே இருக்கும் மக்கள் தொகுதியை குறிப்பதாகும். அவை ஒழுங்குப்படுத்தப்படாத மக்கட்தொகுதியாகும்.

சிவில் சமூகம் என்பது இன்றைய கட்டத்தில் நிர்வாக சமூகத்திற்கு எதிரான ஒன்றாகும். அவை அதற்கான தாராள பார்வை, வெளிப்படையான திட்டங்கள், சிறந்த அமைப்பு கட்டுமானத்தைக் கொண்டிருக்கின்றன. நிர்வாக சமூகத்தின் வெற்றிடத்தில் சிவில் சமூகம் உருவாகின்றது.

தேசப்பற்று மற்றும் சர்வதேசியம்: இரு கருத்துருக்களும் நிலையானதோ அல்லது முழுமுதலானதோ அல்ல. மாறாக பரிணாமம் அடைந்த வரலாறைக்கொண்டது. நவகற்காலத்தில் மனிதன் பிராந்திய மிருகமாகவே இருந்தான். இந்நிலையில்

ஒவ்வொரு சகாப்தமும் மேற்கண்டவற்றின் சொந்த விளக்கத்தை கொண்டிருந்தன. சமூகங்கள் நிரந்தரமாக தங்கிவிட்ட புவியியல் ரீதியான பிராந்தியம் உற்பத்தியின் அடிக்கட்டுமானம் மற்றும் மேற்கட்டுமானம் ஆகியவற்றால் தீர்மானிக்கப்படும் போது அது தாய் நிலம் அல்லது நாடு என்றழைக்கப்படுகிறது. இந்நிலையில் தேசப்பற்று என்பது அப்படியான நாட்டை நேசிப்பதும் அதற்காக தியாகம் செய்வதுமாகும். சர்வதேசியம் என்பது இம்மாதிரியான நாடுகளின் சமூகங்களிடையேயான பரஸ்பர உறவாகும். ஆனால் இந்த நாடு என்கிற கருத்தாக்கம் ஒரே நாடு, ஒரேமொழி என்பதாக அடிக்கடி தவறாக கருதப்படுகிறது. இதற்கு நேர்மாறாக சோவியத் ரஷ்யா இருந்தது. அங்கு ஒரே நாட்டில் பல தேசியங்கள் மற்றும் பல மொழிகள் இருந்தன. அதே நேரத்தில் குர்துகள் ஒரே தேசிய இனமாக பல நாடுகளில் வாழ்கிறார்கள். குர்திஸ்தானின் நிலவியல் ஒற்றுமை இன்னும் உருவாக்கப்படவில்லை. குர்துகளின் மொழியும் ஒடுக்கப்படுகிறது. அவர்களுக்கு தாய் நிலம் என்ற ஒன்று இருக்கிறது. அதே நேரத்தில் அவர்கள் வாழும் நாட்டில் அதிகாரபூர்வ நிலத்தை உணர்ந்து கொண்டிருக்கிறார்கள். இது பழைய இனக்குழு சமூக முறை தகர்ந்து, தொழில்நுட்ப வளர்ச்சி காரணமாக சமூகங்களிடையே எல்லை வரையறை தகர்ந்ததன் காரணமாக ஏற்பட்டதாகும்.

நாடு கடந்த அரசு: ஒரு பல்தேசிய பிராந்தியத்திற்குள் முழுமுதலாக அடையாளம் காணப்பட்ட, அறியப்பட்ட தேசிய இனமானது தன் சுயநிர்ணய போராட்டத்தின் பகுதியாக, அதை சர்வதேச சமூகத்தின் முன்பாக குவியமிடுதலின் பகுதியாக, அதன் இறையாண்மையை தெளிவுப்படுத்துவதற்காக, அந்த பிராந்தியத்திற்கு வெளியே ஓர் நிழல் அரசையோ அல்லது பாராளுமன்றத்தையோ அமைப்பதாகும். பெரும்பாலும் ஐரோப்பிய நாடுகள் தான் இதற்கான களமாக அமைகின்றன. தெற்கு சூடான், கிழக்கு திமோர், குர்திஸ்தான் போன்றவை இம்மாதிரியான அரசை அமைத்திருந்தன. தற்போது நாடு கடந்த ஈழ அரசு உருத்திரகுமாரன் தலைமையில் அழைக்கப்பட்டுள்ளது.

குர்து வரலாற்று அகராதி மற்றும் பிற குறிப்புகள்

(கால வரிசைப்படி)

கி.பி ஏழாம் நூற்றாண்டின் இடைக்கட்டம்: குர்துகள் இஸ்லாத்திற்கு மாறினார்கள். குர்து படைவீரனான சலாதீன் சிலுவை யுத்தக்காரர்களுடன் போரிட்டு அவர்களை வெற்றிக்கொண்டார். அதே காலகட்டத்தில் அய்யூபிய வம்சத்தை சிரியாவிலும், எகிப்திலும் ஆரம்பித்தார்.

கி.பி 1514: துருக்கியின் சால்டிரன் பகுதியில் நடந்த யுத்தமானது உதுமானிய - பாரசீக பேரரசுகளை குர்திஸ்தானில் தங்கள் எல்லைகளை நிறுவ காரணமானது.

கி.பி 1543: குர்து சமூகத்தின் குவியமிடும் முக்கிய வரலாற்றாசிரியரான ஷரப்கான் அல் பித்லிசி புகழ்பெற்ற குர்து வரலாற்று நூலான ஷரப் நாமாவை எழுதினார்.

கி.பி 1639: உதுமானிய மற்றும் பாரசீக அரசுகளிடையே எல்லைப் பகுதிகளை பகிர்ந்து கொள்வது தொடர்பான சுகப் ஒப்பந்தம் ஏற்பட்டது.

கி.பி 1670: குர்து தேசியத்தின் முக்கிய காவியமான மெ ம் -யு- சின், அஹ்மத் -இ- கான் என்பவரால் இயற்றப்பட்டது.

கி.பி 1811: மௌலானா ஹாலித் இன்றைய ஈராக்கின் குர்து பகுதியில் சூபி சிந்தனை மரபின் பிரிவான நக்ஷ்பந்தி பிரிவை தொடங்கினார்.

கி.பி 1840: குர்து இனத்தின் ஒரு பிரிவான பர்ஸான்கள் தங்களை பர்ஸான்களாக பிரகடனப்படுத்திக்கொண்டனர்.

கி.பி 1847: குர்து பிராந்தியத்தின் அரை சிற்றரசரான பத்ர் கான் பெக் உதுமானிய பேரரசிடம் சரணடைந்தார்.

கி.பி 1880: உதுமானிய பேரரசிற்கு எதிராக ஷேக் உபைதுல்லா தலைமையில் நடைபெற்ற நெக்ர் கலகம் தோல்வியில் முடிந்தது.

கி.பி 1891: உதுமானிய சுல்தான் இரண்டாம் அப்துல் ஹமீது குர்து பகுதியில் குதிரைப்படையை உருவாக்கினார்.

கி.பி 19141918: குர்துகள் முதலாம் உலகப்போரில் உதுமானிய பேரரசை ஆதரித்தனர்.

கி.பி 1916: ஷைக்ஸ் - பைகாட் ஒப்பந்தம் மத்திய கிழக்கையும், குர்திஸ்தானையும் பிரித்தது

கி.பி 1918: அமெரிக்க ஜனாதிபதி உட்ரோ வில்சன் குர்து விவகாரத்திற்கான14 அம்ச திட்டங்களை முன்வைத்தார். பிரிட்டன் ஈராக்கை உருவாக்கியது. இந்நிலையில் குர்து தலைவர் மஹ்மூத் பர்ஸின் ஈராக்கில் நீண்டகாலம் தொடர்ந்த கலகத்தை தொடங்கி வைத்தார்.

கி.பி 19191922: இஸ்மாயில் அஹா சிம்கோ ஈரானில் மிகப்பெரும் கலகத்தை தொடங்கினார். அதே நேரத்தில் குர்துகள் துருக்கியின் விடுதலைப்போராட்டத்தை ஆதரித்தனர்.

கி.பி 1920: சோவியத் ரஷ்யாவில் சிவப்பு குர்திஸ்தான் உருவாக்கப்பட்டது

கி.பி 1925: துருக்கியானது ஷேக் சையத் தலைமையில் நடந்த புரட்சியை ஒடுக்கியது.

கி.பி 1927: கொய்பன் என்ற குர்து பிராந்திய முழுமைக்குமான அரசியல் கட்சி தோற்றுவிக்கப்பட்டது.

கி.பி 1930: துருக்கியானது அராரத் பகுதியில் எழுந்த குர்து கலகத்தை ஒடுக்கியது. முல்லா முஸ்தபா அல் பர்ஸானி ஈராக்கின் சிறந்த குர்து தலைவராக முன்னெழுந்தார். இருபதாம் நூற்றாண்டின் முக்கிய குர்து தலைவர்களில் இவர்

முக்கியமானவர். இதே ஆண்டின் ஜூலையில் ஈரானின் குர்து தலைவரான இஸ்மாயில் அஹா சிகோ கொல்லப்பட்டார்.

கி.பி 19361938: துருக்கியானது தெர்சிம் பகுதியில் நடந்த கலகத்தை அடக்கியது. இதே காலகட்டத்தில் உருவான சாதாபாத் ஒப்பந்தம் குர்துகளை அடக்க முடிவு செய்தது.

கி.பி 1946: மஹாபாத் குடியரசு குர்துகளுக்காக ஈரானில் உருவானது. அதே நேரத்தில் ஈராக்கில் குர்து ஜனநாயக கட்சி (KDP) உருவானது.

கி.பி 1947 மார்ச் 31: குர்து தலைவரான காசி முஹம்மது ஈரான் அரசால் தூக்கிலிடப்பட்டார்.

கி.பி 19471958: ஈராக்கிய குர்து தலைவரான முல்லா முஸ்தபா பர்சானி ஈராக்கிய அரசால் சோவியத் ரஷ்யாவிற்கு நாடு கடத்தப்பட்டார்.

கி.பி 1955: குர்துகளை கட்டுப்படுத்துவதற்காக ஈராக்கிய ஒப்பந்தம் உருவானது.

கி.பி.1958: அக்டோபர்: முஸ்தபா பர்சானியின் நாடுகடத்தல் காலம் முடிவடைந்ததை அடுத்து அவர் ஈராக்கிற்கு திரும்பினார்.

கி.பி 1960: பர்ஸானிக்கும் அவரின் குர்து ஜனநாயக கட்சி உயர்மட்ட குழுவிற்கும் இடையே மோதல் ஏற்பட்டது.

கி.பி 1961: பர்ஸானி தலைமையிலான குர்து படைகளுக்கும், ஈராக்கிய அரசிற்குமான போர் தொடங்கியது.

கி.பி 1970: ஈராக்கிய அரசின் மார்ச் பிரகடனம் குர்துகளுக்கு தன்னாட்சி அளிக்க வாக்குறுதி அளித்தது.

கி.பி 1974: ஈராக்கிய குர்துகளுக்கும் ஈராக்கிய அரசுக்கும் இடையே மீண்டும் போர் மூண்டது.

கி.பி 1975 மார்ச்: ஈராக் அரசிற்கும் ஈரானுக்கும் குர்துகள் சம்பந்தமான ஒப்பந்தம் அல்ஜீரியாவில் ஏற்பட்டது. இதன் படி ஈரான் ஈராக்கிய குர்துகள் மீதான தன் ஆதரவை

விலக்கிக்கொண்டது. இறுதியில் முல்லா முஸ்தபா பர்ஸானி ஈராக்குடனான போரில் தோல்வியுற்றார். இதனைத்தொடர்ந்து அவரின் மகன் மசூத் பர்ஸானி அவரின் இயக்கத்திற்கு பொறுப்பேற்றார்.

கி.பி 1975 ஜுன்: ஜலால் தனபானி குர்திஸ்தான் தேசப்பற்றாளர்கள் கூட்டமைப்பு என்ற கட்சியை தொடங்கினார். (PUK)

கி.பி 1978: அப்துல்லா ஒசலான் குர்து தொழிலாளர் கட்சியை ஆரம்பித்தார்.

கி.பி 1979: ஈரானில் ஏற்பட்ட புரட்சி காரணமாக அதிபர் ஷா ஈரானை விட்டு வெளியேறினார். அதேகாலத்தில் ஜுலை 16ல் ஈராக்கிய அதிபராக சதாம் உசேன் பொறுப்பேற்றார்.

கி.பி 1980 செப்டம்பர் 12: துருக்கியில் ஏற்பட்ட குர்து எழுச்சியை அடக்குவதற்காக துருக்கிய இராணுவம் களத்தில் இறங்கியது.

கி.பி 19801988: ஈரான் - ஈராக் போர் ஏற்பட்டது. இரு தேசங்களிலும் உள்ள குர்து பிராந்தியங்கள் இதனால் பாதிக்கப்பட்டன.

கி.பி 1982: துருக்கி அரசானது குர்துகளை அடக்குவதற்கான அதன் அரசியல் சட்டத்தில் சில பிரிவுகளை கூடுதலாக சேர்த்தது.

கி.பி 1984: ஒசலானின் குர்து தொழிலாளர் கட்சியானது துருக்கியில் கிளர்ச்சியை தொடங்கியது.

கி.பி 1985: ஒசலான் விடுதலை போராட்டத்தை தீவிரப் படுத்துவதற்காக குர்து தேசிய விடுதலை முன்னணியை ஏற்படுத்தியது.

கி.பி 1986: இதனைத் தொடர்ந்து தேசிய விடுதலை முன்னணியை இராணுவ அமைப்பாக மாற்றினார்.

கி.பி 1987: துருக்கியின் தென்கிழக்கு பகுதியில் துருக்கிய அரசானது, நெருக்கடிநிலையை பிரகடனப்படுத்தியது.

கி.பி 1987: சதாம் உசேன் ஈராக்கிய குர்துகளுக்கு எதிராக அன்பல் பிரசாரத்தை தொடங்கினார்.

கி.பி 1988 மார்ச் 16: ஈராக் குர்துகளுக்கு எதிராக ஹலப்ஜா என்ற இடத்தில் விஷ வாயு தாக்குதலை நடத்தியது. அதே காலத்தில் மே மாதத்தில் ஈராக் குர்து முன்னணி உருவானது.

கி.பி 1989 ஜூலை 13: ஈரானிய குர்து தலைவர் அப்துல் ரஹ்மான் ஹசம்லோ கொல்லப்பட்டார்.

கி.பி 1990: துருக்கியின் மக்கள் தொழிலாளர் கட்சியானது, துருக்கியில் சட்டப்படியான அரசியல் கட்சியாக அங்கீகாரம் பெற்றது.

கி.பி 1991: ஈராக்கிற்கு எதிராக அமெரிக்க பன்னாட்டு படைகள் போரிடத்தொடங்கின. இது வரலாற்றில் வளைகுடா போர் என அழைக்கப்படுகிறது. இந்த தருணத்தில் குர்துகளும் போராட்ட களத்தில் குதித்தார்கள். இந்த போரைத்தொடர்ந்து குர்துகள் பெரும்பான்மையாக வாழும் வட ஈராக் பகுதியில் விமானங்கள் பறக்க தடைவிதிக்கப்பட்டது. அதே காலத்தில் நவம்பரில் துருக்கியில் சுலைமான் டெமிரெல் அதிபராக பொறுப்பேற்றார். அவர் குர்து அடையாளத்தை அங்கீகரித்தார்.

கி.பி 1992 மே: ஈராக்கிய குர்திஸ்தான் பகுதியில் தேர்தல் நடைபெற்றது. அதே காலகட்டத்தில் ஜூலையில் குர்திஸ்தான் பிராந்திய அரசு ஏற்படுத்தப்பட்டது. மேலும் துருக்கியின் குர்து ஜனநாயக கட்சி, குர்து கூட்டமைப்பு ஆகியவை ஒசலானின் குர்து தொழிலாளர் கட்சியுடன் போரில் ஈடுபட்டன.

கி.பி 1993 மார்ச் மே: ஒசலானின் குர்து தொழிலாளர் கட்சியானது துருக்கிய அரசுடன் போர்நிறுத்தம் செய்து கொண்டது. ஜூனில் மக்கள் தொழிலாளர் கட்சியானது துருக்கியில் தடைசெய்யப்பட்டது. டிசம்பரில் குர்து கட்சியும் இஸ்லாமிஸ்டுகளும் ஈராக்கின் குர்து பிரதேசத்தில் போரிட்டுக்கொண்டார்கள்.

கி.பி 1994 1998: ஈராக்கின் குர்து பிரதேசத்தில் குர்து ஜனநாயக கட்சி மற்றும் குர்து கூட்டமைப்பு ஆகியவற்றிற்கிடையேயான மோதல் தொடங்கியது.

கி.பி 1995: குர்து நாடு கடந்த பாராளுமன்றம் ஐரோப்பாவில் அமைக்கப்பட்டது. ஏப்ரலில் ஐ.நா சபை ஈராக்கிற்கு

எண்ணெய்க்கான உணவு திட்டத்திற்கு அனுமதி வழங்கியது. இதனால் குர்துகள் கணிசமான தொகையை பெற்றனர்.

கி.பி 1996: சதாமின் படைகள் குர்து ஜனநாயக கட்சிக்கு ஆதரவாக அவர்களின் எதிரியை வீழ்த்துவதற்காக ஈராக்கின் குர்திஸ்தானில் இறங்கின.

கி.பி 1998: ஐ.நா பாதுகாப்பு கவுன்சிலானது எண்ணெய்க்கான உணவு திட்டத்தின் அனுமதிக்கப்பட்ட அளவை சற்று அதிகரித்தன. அதே காலகட்டத்தில் சிரியாவானது ஒசலானை வெளியேற்றியது.

கி.பி 1998 - 1999: ஒசலான் ஐரோப்பாவில் அரசியல் தஞ்சம் புகுந்தார்.

கி.பி 1999 பிப்ரவரி 16: துருக்கியானது ஒசலானை கென்யாவில் கைது செய்தது. பின்னர் துருக்கிக்கு கொண்டு வந்து சிறையில் அடைத்தது. ஒசலானின் கட்சியானது போர் நிறுத்தம் செய்து அதன் படைகளை வாபஸ் வாங்கியது. அதே காலகட்டத்தில் துருக்கி ஒசலானுக்கு மரணதண்டனை விதித்தது. ஐரோப்பிய யூனியன் துருக்கியை தன் உறுப்பு நாடாக அங்கீகரித்தது. அதன் காரணமாக ஒசலானின் மரண தண்டனை நிறுத்தி வைக்கப்பட்டது.

கி.பி 2000 மே: சீர்திருத்த மனோபாவம் கொண்ட அஹ்மத் நெக்த் செசர் துருக்கியின் பிரதமராக பொறுப்பேற்றார். இந்நிலையில் குர்து கூட்டமைப்பானது குர்து தொழிலாளர் கட்சியுடன் போரை ஈராக்கின் குர்து பகுதியில் தொடர்ந்தது.

கி.பி 2001 பிப்ரவரி 18: ஈராக்கிய குர்திஸ்தானில் குர்து ஜனநாயக கட்சியின் முன்னணி தலைவரும், கிறிஸ்தவருமான பிரான்சிஸ் ஹரிரி இஸ்லாமிஸ்டுகளால் கொல்லப்பட்டார்.

கி.பி 2002: குர்து தொழிலாளர் கட்சியானது குர்திஸ்தான் விடுதலை மற்றும் ஜனநாயக காங்கிரஸ் என பெயர்மாற்றம் செய்யப்பட்டது. அதே காலகட்டத்தில் ஆகஸ்டில் துருக்கிய பாராளுமன்றம் மரணத்தண்டனையை ரத்து செய்தது. மேலும் குர்துகளுக்கு கல்வி மற்றும் ஒளிபரப்பு உரிமை அளிப்பதற்கான சட்ட அம்சங்களை கொண்டு வந்தது. ஆனால் அது இன்னும்

நடைமுறைப்படுத்தப்படவில்லை. அக்டோபரில் ஒசலானின் மரணதண்டனை ஆயுள்தண்டனையாக குறைக்கப்பட்டது. டிசம்பரில் துருக்கியின் புதிய அரசானது அதுவரை குர்து பிரதேசத்தில் அமலில் இருந்த நெருக்கடி நிலையை திரும்பப்பெற்றது.

கி.பி 2003 மார்ச்: அமெரிக்க மற்றும் பிரிட்டன் ஆகியவை இணைந்து ஈராக்கில் சதாமுக்கு எதிராக ஆக்கிரமிப்பு போர் தொடுத்தன. இந்த போரில் துருக்கியுடனான ஒப்பந்தத்தால் துருக்கியானது தங்கள் பகுதிகளை கைப்பற்றி விடுமோ என்று ஈராக்கிய குர்துகள் பயந்தார்கள்.

குர்து வரலாற்றின் முக்கிய தலைவர்கள்

அப்துல் சலாம் (1882-1915)

அப்துல் சலாம் ஈராக்கின் முக்கிய குர்து தலைவரான முஸ்தபா பர்சானியின் மூத்த சகோதரர். இவர் இராணுவ மற்றும் மதத்தலைமை காரணமாக பரவலாக அறியப்பட்டவர். இவரின் மென்மையான அணுகுமுறை காரணமாக கிறிஸ்தவர்களின் ஷேக் என அறியப்பட்டார். வளரும் குர்து தேசிய இயக்கத்தின் தந்தை என அறியப்பட்டார். முதலாம் உலகப்போர் காலகட்டத்தில் உதுமானிய பேரரசால் சிறைபிடிக்கப்பட்டு பின்னர் தூக்கிலிடப்பட்டார்.

அப்துல்லா ஹம்சா (1915-2000)

குர்து ஜனநாயக கட்சியின் முதல் பொதுச்செயலாளர். பர்ஸானியுடன் இணைந்து பல போராட்டங்களை நடத்தியவர். 1950ல் ஈராக்கில் மிக வலிமையுடனும், செல்வாக்குடனும் திகழ்ந்த ஈராக்கிய கம்யூனிஸ்ட் கட்சியுடன் நெருங்கிய உறவை கொண்டிருந்தார். பின்னர் கட்சியில் ஏற்பட்ட கருத்து வேறுபாடு காரணமாக அதிலிருந்து விலகி தனியாக செயல்பட்டு வந்தார்.

அபு அல் பிதா (1273-1331)

சலாதீனின் அய்யூபிய வம்சத்தில் பிறந்த இளவரசர். குர்து வரலாற்றின் சிறந்த எழுத்தாற்றல் மிக்கவராகவும், வரலாற்றாசிரியராகவும் இருந்தார். அவரின் இரு படைப்புகள்

பிரபலமானவை: Mukhtasar tarikh albashar. இது இஸ்லாத்திற்கு முந்தைய மற்றும் இஸ்லாமிய காலம் - 1329 வரையுள்ள வரலாற்றை விவரிக்கிறது. அடுத்த படைப்பு Takwin al-Buldan. இது கணிதம் மற்றும் இயற்பியல் சார்ந்த அட்டவணை முறையை விளக்குகிறது. இதில் கணித அட்டவணையை மறு ஒழுங்கு செய்யப்பட்டுள்ளது. பின்னர் அய்யூபிய வம்சத்தின் தோல்விக்கு பிறகு மம்லூக்குகளிடம் இணைந்து பணியாற்றினார். பின்னர் சிரியாவின் கவர்னராக நியமிக்கப்பட்டார்.

அஹ்மத் இப்ராஹிம் (1914-2000)

ஈராக்கிய குர்து இனத்தின் மிக முக்கிய தலைவராக அறியப்பட்டார். மற்றொரு புகழ்பெற்ற தலைவரான ஜலால் தலபானியின் மாமனார். பாக்தாத் பல்கலைகழகத்தில் சட்டம் பயின்ற இப்ராஹிம் தன் பல்கலைகழக ஆய்வுரையை அரபு குர்து உறவுகள் என்ற தலைப்பில் 1937ல் நூலாக வெளியிட்டார். கம்யூனிஸ்ட் கட்சியுடன் சிறிது காலம் உறவு கொண்டிருந்த காரணத்தால் மூன்று ஆண்டுகள் சிறையில் அடைக்கப்பட்டார். இதனால் குர்து வரலாற்றில் சிறந்த இடதுசாரி குர்து தேசியவாதியாக இப்ராஹிம் அறியப்படுகிறார்.

அமீன் நொசிர் அல் முஸ்தபா (1943-)

ஈராக்கின் முக்கிய குர்து தலைவரான ஜலால் தலபானியின் உதவியாளராக நீண்டகாலம் பணியாற்றியவர். மேலும் அவரின் கட்சியான குர்து தேசப்பற்றாளர்கள் கூட்டமைப்பில் தீவிரமாக செயல்பட்டார். மேலும் அங்குள்ள இடதுசாரி கட்சிகளுடன் இணைந்து செயல்பட்டவர்.

அன்தர் மூஸா (1922-1992)

புகழ்பெற்ற குர்து எழுத்தாளர் மற்றும் அறிவுஜீவி. குர்து வரலாறு சம்பந்தமாக பல நூல்களை எழுதியிருக்கிறார். இவர் ஈராக்கிய அரசு ஆதரவு பெற்ற குழுக்களினால் 1992 ஆம் ஆண்டு கொல்லப்பட்டார்.

பத்ர் கான் பெக் (1802-1847)

தென் கிழக்கு துருக்கியின் போதன் என்ற குர்து பிரதேசத்தை ஆட்சி புரிந்தவர். பத்ர் கான் குர்து வரலாற்றில் தைரியமான, தலைசிறந்த, வீரமான, லட்சிய உணர்வு மிக்க தலைவராக

அறியப்படுகிறார். அவரின் தலைமையின் கீழ் அப்பிராந்தியம் வேகமாக வளர்ந்தது. மேலும் குர்து தேசிய வரலாற்றில் மிக முக்கிய தேசிய தலைவராகவும் அறியப்படுகிறார்.

முல்லா முஸ்தபா பர்ஸானி (1903-1979)

ஈராக்கிய வரலாற்றில் மிக முக்கிய குர்து தலைவராக அறியப்படுபவர். ஈராக்கின் குர்து தேசிய இயக்கத்தில் மிக முக்கிய பங்காற்றியவர். முதல் உலகப்போரில் உதுமானிய பேரரசால் இவரும் இவரின் தாயாரும் சிறையில் அடைக்கப்பட்டனர். குர்து விடுதலைக்காக சிவில் இராணுவப்படையை கட்டமைத்து அதனை வளர்த்தெடுத்தவர். குர்து ஜனநாயக கட்சியின் நிறுவனர். குர்துகள் இன்றும் இவரின் வரலாற்றை நினைவுப்படுத்துகின்றனர்.

விளாடிமிர் மினொர்ஸ்கி (1877-1966)

குர்து வரலாற்றின் மிக முக்கிய ரஷ்ய சிந்தனையாளர். இவரின் எழுத்துக்கள் அவர் இறந்த பின்னரும் இன்றும் குர்துகளால் கவனிக்கப்படுகின்றன. மேற்கத்திய அறிஞர்கள் குர்துகளை பற்றிய இரஷ்ய எழுத்துக்கள் மிகக் குறைவாக இருப்பதாக குறிப்பிடுகின்றனர்.அவ்வகையில் குர்துகளை பற்றிய மினொர்ஸ்கியின் எழுத்துக்கள் மிக முக்கியமானவை. மினொர்ஸ்கி இரஷ்ய பல்கலைகழகத்தில் 1900ல் சட்டம் பயின்றார். மேலும் 1903ல் ஓரியண்டல் மொழிகள் குறித்த படிப்பையும் படித்தார். பின்னர் இரஷ்ய புரட்சிக்கு பின்னர் பிரான்சில் கல்வித்துறையில் பணியாற்றினார். அங்கு பல நூல்களை எழுதினார். அவரின் குர்துகள் பற்றிய நூல்கள் முக்கியமானவை. குறிப்பாக Kurds, Kurdistan: The origin of pre-Islamic history என்பது குர்து வரலாற்றைப்பற்றி குறிப்பிடும் முக்கிய நூலாகும்.

துணை நூற்கள் பட்டியல்

1. Kurdistan and The Kurds A Divided Homeland and a Nation without State - Dr. Jawad Mella- Western Kurdistan Association Publications - London 2005

2. The Kurds A Contemporary Overview Edited by Philip G. Kreyenbroek and Stefan Sperl - Routeledge London 1992

3. THE KURDS History and Kulture - Jamal Nebez -1997 - Western Kurdistan Association

4. Historcial Dictionary of Kurds - Michel M. Gunter - The scarecrow press Oxford - 2004

5. The kurds in Turkey - Kerim Yeldiz - Pluto Press - London 2005

6. The Kurds : Nationalism and Politics - Faleh A. Jabar and Hosham Dawod - SAQI London 2006

7. The Arab nation: Nationalism and Class Struggles: Samir Amin - Zed Press London 1978

8. A Modern History of the Kurds: Third Edition - David McDowall - I. B. Tauris - 2004

9. A People Without a Country: The Kurds and Kurdistan - Gerard Chaliand - Interlink Publishing House - 1993

10. The Kurds: A Concise History And Fact Book - Mehrdad Izady - Taylor & Francis; 1 edition (September 3, 1992)

11. Kurdish Culture and Identity - Philip G. Kreyenbroek - Zed Books (February 15, 1996)

12. Kurdistan: In the Shadow of History, Second Edition - University Of Chicago Press; 2 Mul edition (May 30, 2008)

13. Prison Writings: The Roots of Civilisation - AbdullA.H ocalan - Pluto Press 2007

14. Prison Writings Volume II: The PKK and the Kurdish Question in the 21st Century - AbdullA.H ocalan - Transmedia Publishing - 2011

15. Prison Writings III The Road Map to Negotiations - AbdullA.H ocalan - International Initiative; First edition (2012)

16. குர்து தேசிய இன வரலாறு: ஹசன் அர்பா - தமிழில் க. விஜயகுமார், தமிழோசை பதிப்பகம் 2006